கலாபன் கதை

கலாபன் கதை
தேவகாந்தன் (பி. 1947)

இலங்கையின் வடமாகாணம் சாவகச்சேரியில் பிறந்தவர். 1968இல் *ஈழநாடு* தேசிய நாளிதழின் ஆசிரியர் குழுவில் இணைந்து பணியாற்றினார். பின் யுத்த நிலைமை காரணமாக இலங்கையிலிருந்து 1984இல் புலம்பெயர்ந்து தமிழ்நாட்டில் வசித்த காலத்தில் *இலக்கு* சிற்றிதழை நடத்தினார். 'கனவுச்சிறை', 'மகாநாவல்' உட்பட பத்து நாவல்கள், இரண்டு குறுநாவல் தொகுப்புகள், நான்கு சிறுகதைத் தொகுப்புகள் இதுவரை வெளியாகியுள்ளன. 'கன்னத்தில் முத்தமிட்டால்', *'In the Name of Buddha'* ஆகிய சினிமாக்களில் பங்கேற்றதோடு, கனடாவில் ஒம்னி தொலைக்காட்சியில் சிறிதுகாலம் கடமையாற்றித் தன் அனுபவத்தின் எல்லைகளை விரித்துக்கொண்டார். தமிழ்நாடு அரசு நாவல் பரிசு, திருப்பூர் தமிழ்ச் சங்கம் லில்லி தேவசிகாமணி சிறுகதைப் பரிசுகள் உட்பட, கனடா இலக்கியத் தோட்டம் நாவல் பரிசு, தமிழர் தகவல் சாதனை விருதுகளையும் பெற்றிருப்பவர். தற்போது கனடாவில் வசித்து வருகிறார்.

மின்னஞ்சல்: *baladevakanthan@gmail.com*

ஆசிரியரின் பிற நூல்கள்

நாவல்

- ❖ லங்காபுரம்
- ❖ கதாகாலம் (மகாபாரதத்தின் மறுவாசிப்பு)
- ❖ யுத்தத்தின் முதலாம் அதிகாரம்
- ❖ விதி
- ❖ நிலாச் சமுத்திரம்
- ❖ உயிர்ப் பயணம்
- ❖ கனவுச்சிறை
- ❖ கந்தில் பாவை
- ❖ கலிங்கு
- ❖ நதிமேல் தனித்தலையும் சிறுபுள்

குறுநாவல்

- ❖ திசைகள்
- ❖ எழுதாத சரித்திரங்கள்

சிறுகதை

- ❖ காலக் கனா
- ❖ இன்னொரு பக்கம்
- ❖ நெருப்பு
- ❖ ஆதித்தாய்

கட்டுரை

- ❖ நுண்பொருள்

தேவகாந்தன்

கலாபன் கதை

காலச்சுவடு பதிப்பகம்

அன்பார்ந்த வாசகருக்கு,

வணக்கம்.

காலச்சுவடு நூலை வாங்கியமைக்கு நன்றி.

நூலின் உள்ளடக்கம், உருவாக்கம், அட்டைப்படம் இன்ன பிற அம்சங்கள் பற்றிய உங்கள் கருத்துகளையும் ஆலோசனைகளையும் காலச்சுவடு வரவேற்கிறது. தகவல், எழுத்து, வாக்கியப் பிழைகள் தென்பட்டால் கட்டாயம் தெரிவித்து உதவுங்கள். நூல் தயாரிப்பில் கடும் குறைபாடு இருப்பின் மாற்றுப் பிரதி உங்களுக்குக் கிடைக்கக் காலச்சுவடு ஏற்பாடு செய்யும்.

மின்னஞ்சல்: publisher@kalachuvadu.com

காலச்சுவடு நாகர்கோவில் தலைமையகத்துக்கும் கடிதம் அனுப்பலாம்.

தங்கள்
எஸ்.ஆர். சுந்தரம் (கண்ணன்)
பதிப்பாளர் — நிர்வாக இயக்குநர்

கலாபன் கதை ❖ நாவல் ❖ ஆசிரியர்: தேவகாந்தன் ❖ © பா. குமாரசாமி ❖ முதல் பதிப்பு: ஜூலை 2019 ❖ வெளியீடு: காலச்சுவடு பப்ளிகேஷன்ஸ் (பி) லிட்., 669, கே.பி. சாலை, நாகர்கோவில் 629001

காலச்சுவடு பதிப்பக வெளியீடு: 901

kalaapan katai ❖ Novel ❖ Author: Devakanthan ❖ © B. Kumarasamy ❖ Language: Tamil ❖ First Edition: July 2019 ❖ Size: Demy 1 x 8 ❖ Paper: 18.6 kg maplitho ❖ Pages: 200

Published by Kalachuvadu Publications Pvt. Ltd., 669 K.P. Road, Nagercoil 629001, India ❖ Phone: 91-4652-278525 ❖ e-mail: publications @kalachuvadu.com ❖ Wrapper printed at Print Specialities, Chennai 600014 ❖ Printed at Mani Offset, Chennai 600077

ISBN: 978-93-88631-45-7

07/2019/S.No. 901, kcp 2366, 18.6 (1) AKK

என்னுரை

திரைகடலோடித் திரவியம் தேடுகின்ற ஆசை என்னில் என்றும் எழுந்ததில்லை. இலங்கை கொண்டிருந்த அரசியல் பொருளாதாரச் சமூகச் சிதைவுகளிலிருந்து வாழ்வைத் தப்பிக்க பல்வேறு ஊடுகளும் பயிற்சிக்கபட்டுக்கொண்டிருந்த அந்த எழுபதுகளில் ஒரு பொறுப்புள்ள குடும்பஸ்தனாய் அவ்வூடுவழி ஜீவனோபாயம் காண நான் பற்றிக் கொண்ட மீகாமத் தொழிலின் ஒரு தசாப்தத்திற்கும் சற்று மேலான கால அனுபவங்களின் பின்னா லிருக்கிறது 'கலாபன் கதை'யின் ஆதாரம்.

பார்வை பட்டிருந்த நீல விஸ்தீரணத்தால் கண்ணும் மனதும் நீலம் பூரித்த காலமாயிருந்தது அது. அதில் அழகும் அதிபயங்கரங்களும்கூட இருந்திருந்தன. பின்னால் மீகாம நண்பன் திரு காணாமல் போன தகவல் வந்ததில் நீலத்தில் துக்கமும் இணைந்துபோனது. திருபோல் பின்னால் கன காணாமல் ஆக்கப்படுதல்கள். அவை பெருகப் பெருக அவற்றிற்கான துக்கமும் தன்னை என்னுள் விசாலித்துக்கொண்டது. அதேவேளை நீலமும் மனத்துள் இறுகி வலுவடைந்தது. இவை என்னை மிகவும் இடைஞ்சல் செய்தன.

இதிலிருந்து மீள இவற்றைப் பதிவாக்கினா லென்ன என ஒரு எண்ணமெழுந்தது ஓர்நாள். நாவல் வடிவமன்றி வேறெது எனக்கு இதற்காய்க் கைகொடுக்கக் கூடும். எனினும் பதிவுசெய்ய முனைந்தவேளை எனக்கு நிறைய துணிச்சல் வேண்டியிருந்தது. திகம்பரமாய் நினைவுகளை நான்

வெளிக்கொணர்வதிலுள்ள கலாச்சாரத் தடையை உங்களால் உணர்ந்துகொள்ள முடியும். ஆயினும் உண்மைக்கே விசுவாசமாய் இருந்திருக்கிறேன் என்பதே என் நம்பிக்கை. மேலும் நாவல் விஷயத்தில் நடந்ததும் ஒரு பரீட்சார்த்தமே.

கலாபன் புனைவானவன் அல்லன். ஆயினும் திருவுள் நான் சென்று சேர்ந்துவிட, அவன் ஒருவன் அல்லனெனவும் ஆனான். அதுவே கலாபனது பிறப்பின் ரகசியம்.

நூலில் பயன்படுத்தப்பட்டுள்ள முக்கியமான கலைச் சொற்களுக்கு அதிக புழக்கத்திலுள்ள ஆங்கிலப் பதங்கள் புரிதலுக்காக நூலின் இறுதியில் தரப்பட்டுள்ளன.

இந்நாவலுக்காய் முதன்மையாக நான் நன்றி சொல்ல வேண்டியது நண்பர் காலச்சுவடு கண்ணனுக்கு. நூல் மெய்ப்புத் திருத்தத்திற்காய் செந்தூரனுக்கும் நூல் வடிவமைப்பிற்காய் பா. கலா முருகன், ஜி.ஆர். மணிகண்டன், ஆர். பமிலா டோரிஸ் ஆகியோருக்கும் அட்டை வடிவமைப்பிற்காய் சிவராஜ் பாரதிக்கும் என் நன்றிகள் உரித்து.

மார்க்கம், கனடா   **தேவகாந்தன்**
மார்ச் 03, 2019

குருவிக்கும் கூடு வேண்டும்

1973இன் ஆடி மாதத்து இரவு அது. கொழும்புத் துறைமுக மேடையிலிருந்த மஞ்சள் மின் வெளிச்சங்கள், சூழ திணிந்துகிடந்த இருளில் பாதியைக்கூட விரட்டுவதாயில்லை.

படுக்கையில் உறக்கம் வராமல் புரண்டு கொண்டிருந்த கலாபன், கபினுக்குள் தலை யுயரத்தில் இருந்த வட்ட இரு கண்ணாடி ஜன்னல்களினூடு பார்வையை வெளியே எறிந்து கொண்டிருந்தான். வானம் தெரிந்தது. நிலாவும் இல்லாத, நட்சத்திரங்களும் இல்லாத வானம். அவ்வப்போது ஒன்றிரண்டு நரைத்த முகில்கள் அதில் மிதந்தோடின. பிறகு ஒரே கருநீலம். அதைப் பார்ப்பதுகூட அவனுக்கு வெகுநேரமாக அலுக்காதிருந்தது. பார்வை வெளியில் பதிந்திருக்க சிந்தனை அவ்வெளியினூடு வீடுநோக்கிப் பறந்தது.

அவன் தனது மனைவியையும் குழந்தையையும் ஊரில் தனியே விட்டு வந்திருக்கிறான். கொழும்பு வந்த பதினான்கு நாட்களின் தாபம் அவனது மனைவியின் அருகை இச்சித்தது.

மனோகரி காணும்போது மட்டுமல்ல, நினைக்கும்போதுகூட அவனுக்குக் கிளர்ச்சி தரும் அழகியாகத்தான் இருந்தாள். குழந்தையும் அவளைப்போல சிவப்பும் அழகும். அதற்கு அப்போது மூன்றுவயது ஆகிக்கொண்டிருந்தது. இனி அவர்களைக் காண்பதற்கு ஆண்டுக்கு மேலாக அவன் காத்திருக்க வேண்டியிருக்கும்.

அவன் ஊரிலிருந்து கொழும்பு புறப்பட்ட நாளின் முந்திய இரவை, அத்தகைய ஒரு நீண்ட பிரிவின் ஆழத்தை உணர்ந்துதான் மனோகரி அர்த்தமுள்ளதாக ஆக்கியிருந்தாளாவென்று அப்போது அவனுக்கு நினைக்கத் தோன்றியது. இன்னும் ஒரு வருஷத்துக்கு உடல் தவனம் தணிக்க வழியில்லையென்று தீவிரமாய் அடைந்த இன்பங்கள் அவை.

மறுநாள் காலை தூக்கமற்ற விழிகளுடன் அவள் குளித்துவந்து வீட்டுக் காரியங்களைக் கவனித்தாள். பிறகு சமைத்தாள். மாலையாக ஆக அவள் முகம் இருளத் துவங்கிவிட்டது. வானம் இருள முன்னம் இருண்ட அவளது முகம் கண்டு அவனுக்கும் கவலை அதிகரித்தது. அவன் கொழும்புக்குப் புகையிரதமேறச் செல்வதற்குத் தயாரானபோதில் அவள் தன்வசத்தில் இல்லையென்பதை அவன் கண்டான்.

அவ்வளவு நீண்ட காலத்துக்கான அந்தப் பிரிவைத் தாங்கத் தயாராகிக்கொண்டுதான் வீட்டிலிருந்து அவன் புறப்பட்டிருந்தான். ஆனால் இங்கே வந்தபிறகுதான் தெரிந்தது அதன் சிரமம் எத்தகையதென்பது.

குருவிக்கு கூடு தேவைபோல, பத்துப் பன்னிரண்டு தென்னை மரங்கள் இல்லாத துண்டு நிலத்திலாயினும் பனி, மழை, வெய்யில், காற்றுக்கு அடைக்கலமாவதற்கான ஒரு குடிசை ஒவ்வொரு மனிதருக்கும் வேண்டியிருக்கிறது. அதில் கஞ்சி குடிக்கிற வாழ்க்கையே அமைந்திருந்தாலும் 'காணக் கண் கூசுதே, கையெடுக்க நாணுதே' என்று கடன்காரனைக் கண்டு தவிக்கும்படியான நிலை ஏற்பட்டிருக்கக்கூடாது.

கலாபனுக்குத் துண்டு நிலமும் ஓலைக் குடிசையுமான வாழ்க்கை இருந்திருந்தாலும் அதில் அடையக்கூடிய கொஞ்ச சுகங்களையும் கடனிருந்து கெடுத்துவிட்டது, அது வறுமையி லெல்லாம் மோசமான வறுமையென்பதின் அர்த்தமாகும். தாயின் சுகவீனத்துக்கும் மனோகரியின் பேற்றுக்காகவும்தான் பட்டான். அதனாலேயே அவை மிகுந்த மனவுளைச்சலைக் கொண்டிருந்துவிட்டன. அவனது தன்மானத்தைக் குத்திக் காட்டுவனவாக அமைந்திருந்துவிட்டன. திரவியம் தேடு வதற்காகவல்ல, அந்தக் கடன் அவஸ்தைகளிலிருந்து மீள்வதற் காகவே தனது சமூகத்தில் யாரும் நினைத்துக்கூடப் பார்த்திராத நீண்ட பிரிவைச் செய்யும் திரைகடலோடுவதற்காய் அவன் வீட்டைவிட்டுக் கிளப்பினான்.

அது சுகமான நினைவுகளையும் அவனிடத்தில் கிளர்த்தாம லில்லை. ஆயிரமாயிரம் ரூபாவான உழைப்பு. ஒரு வங்கிக் கணக்கு.

அவர்களுக்கான ஒரு கல்வீடு. அவனது மனைவி குழந்தைக்கு அழகழகான உடுப்புகள். அவர்களுக்கு ஊரில் வசதியானவர்கள் குடும்பத்துப் பெண்கள் குழந்தைகளுக்குப்போல தாலிக்கொடி, சங்கிலி, காப்புகள். சுகமான அத்தகைய நினைவுகளுக்குள்ளும் திடீரென அப்படியொரு பிரிவின் ஆழமான விசாரம். ஒருவேளை கப்பல் மறுநாள் புறப்படவிருந்ததில் அவ்வாறு தோன்றியிருக்கலாமோ?

துறைமுகத்தில் கட்டப்படும் கப்பல் மேடையின் சீமெந்துக் கட்டோடு வந்து மோதிவிடாமலிருக்க சங்கிலியில் பிணைத்த பெரும்பெரும் ரயர்களைத் தொங்கவிட்டிருந்தார்கள். அலைகள் உள்ளே வேகமாய் நுழையாதபடி கல்லணையும் இருந்தது. இதையும் மீறி அலைகள் பாய்ந்துவந்து கப்பலைக் கட்டோடு மோதவைத்துக்கொண்டு இருந்தனவெனில் வெளியே அவற்றின் வேகம் எத்தகைய கடுமையானதாய் இருக்குமென நினைக்க ஒரு மலைப்பு வந்தது கலாபனுக்கு.

மறுநாள் அதிகாலையில் கப்பலின் கூடுதலான அசைவை உணர்ந்ததில் கலாபனுக்கு தூக்கம் கலைந்தது. கப்பல் புறப்பட்டு விட்டது என்பதை அனுமானிக்க வெகுநேரம் ஆகவில்லை. அவசர அவசரமாக வெளிக்கிட்டு அவன் மேற்தளத்துக்கு வர எம்.வி. ஜோய் 18 என்ற அந்தக் கப்பல் துறைமுகத்தைவிட்டு நகர்ந்து வெகுதூரம் வந்திருந்தது. கல்லணைக்கு வெளியில் கப்பல் சென்றுகொண்டிருக்க அதன் சமாந்தரத்தில் ஒரு படகு வந்துகொண்டிருந்தது. கப்பலை வெளியே எடுத்துச் சென்றுகொண்டிருக்கும் பைலட் இறங்கிச் செல்வதற்கான படகு அது.

கலாபன் கரைப் பக்கமாய் பார்வையை எறிந்தான். துறைமுகம் விலகிக்கொண்டிருந்தது. வினாடி வினாடியான நகர்வில் அந்த இடைத்தூரம் அதிகரித்துக்கொண்டிருந்தது. அது கரைக்கு மட்டுமானதில்லை, அவனது உறவுகள் அனைத்திற்குமான தொலைவாகவும் நீண்டு தெரிந்தது.

கப்பல் பயணம் அவனுக்குப் புதிது. அந்தப் புதிய அனுபவம் மனத்தில் சொல்லொணாக் கிளர்ச்சிகளை ஏற்படுத்தியது. ஆனாலும் அந்தக் கிளர்ச்சிகளுக்கூடாகவும் ஓர் இடைஞ்சல் தலைகாட்டியது. தலை லேசாகக் கிறுகிறுத்தது. மெல்ல மெல்லவாய் அது அதிகரித்தது. சிறிதுநேரத்தில் கலாபன் வாந்தியெடுத்தான்.

ஒருநாளல்ல இரண்டு நாட்களல்ல, பதின்நான்கு நாட்கள் வாந்தி. சாப்பாடில்லாமல், வேலைசெய்ய முடியாமல்,

நிதானமாக நடக்க முடியாமல் நிமிர்ந்திருக்கும் பொழுதெல்லாம் வாந்தியாக வந்தது. படுத்தே கிடந்தான் போறபோற இடங்களில் படுத்திருக்காதே . . . படுத்திருக்காதே . . . ஏதாவது வேலைசெய்துகொண்டிரு என்று கப்பல் தளவேலைகளுக்குப் பொறுப்பாளனான மாமூத் அடிக்கடி வந்து சொல்லியும் அவன் எழும்ப முடியாது கிடந்திருந்தான்.

'கப்பல் ஈரானில் பந்தர்அபாஸ் என்ற துறைமுகத்துக்குப் போகிறது. இன்னும் இரண்டொரு நாட்களில் கப்பல் அங்கு போய்ச் சேர்ந்துவிடும். கப்பல் அனுபவமில்லாதவர்களுக்கு ஆரம்பத்தில் இப்படித்தான் இருக்கும். அதற்காக இப்படியே படுத்துக் கிடந்தாயானால் பந்தர்அபாஸ் போனதும் உன்னைத் திரும்ப அனுப்பிவிடவும் கூடும், கவனம்' என்று அவன்போலவே கொழும்புத் துறைமுகத்தில் கப்பலில் சேர்ந்துகொண்டவனும், அதுநாள்வரையில் பார்வையில் அறிமுகமாகியிருந்தவனுமான ஒரு சிங்கள இளைஞன் வந்து சொல்லிப்போனான். அப்போதும் எழும்பவோ வேலைசெய்யவோ கலாபனுக்கு முடிந்திருக்கவில்லை.

ஒரு கூடும், கடன்களின் விடுதலையுமென்று அவனுக் குள்ளிருந்த மிகச் சிறிய கனவு தகர்ந்துகொண்டிருந்தது. இருபது நாட்களுக்கு மேலே கப்பலில் இருந்திருக்கிறான். குறைந்தபட்சம் அரைமாதச் சம்பளமாவது கிடைக்கும். அப்போதைய ஓர் அமெரிக்க டொலரின் இலங்கை மதிப்பு ஏழு ரூபா இருபத்தைந்து சதம். எப்படியும் கொழும்பில் குழந்தைக்கு ஒன்றிரண்டு சட்டையும், மனைவிக்குச் சில உடுப்புகளும் வாங்கிக்கொண்டு, வீடு செல்வதற்கான பயணச் செலவு போக, அந்தப் பிரிவின் வதையோடு உழைத்ததில் மீதி இதுதானென்று இரண்டாயிரம் ரூபாவையாவது மனோகரியின் கையில் கொடுக்கக்கூடியதாய் இருக்குமெனத் தன்னைச் சாந்திப் படுத்தினான்.

மூவாயிரம் தொன் பாரமேற்றக்கூடிய கப்பல் அது. கொழும்பிலிருந்து வெறுமையாகச் சென்றுகொண்டிருந்தது. தென்மேற்குப் பருவப் பெயர்ச்சிக் காலமாதலால் காற்று உக்கிரம்கொண்டு வீசியது. தரையிலேயே அதன் தாக்கம் பயங்கரமாய் இருக்கும். மரங்களை முறித்து, தோட்டங்களை நாசமாக்கி அந்த ஆடி, ஆவணி மாதங்களில் அது செய்யும் அட்டூழியம் கொஞ்சமில்லை. தடுப்புகளற்ற கடல்வெளியிலோ பெரும் அட்டகாசம் போட்டது. கப்பல் முன்னே பத்தடி நகர்ந்தால், ஒரு வலிய அலை வந்து அதை ஐந்து அடி பின்னகர்த்தி வைத்துவிடும். முன்னேறுவதும் பின்னேறுவதுமாய் கப்பல் கடலின் அலைகளுடன் போராடிக்கொண்டிருந்தது.

கடலும் மலையென உயர்ந்து, பாதாளமெனத் தாழ்ந்து கப்பலை ஒரு பந்துபோல் விளையாடியது. எந்த விநாடியிலும் அந்தப் பந்தைக் கடல் தன் வயிற்றினுள் வாயைக் கிழித்துக்கொண்டு விழுங்கிவிடும்போலத் தோன்றிக்கொண்டிருந்தது கலாபனுக்கு. ஒருபோது தனக்கு அங்கே அறிமுகமாகியிருந்த அந்தச் சிங்கள வாலிபன் கிட்ட வந்தபோது, 'ஈரானை நாங்கள் போய்ச் சேருவம்தான?' என்றுகூடக் கேட்டுவிட்டான்.

அதற்கு அந்த வாலிபன் சிரித்துக்கொண்டே அவனைத் தேற்றினான். 'பயப்படாதே. கப்பல் இரும்பினாலெனினும் மிதப்பதற்காகவே கட்டப்பட்டது. அது தாழ்வது அபூர்வம். ஒரு பக்கத்துக்குச் சாய்ந்தாலும் தானாகவே நிமிரும்படியான அமைப்பு இதற்கு உண்டு. முன்னே பதிந்தாலும், மறுபடி பின்னே எழுந்து அது சமநிலையெடுக்கும்.'

'பிள்ளையாரே, கப்பலை எப்பிடியாச்சும் கரைசேர்த்திடப்பா' என்று கலாபனின் உள்ளம் மானசீகக் குரலெடுத்தது. அந்த உயிர்ப் பயத்தில் கப்பலேறி வந்து பாதி மாதத்தில் திரும்பப்போகிறோமேயென்ற வெட்கமும் துக்கமும் இருந்த இடம் தெரியாமல் அழிந்துபோயின.

பிறகொருமுறை அந்த இளைஞன் வந்து, 'சரி, மிகவும் முடியாதென்றால் கடல் தண்ணீர் கொஞ்சம் குடித்துப் பார். அது மருந்தாக இல்லாவிட்டாலும் ஏதோவொரு வகையில் செயல்பட்டு கடல்நோய் எனப்படும் உன் தலைச்சுற்று நிற்கக் கூடும்' என்று கூறிப் போனான்.

சரி, செய்துதான் பார்க்கலாமேயென்று கயிற்றில் ஒரு பிளாஸ்ரிக் வாளியைக் கட்டியிறக்கிக் கடல்நீரை அள்ளிக் குடித்தான். மீண்டுமொரு முறை வாந்திதான் வந்தது. வெறுவயிற்றை விறாண்டிக்கொண்டு குடலோடு வந்ததுபோலிருந்தது. சிங்கள இளைஞனை மனத்துக்குள்ளாய் 'பேய்ப் பூனாமோன்...' என்று வைதுவிட்டுக் கலாபன் படுத்துவிட்டான்.

மறுநாள் காலை கண்விழித்தவன் கண்டது ஒரு புதிய உலகத்தை. தலைச்சுற்று இருந்த இடம் தெரியவில்லை. பக்கக் கம்பிகளில் பிடிக்காமல் நடக்க முடியாதிருந்தவன் எதையும் பிடிக்காமலே கப்பலின் நடைபாதையில் மிக இசைவாக நடந்தான். அவன் அன்று மெஸ்ஸில் மிக நிதானமாயிருந்து காலைச் சாப்பாட்டை முடித்துக்கொண்டு வேலைக்குத் தயாராக மேல் தளத்துக்கு வந்தபோது யாருமே அங்கில்லாதது ஆச்சரியமாக இருந்தது. மெஸ்ஸிலும் சிலபேரே இருந்தது அவனுக்கு ஞாபகமாயிற்று. மெல்ல அது திகைப்பாக

மாறியது. உள்ளே சென்று விசாரிக்கத்தான் தெரிந்தது, அன்று ஞாயிற்றுக்கிழமையென்பது. ஞாயிறுகளில் அத்தியாவசிய வேலைகள்தவிர கடலில் சென்றுகொண்டிருக்கும்போதுகூட கப்பலில் தளவேலை நடைபெறுவதில்லை.

அன்று சுகமான நாளாகக் கழிந்தது கலாபனுக்கு. இப்போது வேலைசெய்ய முடிந்திருந்தாலும், அத்தனை நாட்கள் வேலைசெய்யாது இருந்ததற்காக வேலையைவிட்டு நாட்டுக்குத் திருப்பி அனுப்பிவிடுவார்களோ என்ற பயமும் உள்ளே இருந்துகொண்டிருந்தது. அது கரை நெருங்குவது தெரிய இன்னுமின்னும் வளர்வதாயிருந்தது.

மறுநாள் கப்பல் ஈரானை அடைகிறதென்று அறிந்தான். கடல் கொஞ்சம் மூர்க்கம் அடங்கியிருந்தது. கண்ணில் பந்தர்அபாஸ் துறைமுகத்துக்கோ வேறு அண்மையில் இருக்கக் கூடிய துறைமுகத்துக்கோ செல்லக்கூடிய கப்பல்களின் தூரத்துத் தோற்றங்கள் மனத்தைத் தேறப் பண்ணின.

அன்று இருளத் துவங்க தொலைவிலாய் ஒளிப்புள்ளிகள் சில தெரிந்தன. பத்து மணிவரையில் ஒளிப்புள்ளிக் கோடு ஒன்று உருவாகியிருந்தது. மேலும் ஓரிரு மணத்தியாலங்களில் நிலைத்த புள்ளிகளிடையே ஓடும் புள்ளிகள் தோன்றி வாகன அசைவுகளைத் தெரிவித்தன. ஆடும் கடலில் ஆடாத நிலத்தின் காட்சி அற்புதமாக இருந்தது. அந்த அழகையெல்லாம் அனுபவிக்கக்கூடிய நிலையை ஏற்படுத்திய கடல்தண்ணீரையும், உபாயம் சொன்ன சிங்கள வாலிபன் அத்தவையும் நன்றியோடு கலாபன் நினைத்தான். ஏனோ அப்போது பிள்ளையாரின் நினைவு அவனுக்கு வரவில்லை.

விடிந்த சிறிதுநேரத்தில் பைலட் வந்ததும் அதுவரை நங்கூரம் பாய்ச்சித் துறைமுகத்துக்கு வெளியில் நின்றிருந்த கப்பல் உள்ளே சென்றது. கப்பல்காரர் எல்லோரும் ஏஜன்ற் வந்துவிட்ட விபரமறியக் காட்டிய ஆவலாதி கலாபனுக்கு ஆச்சரியமாகப் பட்டது. கப்பல் கரையை அடைந்ததும் அவர்கள் எதிர்பார்ப்பது முதலில் ஏஜன்ரின் வருகையைத்தான் என்பதை அவனது நண்பன் அத்த சொன்னான். மெய்தான். ஒரு உயிர்ப் பயம்மிக்க பயணத்தின் பின் அவர்கள் முதலில் அடைய நினைப்பது ஊரிலுள்ள சொந்தங்களின் சேமநிலை கூறும் கடிதங்களை. அடுத்து அவர்களின் தவனங்களை அந்தத் துறைமுக நகரில் தீர்ப்பதற்கான பணத்தை.

தேநீரின் பின் வெளியே வந்து சிகரெட் புகைத்தபடி கப்பலில் சரக்கினை ஏற்றுவதற்காகச் செய்யப்படும் ஆயத்தங்களைப்

பார்த்தபடி பின்தளத்தின் கப்பல் கட்டும் இரும்புக் குற்றியில் விரக்தியோடு அமர்ந்திருந்தான் கலாபன்.

அந்தக் கப்பல் பனாமாவில் பதிவுசெய்யப் பெற்றிருந்தது. நீல, வெள்ளை, சிவப்பு நிற பனாமாக் கொடியொன்று அதன் பதிவைக் காட்ட எப்போதும் கப்பலின் பின் அணியத்தில் கட்டப்பட்டிருக்கும். அவன் முதல்முறை கப்பல் புறப்பட்டபோது பார்த்தவேளையில் அது புத்தம்புதிதாகப் படபடத்துக்கொண்டு இருந்தது. அப்போது தும்புபட்டு கிழிந்துபோய்க் கிடந்தது. தென்மேற்குப் பருவப் பெயர்ச்சிக் காற்று கப்பலைச் சின்னாபின்னப் படுத்த முடியாத காரணத்தால் கொடியை நார்நாராகக் கிழித்துப் போட்டிருந்தது. தன் மனம்போல அதுவும் சிதைவுபட்டிருப்பதாய் எண்ணினான் கலாபன்.

மதியமளவில் ஏஜன்ற் வந்து எல்லோரும் சென்று கடிதமும் பணமும் பெற்றார்கள். நண்பன் அத்த, அவனுக்குக் கடிதம் வந்திருக்காவிட்டால் என்ன, பணம் எடுக்கலாம்தானேயென வற்புறுத்தி அழைக்க, வீடுபோவதானாலும் ஏதாவது ஒன்றிரண்டு பொருட்களை அவனது முதல் வெளிநாட்டு ஞாபகத்துக்கு அங்கே வாங்கிச் செல்லலாமேயெனக் கூடிச்சென்றான்.

கப்பல் முதன்மை அலுவலரின் அறையில் போசன் மாமூத் நின்றிருந்தான். முப்பது டொலர் பணமெடுத்தான் கலாபன். மாமூத் சிரித்தபடி, ‘இப்போது எல்லாம் சரிதானே’ என்றான். ஊருக்குத் திருப்பி அனுப்பப்படப் போகிற பிரச்சினை இனி இல்லை. ஓர் அழுத்தத்துள்ளிலிருந்து விடுபட்டதாய் உணர்ந்தான் கலாபன். அந்த விடுதலைதான் அவனை அத்தவுடன் நகரத்தி லிருந்த பெரும்பாலும் வெளிநாட்டுக்காரர் வந்துபோகும் ஒரு பாருக்குச் செல்லவைத்தது. அங்கேதான் சாக்கோ என்ற இடத்தைப்பற்றி அத்த அவனுக்குச் சொன்னான். அத்த அங்கே செல்லப் புறப்பட்டபோது தானும் இடத்தைப் பார்க்க வருவதாக கலாபனும் கூடிச் சென்றான்.

புரட்சிக்கு முற்பட்ட ஷா மன்னர் காலத்து ஈரான் அது. அச்சொட்டான அமெரிக்க முறை நிர்வாகமும் செயற்பாடுகளும். நகரத்திலிருந்து சாக்கோவுக்குச் செல்ல தனியான ராக்ஸிகள் இருந்தன. அவை நகருக்குள்ளோ பிற இடங்களுக்கோ செல்லா. பிற ராக்ஸிகள் அந்த இடத்துக்குச் செல்லா. நான்கு பேர் ஒரே முறையில் செல்ல முடியும். செல்லவேண்டிய இடம் எதுவும் சொல்லத் தேவையில்லை. ராக்ஸிக்குள் ஏறியிருக்க வேண்டியதுதான், நான்காவது நபர் ஏறியதும் ராக்ஸி நேரே சாக்கோவில் போய் நிற்கும்.

சாக்கோ, பந்தர் அபாஸ் நகர பாலியல் தொழிலாளரின் குடியிருப்பு. நகருக்கு சுமார் இருபத்தைந்து மைல் தூரத்தில் தனிக் கிராமம்போல் அமைந்திருந்தது. ஈரானிய, பாகிஸ்தானிய, சில ஈரானிய – அமெரிக்க வெள்ளை வெள்ளையான பெண்களும், கறுப்பான ஆபிரிக்க முஸ்லீம் பெண்களும், இன்னும் தவிட்டு நிற இந்தியப் பெண்களும்கூட அங்கே இருந்தார்கள். இலங்கைப் பெண்களும்கூட அங்கே இருந்திருக்கலாம். அந்தப் பல வர்ணப் பெண்களுக்கிடையே பல வர்ண ஆண்கள். கப்பலில் வந்த உயர்பதவி வெள்ளைக்காரர் முதல், கடின வேலை செய்யும் கீழ்த்தட்டு ஆசிய, ஆபிரிக்கர்வரை.

இடம் ஒரு களியாட்ட விழாத் திடலாகத் தென்பட்டது. வெள்ளைக் கூடாரங்களுள் போகம். விரிந்த வெள்ளை மணல்வெளியில் பேரம். ஆங்காங்கே பேரீஞ்சு மரங்கள் தென்பட்ட அந்த மண்வெளியில் பறந்துகொண்டிருந்த மெல்லிய வெண் சரிகைத் துண்டுகள் உடலுறவின் எச்சங்களாய்ப் பறந்துகொண்டிருந்தன. போதை சற்று ஏறியிருந்த நிலையில் அங்கே கலகலத்தபடி அலைந்துகொண்டிருந்த வெண்தோல் மாதர் கலாபனில் கிளர்ச்சியைத் தூண்டிவிட்டனர். அவ்வாறான ஒரு போகசுகத்தை அவன் வேறு எங்கே அனுபவிக்க முடியும்? அவன் ஒரு வெண்தோலும் கனத்த முலைகளுமுடைய ஓர் எகிப்துக்காரியை அன்று தெரிவுசெய்தான்.

மாலையில் கப்பலுக்கு வந்தபோது கலாபனின் மனத்தில் ஒரேயொரு கேள்விதான் விடைத்துநின்றது. கூடு, இணை, குடும்பம் என்பவை என்ன என்ற அத்தனை கேள்விகளுக்கும் அடிப்படையான ஒற்றைக் கேள்வி அது.

வாழ்க்கையின் மய்யம் எது?

காமமென்ற மய்யத்தைச் சுற்றி எழும் நீரோட்டமே வாழ்வு என்றுதான் அவனுக்கு அப்போது பட்டது. வாழ்வின், உலகத்தின் இயக்கம் காமத்தில் கட்டிப்போடப்பட்டிருக்கிறது. அதை இழுத்துக்கொண்டில்லாமல் பிரபஞ்ச இயக்கம் இல்லை.

அத்தவுடன் அன்று மாலையில் கப்பலுக்குத் திரும்பிய போது முதன்மை என்ஜினியர் இனிமேல் எட்டு 8–12 மணி என்ஜின் றூம் வேலையை பொறுப்பேற்கும்படி கலாபனுக்குச் சொன்னார். பின்னர்தான் தெரியவந்தது, அந்த என்ஜின் றூம் வேலையிலிருந்தவன் சொல்லாமல் கொள்ளாமல் வேறொரு கப்பலில் வேலை எடுத்துக்கொண்டு ஓடிவிட்டது.

●

இருந்தால் மனைவி! போனால் பரத்தை!

கலாபன் கப்பலில் சேர்ந்து எட்டு மாதங்களுக்கு மேலாகியிருந்தன. முதல் மூன்று நான்கு மாதங்களாக ஈரான், சிங்கப்பூர், தாய்லாந்தென அலைந்து திரிந்த எம்.வி. ஜோய் 18 கடந்த ஐந்து மாதங்களாகப் பாரசீக வளைகுடாவுக்குள் சுழன்று திரிந்துகொண்டிருந்தது. அந்தமுறை கப்பல் சவூதிஅரேபியாவின் றியாட் துறைமுகத்திலிருந்து புறப்பட்ட பின்னால்தான் தெரியவந்தது, கப்பல் மறுபடி தாய்லாந்தின் பாங்கொக் துறைமுகம் நோக்கிச் செல்வதாக. சுகத்தின் சங்கீதம் அப்போதே கேட்கத் துவங்கிவிட்டது கடலோடிகள் பலருக்கும்.

சரீர சுகங்களுக்கு உலகத்துக்கே தலைநகராய் இருக்கக்கூடியது அது. ஆசியாவின் பாவத் தலைநகர் என்றும் அதற்கு ஒரு பெயரிருந்தது. தாய்லாந்தே சரீர சுகங்களின் அபரிமிதத்தில் தன் வாழ்வனுபவங்களைக் காலகாலமாய் வரைந்து கொண்டிருந்த ஒரு நாடுதான். ஆனாலும் அதன் காம உழற்சி வியட்நாம் போரின் பின்னணியில் உருவானது. வியட்நாம் போரில் நேரடியாகவே ஈடுபட்டிருந்த அமெரிக்கப் படைகளின் ஏழு தளங்கள் தாய்லாந்தில் இருந்திருக்கின்றன. படைத் தளங்களின் அருகில் அவர்களது சரீரத் தேவைகளுக்காக உருவாகிய இடம்தான் பாரங் என்னும் விலைமாதர் வசிப்பிடங்கள்.

1970 களில் அமெரிக்கப் படைகள் தாய்லாந்தை நீங்கியிருந்தாலும், பாலியல் தொழில் அழியாது

நிலைபெற்று இருந்தது மட்டுமில்லை, மேலும் மேலுமாய்ப் பெருகவும் ஆரம்பித்துவிட்டது.

தாய்லாந்து செல்வம் கொழிக்கும் நாடென்றாலும் அங்கேதான் வறியவர்களும் அதிகமாக இருந்தார்கள். குறிப்பாக வடக்கு, வடகிழக்கு தாய்லாந்தில் வறுமையின் அழுங்குப் பிடி அதிகமிருந்தது. நுளம்புக் கடி தாங்கமாட்டாமல் வீட்டைவிட்டு ஓடுபவர்கள் அந்தப் பகுதியிலே இருந்தார்கள். முடியின் அதிகாரத்திலிருந்த தாய்லாந்து, எந்தெந்தத் துறைகளிலோ கட்டுப்பாடுகளை விதித்திருந்தாலும் உணவு, மது, இரவுக் கேளிக்கைகளுக்கு எந்தக் கட்டுப்பாடும் விதித்திருக்கவில்லை. இவை மலிவாகவும் பெருவாரியாகவும் அங்கே கிடைத்த அளவுக்கு உலகின் வேறெந்த நாட்டிலுமே கிடைத்துவிட முடியாதென கலாபன் அதிசயப்பட்டிருந்தான்.

1960களிலிருந்து விபச்சாரம் அங்கே தடைசெய்யப்பட்டிருந்த போதும், அது வாழ்வியல் நீரோட்டத்தில் கலந்து தடையின்றி ஓடிக்கொண்டே இருந்தது. ஒரு ஆணுக்கும் பெண்ணுக்குமான மணவினைமீறிய சரீர உறவு அங்கே குற்றமென்று விதிக்கப்படாதவரை சட்டத்தால் அடையாளம் கண்டுவிட முடியாத அனுகூலம் விபச்சாரத்துக்கு அங்கே இருந்துகொண்டிருக்கவே செய்யும்.

அங்கேதான் கலாபனுக்கு லேக் என்ற பெண் முந்திய தடவை வந்தபோது கிடைத்திருந்தாள். தாய்லாந்து மொழியில் லேக் என்பதற்கு ‘சின்ன’ என்று அர்த்தமாகுமாம். அவள்தான் சொன்னாள். கப்பல் அந்தமான் கடலுக்குள்ளாகச் சென்று தாய்லாந்தின் ஒரு ஆற்றில் புகுந்து துறைமுகத்தை நோக்கிச் சென்றுகொண்டிருக்கையில், இளநீர் விற்பதற்காக வருவதுபோல் சிறிய படகில் இளநீர்க் குலைகள் சகிதமாகக் கப்பலைத் துரத்தியபடி வாடிக்கையாளர் பிடிக்கவந்த இரண்டு மூன்று பெண்களில் அந்த லேக் காணப்பட்டிருந்தாள். இளநீரைச் சீவி அவனைநோக்கி நீட்டிய தினுசிலேயே கலாபனுக்கு அவள்மீது பிடிப்பாகிப் போனது. கப்பல் தாய்லாந்தைவிட்டு நீங்கும்வரை அவள் கலாபனுடன் அவனது கபினிலேயே தங்கியிருந்தாள்.

அறையைச் சுத்தப்படுத்தி, அவனது ஊத்தை உடுப்புகளைத் தோய்த்து, அவற்றைக் காயவைத்து மடித்து, அவன் நண்பர்களோடு குடித்துக்கொண்டிருக்கும்போது சாப்பாட்டு நேரத்தில் மெஸ்ஸிலிருந்து அவனது உணவை எடுத்துவைத்து, அவன் வந்ததும் வில்லங்கப்படுத்தி அவனைச் சாப்பிட வைத்து, அவன் அதிகமாகக் குடித்து மயங்கிக் கிடந்த வேளைகளில் தாதியாய்ப் பராமரித்து காதலையும் காமத்தையும் தாராளமாய்

வழங்கியவள் அவள். கடைசியில் பிரிவினை ஒரு வேதனையாய் உணரவைத்த அந்தப் பெண் லேக் அப்போது நினைவில் வரத் தொடங்கினாள்.

ஆனாலும் போனதடவை அவர்கள் சென்றது, தாய்லாந்தில் பாங்கொக்கிற்குத் தொலைவிலுள்ள வடபகுதித் துறைமுகமொன்று. அதன் பேர்கூட அவனுக்கு ஞாபகமில்லை. இப்போதோ கப்பல் பாங்கொக்கிற்குச் செல்கிறது. பாங்கொக், தாய்லாந்தின் தலைநகர்த் துறைமுகம். முந்தியதைவிட அங்கே பார்க்கவும் ரசிக்கவும் அனுபவிக்கவும் நிறைய இருக்க முடியும். முந்திய தாய்ப் பெண்ணை அங்கே காணமுடியாமல் போகப்போவது அவனுக்குத் துக்கம்தான். ஆனாலும் அது அவனது தேர்வல்ல. கலாபன் கட்டிலில் படுத்திருந்தபடி திரும்பிச் சுவரில் ஒரு பார்வையெறிந்தான். அங்கே பிளேபோய் ப்ளோ—அப் நிர்வாணப் பெண் இருட்டில் அவனையே பார்த்துக்கொண்டிருந்தாள்.

வெகுநேரமாகியது அன்று கலாபனுக்குத் தூக்கம் பிடிக்க. கப்பல் பாங்கொக் துறைமுகத்தை அடைந்த சிறிதுநேரத்தில் கலாபனது வேலை நேரமும் முடிந்தது. இந்தோனிஷிய நண்பன் சுனாரின் அறையில் சிறிதுநேரம் சம்பாஷணையிலும் சிறிது மது அருந்துகையிலுமாகக் கழித்துவிட்டு, அவன் மேலே தனது அறைக்கு வந்தான்.

சில கப்பல்களில் ‘பெண்கள்’ தங்க அனுமதி இருப்பதில்லை. காரணமின்றி உள்ளே நுழைவதையும் தடுத்திருப்பார்கள். அதே எம்.வி. ஜோய் 18 கப்பலிலும் அவ்வாறான தடை முன்பிருந்ததாக அவன் அறிந்திருக்கிறான். பெண்களை உள்ளே விடவில்லையென்றதும் வேலைசெய்ய வந்த துறைமுகத் தொழிலாளர்கள் சரக்கேற்றுவற்குப் பெரிய இழுபறி செய்தனரென்றும், பின்னர் பெண்கள் கபின்களுக்குச் செல்ல கப்ரன் அனுமதி வழங்கிய பின்தான் அவர்கள் வேலைசெய்யத் தொடங்கினார்களென்றும் முந்திய தடவை வந்திருந்தவேளை ஒரு தாய்க்காரன் கலாபனுக்குச் சொல்லியிருந்தான்.

அவன் குளித்து வெளிக்கிட்டு மேலே வந்தபோது சரக்கு ஏற்றும் தொழிலாளர், சரக்கு சம்பந்தப்பட்ட முகவர்கள், ஓரிரு பொலிஸ்காரர், பிரைட் றைஸ் சூப் போன்ற உணவுவகை தயாரித்து விற்கும் கடைக்காரர், சில பெண்களென ஒரு கூட்டமே நிறைந்திருந்தது. துறைமுக மேடையில் ராக்சிகள் வருவதும் போவதுமாய் இருந்தன.

கலாபன் சிகரெட் எடுத்துப் புகைத்துக்கொண்டு வேடிக்கை பார்த்தபடி நின்றிருந்தான். அப்போது அக்கூட்டத்தில் நின்றிருந்த

ஓராள் வந்து மிகவும் தயக்கமாக அவனுக்கு மசாஜ் செய்துகொள்ள விருப்பமாவென்று கேட்டு தாய் மசாஜ்ஜின் பெருமைகளை ஷ் . . . ஸ்... ஒலிகளற்ற ஆங்கிலத்தில் சொல்ல ஆரம்பித்தான்.

கலாபன் கேள்வியில் அறிந்திருக்கிறான் தாய் மசாஜ் தனித்துவமானதென. அது இந்திய ஆயுர்வேத மருத்துவ முறையை ஒட்டிய ஓர் உடல் உளைவுத் தளர்ச்சி முறை. எந்தவொரு உடல் தளர்ச்சியும் மன இறுக்கமும் உடலின் சில பாகங்களில் ஏற்படும் சக்தித் தடைகளின் விளைவெனக் கருதியிருந்தமை, அந்த மருத்துவ முறையின் விசேஷம். அதை நீக்கும் சிகிச்சையை ஆங்கிலத்தில் *Acupressure style* என்று சொல்வார்கள். பாதம், குதி, முழங்கால், முழங்கை, உள்ளங்கைகளால் அந்தந்த இடங்களில் அழுத்தத்தை ஏற்படுத்தி சக்தித் தடையை நீக்குவது தாய்லாந்து மசாஜுக்கான தனித்துவம்.

கலாபனின் மெல்லிய போதை அந்த மசாஜ்ஜைச் செய்து பார்த்தால் என்னவென விரும்பவைத்தது. ஆறு மணிக்கு மேலே பார்க்கலாமென்று சொல்லியனுப்பினான். அதற்கு அந்த தாய்மனிதன் இலங்கையில் கிராமியச் சிங்களப் பெண்கள் உடுத்தும் மாதிரியில் சாரம் கட்டி ஒரு நீளக்கைச் சட்டையும் அணிந்திருந்த ஒரு பெண்ணைச் சுட்டிக்காட்டி, அவள் அவனது அறைக்கு வருவாள் என்றுவிட்டுப் போய்விட்டான்.

கலாபன் அந்தப் பெண்ணைப் பார்த்தான். உயர்ந்து வளர்ந்திருந்தாள். தாய்க்காரரில் மாநிறமானவர்களும் உண்டு. லேக் அந்த நிறம்தான். ஆனால் இவள் வெண்மஞ்சளாக இருந்தாள். அவளது உடல்வாகே காமத்தின் அம்சங்களைச் சொல்லிக்கொண்டிருந்தது.

ஆறு மணிவரை கப்பலிலே அலைந்துவிட்டு கலாபன் கபினுக்கு வர, அவனை எதிர்பார்த்துக்கொண்டு பூட்டிய கதவின் முன்னால் நின்றிருந்தாள் அந்த உயர்ந்த பெண்.

அவன் அவளை கபினுள்ளே கூட்டிச் சென்றான். அவள் முதலில் தன் கைகளை சவர்க்காரம் போட்டுக் கழுவினாள். தன் மேலுடைகளைக் களைந்தாள். பிறகு தன் பையிலிருந்த போத்தல்களை எடுத்து, தன் கைநிறைய அவைகளைக் கலந்து நீட்டிநிமிர்ந்து படுத்திருந்த அவனது மேனியெங்கும் பூசினாள். மேலே அவளது சிட்சை ஆரம்பித்தது.

தனது உடல் காலகாலமாய்த் தேக்கிவைத்திருந்த நோவு, இறுக்கம், பிடிப்பு எல்லாமே ஒவ்வொன்றாய்க் கழன்று ஓடிக்கொண்டிருந்ததாய் கலாபனுக்குப் பட்டது. அது உண்மையிலேயே ஒரு சுகமான நேரம்தான். உடம்பு காற்றாகி

மேலே மேலேயென எழும்புவதுபோன்ற உணர்கை. ஒருபோதில் மீண்டும் மீண்டும் உடம்பில் பூசப்பட்ட எண்ணெய் சுவறி ஒரு திரையாக மட்டும் எஞ்சியிருந்த நிலையில் மசாஜ் முடிவதை அவன் உணர்ந்தான். அப்போது அவளது கை நழுவிச் சென்று அவனது உயிர்நிலையத்தில் புரண்டது. அவனது உயிர் தழைக்கத் துவங்கியது.

அப்போது தட... தடவென்று கதவு தட்டப்பட்டது. திடுக்கிட்டுப் பிரக்ஞை மீண்ட கலாபன், யாரென்ற எரிச்சலோடு துவாயைக் கட்டியபடி வந்து கதவைத் திறந்தான்.

ஒரு பெண் நின்றுகொண்டிருந்தாள்.

அவளை அடையாளம் காண்பதற்கே சிறிது நேரமாகிப் போனது அவனுக்கு. பரிச்சயம் முகத்தில் தெரிந்த மறுகணம் அவன் அதிர்ந்துபோனான்.

மிக அழகாக, மிக இயல்பாக, அவனைக் காணமுடிந்த ஆனந்தம் மிளிரச் சிரித்தபடி நின்றுகொண்டிருந்தாள் லேக். அவன் முந்தியமுறை தாய்லாந்து வந்திருந்தபோது ஆறு நாட்கள் அவனது மனைவி, தாசி, வேலைக்காரியென எல்லாமுமாக இருந்த அதே பெண்.

வாசலிலே கலாபன் நின்றிருந்தாலும், இடுக்குகளினூடாக உள்ளே நின்றிருந்த பெண்ணைக் கண்டுகொண்டாள் லேக். அவளது புன்சிரிப்பு மறைந்தது. தான் கைவிடப்பட்டுத் திக்கற்ற ஒரு வெளியில் நிற்பதான கலக்கம் சூழந்தது. மெல்லமெல்ல அவளது கண்கள் சிவக்கத் துவங்கின. உடம்பு பதறியது. மறுகணம் அவனை மோதி விலக்கிக்கொண்டு உள்ளே பாய்ந்தாள்.

'யார் நீ? இங்கே என்ன செய்கிறாய்?' அலறினாள் லேக்.

லேக் பாய்ந்துவந்த மாதிரியில் திடுக்கிட்டுப்போன அந்தப் பெண், நீ யார், நீயெல்லாம் இதைப்பற்றி ஏன் கேட்கவேண்டுமென்று ஒரு போட்டி வியாபாரியாகக்கூடத் தகராறு பிடிக்கவில்லை. அவளில் பயமெழுந்திருந்தது. ஏதோவொரு தவறு நடக்கவிருந்த சமயத்தில் அவனது சொந்த மனைவியே வீட்டில் நுழைந்துவிட்டதுபோல் அவள் ஆடிப்போய் நின்றிருந்தாள். பின் விரைவாகக் களைந்த மேலாடைகளை அணிந்தவாறு நின்று, 'நான்... நான்... மசாஜ்செய்ய வந்தேன்' என்றாள்.

'மசாஜ்ஜா?' ஏளனமாகச் சிரித்தாள் லேக். 'இவனுக்கு வேண்டிய மசாஜ்ஜுக்கு நான் இருக்கிறேன். நீ போ வெளியே. நில்! உனக்குச் சேரவேண்டியது இந்தா' என்றபடி, தன்

கைப்பையைத் திறந்து சில பாத் நோட்டுகளை எடுத்து அவளது கையைப் பிடித்துத் திணித்தாள்.

அவனது அறையில் ஒரு பெண்ணைக் கண்டதில் என்ன உக்கிரம் அவளுக்கு! அவன் அவளுடன் உடலுறவுகொண்டால்கூட இவள் யார் அதைக் கேட்க? சொந்த மனைவியைப்போல என்ன பாத்தியதை! எண்ணி முடித்து கலாபன் நிமிர்ந்தபோது, மசாஜ் செய்ய வந்த பெண் அங்கேயில்லை.

கைப்பையை மேசைமேல் போட்டபின், அருகேயிருந்த அவனது பைக்கற்றிலிருந்து ஒரு சிகரெட்டை உருவியெடுத்து மூட்டிக்கொண்டு சுவரோடு சாய்ந்து நின்றபடி கலாபனை நோக்கித் திரும்பினாள் லேக்.

கலாபன் அவளை நிமிர்ந்து பார்த்தான்.

அவள் களைத்திருந்தது தெரிந்தது. நீண்ட தூரம் பிரயாணம் செய்திருப்பவள்போல் தோன்றினாள். அவளது ஊர் வட தாய்லாந்தில் இருந்தது. ஒருவேளை அங்கேயுள்ள துறைமுகப் பகுதியிலிருந்துகூட வந்திருக்கலாம். பாங்கொக் துறைமுகத்தின் ஏதோவொரு கப்பலிலிருந்து வந்திருப்பதும் சாத்தியம்தான்.

அவளது கண்கள் கலங்கி வந்துகொண்டிருந்தன. 'போனமுறை வந்திருந்தபோது, அடுத்த மாதத்தில் திரும்ப கப்பல் வருமென்று நீ சொல்லியிருந்தாய்?'

அவன் தலையை மட்டும் ஆட்டினான். காமம் எகிறும் தருணத்தில் காதல் மாதிரியான அந்த வார்த்தையை அவன் சொன்னான்தான்.

'அதை நம்பிக்கொண்டு, இந்தக் கப்பல் வாற தகவலறிய துறைமுகக் கப்பல் பட்டியல்களைப் பார்த்தபடி ஒரு மாதம் வீட்டிலே காத்திருந்தேன். நீ வரவில்லை. கடைசியில் பிள்ளை பசித்து அழ ஆரம்பித்த பிறகுதான், நமக்கு இதுதான் விதிபோலுமென்று புத்தபகவான்மேல் பழியைப் போட்டுவிட்டு பழையபடி கப்பலுக்குச் செல்ல ஆரம்பித்தேன்.'

அவளது தொண்டைக் குழியிலிருந்து ஒரு குழந்தையின் பசியின் குரல் எழுந்துகொண்டிருப்பதாய் அவன் உணர்ந்து கொண்டிருந்தான்.

அவள் அந்த மண்ணின் பூர்வீக புத்திரி. அங்கே சீனர்கள் உண்டு. மொன் எனப்படும் மொங்கோலிய இனத்தவர் உண்டு. இன்னும் பல்வேறு இனக் குழுக்கள் உண்டு. ஆனால் அவள் தாய்லாந்து மண்ணின் பூர்வீகி. இருந்தும் காலகாலமாக வறுமையிலும் பசியிலுமே வாழ்ந்தவள். அதனால்தான்

‘மிங் நொய்’ என்று தாய்லாந்து மொழியில் சொல்லப்படும் வைப்பாட்டியாக ஒன்பது வயதிலேயே ஒரு பணக்காரக் கிழவனுக்குக் காம அடிமையானவள். அவள் தன் இருபதாம் வயதில்தான் அந்த வளையிலிருந்து விடுபட்டாள். பின்னால் காதலனென்று சுற்றிவந்தவனுக்கு அவள் கொண்ட கர்ப்பம்தான் அப்போது அவள் காக்க இருந்த உறவு. அவளே எல்லாம் முந்திய ஆறு நாள் வாழ்க்கையின்போது சொல்லியிருக்கிறாள்.

நம்புகிறவனுக்காகவே வாழ அவர்கள் தயாராயிருக்கிறார்கள். நம்பிக்கைகள் தகர்கிறபோது அவர்கள் எப்படியும் வாழ்வதற்கு நிர்ப்பந்திக்கப்பட்டு விடுகிறார்கள்.

நம்பியவன் கைகொடுக்கும்வரை அவள் மனைவிதான். கைவிடும்போதுதான் பரத்தையாகிறாள்.

பரத்தைமை உணர்ச்சிகளை வெளிக்கொட்டும் களமல்ல. வாழ்வின் ஆதாரம் பலருக்கும் அதிலிருந்துதான் பிறக்கிறது. வறுமையின் நிறம் சிகப்பு எனப்படுகிறது. அப்படியானால் வறுமையின் வடிவம் என்ன? பெண்தானா?

அப்போது தன்னை கொஞ்சம் சுதாரித்திருந்தவளிடம், ‘நான் இன்னும் இந்தக் கப்பலில் இருப்பதை எப்படி அறிந்தாய்?’ என்றான் கலாபன்.

‘இன்று காலையில்தான் ஊரிலிருந்து வந்தேன். மத்தியானம்போல் அதோ . . . அந்த எட்டாம் நம்பர் மேடைக் கப்பலில் நின்றிருந்தபோதுதான் இந்தக் கப்பல் வருவதைப் பார்த்தேன். இடையே நீண்டகாலம் ஓடிவிட்டதால் நீ இன்னும் கப்பலில் இருப்பாயோவென்று சந்தேகமிருந்தது. அதனால் உடனேயே ஓடிவரப் பெரிய உற்சாகம் தோன்றவில்லை. இருந்தும் இந்தக் கப்பலிலேயே என் கவனம் அடிக்கடி விழுந்துகொண்டிருந்தது. அப்போதுதான் நம்பமறுத்த விழிகளினூடாக பின்டெக்கிலே உன்னைக் கண்டேன்.’

‘உடனே வந்துவிட்டாய் . . .?’

‘உடனேயே வந்துவிட்டேன்.’

திடீரென மழை பெய்ய ஆரம்பித்தது வெளியே. மறுநாள் சரக்கேற்றல் சந்தேகம்தான். மழை காலம்தான் அது. மழைதான் பிந்தி வந்திருக்கிறது. பத்து நாளில் முடியவேண்டிய சாமான் ஏற்றும் வேலைக்கு இனி இருபது நாள்கூட ஆகலாம். அதுவரை அவனுக்கு அவள் ஒரு மனைவியாயும், அவளுக்கு அவன் ஒரு கணவனாகவும் அந்தக் கபினில் ஒரு வாழ்க்கை தொடர்ந்துகொண்டிருக்கும்.

●

கூட்டைத் திறந்து விடு

பாங்கொக்கிலிருந்து புறப்பட்ட கப்பல் பம்பாய் துறைமுகத்தை நோக்கிச் சென்றுகொண்டிருந்தது. வேலை முடிந்த நேரத்தில் வீட்டுக்கும் நண்பர்களுக்கும் கலாபன் கடிதமெழுத ஆரம்பித்தான். நண்பர்களில் சண்முகம் ஒருவனுக்குத்தான் துறைமுகங்களில் நடக்கும் 'விசேஷ'ங்களை கலாபன் எழுதுவான். அந்தமுறை தகவல் மதிப்புள்ள வேறொரு நிகழ்வை அவனுக்கு எழுதினான்.

சம்பவம் இதுதான்:

கப்பல் பாங்கொக்கில் நின்றிருந்தபோது ஒருமுறை கலாபன் கடிதங்கள் அனுப்ப தபால் நிலையம் சென்றிருந்தான். தபால்தலைகளை வாங்கி ஒட்ட ஆரம்பிக்கையில் அருகே நின்றிருந்த ஒரு பெண் சொன்னாள், 'உனது கடிதங்கள் ஒழுங்காக விலாசதாரரைப் போய்ச் சேரா'தென்று. கலாபன் ஏனென்று கேட்டதற்கு அந்தப் பெண் விளக்கம் சொன்னாள். 'இந்த முத்திரைகளிலுள்ள படங்கள் இந்த நாட்டு அரசரதும் அரசியினதுமாகும். நீ ஓரிரு கடிதங்களில் அவற்றை தலைகீழாகவும், ஏனையவற்றில் பக்கப்பாடாகவும் ஒட்டியிருக்கிறாய். அவை நமது அரசரையும் அரசியையும் நீ அவமதித்ததற்குச் சமமாகும். பக்கப்பாடாக முத்திரைகள் ஒட்டப்பட்டவை சென்றுசேர வாய்ப்பு நேரிட்டாலும் தலைகீழாக ஒட்டப்பட்டவை செல்லவே செல்லா. தபாலக ஊழியர்கள் அவற்றைக் கிழித்து வீசிவிடுவார்கள். அவ்வாறான

சட்டமெதுவும் இல்லைதான். அதை அவர்களின் மனநிலை செய்விக்கிறது.'

அதைப் புரிந்துகொண்டு, மிகுந்த சிரமத்தின் பேரில் முத்திரைகளை உரித்தெடுத்து மறுபடி பசை தடவி நேராக ஒட்டி அனுப்பியிருந்தான் கலாபன்.

கடிதத்தை எழுதி முடித்த மறுநாள் மதியத்தில் அவனது கப்பல் பம்பாய் துறைமுகத்தில் நின்றுகொண்டிருந்தது.

மஹாராஷ்டிராவைக் கண்ட பிறகும் பம்பாய்த் துறைமுகத்தை அடைவதற்குக் கப்பலுக்கு நீண்டநேரம் எடுத்ததாகக் கலாபன் கருதினான். உண்மையும் அதுதான்.

மஹாராஷ்டிரா தீவுகள் நிறைந்த மாநிலம். பம்பாயே பிரதான பூமியோடு பாலத்தால் இணைக்கப்பட்ட தீவுதான். அத்தீவுகளைத் தாண்டித் துறைமுகத்தை அடையவேண்டி இருந்ததாலேயே நிறைய நேரம் பிடித்திருந்தது.

கேட்டிருந்ததில் பாதியளவான பணம்தான் எல்லோருக்கும் கிடைத்தது. கப்பல்காரர் முணுமுணுப்போடுதான் பணத்தைப் பெற்றுக்கொண்டார்கள். அன்று மதியம் இரண்டு மணியளவில் பணம் கிடைத்ததென்றால், மாலை ஆறு மணிக்கு மேல் வேலையில் இருக்கவேண்டியவர்கள் தவிர மீதிப்பேர் கப்பலிலில்லை.

கலாபன் தனது வேலையை அன்றைக்கு 4–8 மணி நேர வேலைசெய்தவனிடம் பொறுப்பு கொடுத்துவிட்டு எட்டு மணியளவில் முதல் தடவையாகப் பம்பாயைப் பார்த்துவரக் கிளம்பினான்.

பம்பாயில் அழகான பகுதிகள் இருக்கலாம். ஆனால் பம்பாய்த் துறைமுகப் பகுதி அசிங்கமானது. ஒரு பெரும் அளவுக்கு விரிந்துகிடந்த துறைமுகத்துக்குப் பல வாசல்கள் இருந்தன. ஒவ்வொரு வழியிலும் லொறிகள் அடைத்துக்கொண்டு உள்ளே செல்வதும் வெளியே வருவதுமாக இருந்தன. துறைமுகத் தொழிலாளரின் போக்கும்வரத்தும் வேறு. உள்ளே நிலைமை இப்படியென்றால், வெளியே நிலைமை படுமோசமாக இருந்தது.

பசிய இலைகளையுடைய அரசு, வேம்பு, வாகை போன்ற மரங்கள் தூசியினால் மூடப்பட்டுக் கருமையடைந்து கிடந்தன. அவை உதிர்த்த சருகுகள் தெருவின் இரண்டு கான்களிலும் நிறைந்து கிடந்தன. மரங்களின் அடிகள் வெற்றிலைத் துப்பல்களால் செம்மை பரவியிருந்தன. அங்கே ஒருவர் இயங்குவதற்கு மேலதிகமான ஒரு ஊக்க வஸ்து தேவைப்பட்டதுபோலும். அதை பான்பராக் என்ற பாக்குத் தூள் கொடுத்தது. பான்பராக்

வியாபாரம் அபரிமிதமாக இருந்தது பம்பாயில். தொழிலாளர், அலுவலக ஊழியர் மட்டுமல்லாது, அதிகாரிகள்கூட அதன் சிற்றடிமைகளாக இருந்தமை இது காரணத்தால்தான்.

ஆவணி மாதமாக இருந்தது அக்காலம். பம்பாயில் அதிக மழை பெய்யும் காலமும் அதுதான். அன்று மழை பெய்ததா தெரியவில்லை, ஆனால் ஒரு மழைக் காலத்தின் அத்தனை அழுக்குகளும் துறைமுகத்தின் வெளித் தெருக்களில் ஒதுங்கியிருந்தன. சேறும் சதுப்புமான பாதை ஒரு சீர்கேடெனில், பாதையின் இரு பக்கங்களிலும் நிறைந்திருந்த சாக்கு, தார்ப்போலின், பொலித்தீன் குடிசைகள் இன்னொன்றாக இருந்தது. வறுமை விலக்கப்பட வேண்டியதே தவிர, வெறுக்கப்பட வேண்டியதில்லையென்ற தெளிவிருந்தது கலாபனுக்கு. அதுவும் அக்குடிசைகளின் வாசல்களில் கேட்ட தமிழ்ப் பேச்சுக்களும் உள்ளே ரேடியோக்களில் ஒலித்துக்கொண்டிருந்த தமிழ்ப் பாடல்களும் அவர்களெல்லாம் தமிழ்நாட்டிலிருந்து பிழைப்புத் தேடி பம்பாய் வந்து வதங்கும் தமிழ்க் குடும்பங்களெனத் தெரிந்தபோது அவனுக்கு அனுதாபம்கூட வந்தது.

பம்பாய் பகலில்தான் நெரிசலும் இரைச்சலும். இரவில் பகலில்போல் அது இல்லை. ஆனாலும் இரைந்துகொண்டும் பறந்துகொண்டுமே இருந்தது. அது உழைத்துப் பிழைப்பதற்கான நெரிசலும் இரைச்சலுமாக இல்லையென்பதை கலாபனுக்கு அதன் இயங்குமுறை சொல்லிக்கொண்டிருந்தது. அப்போது அது மோகத்துள் திளைக்கத் தயாராகிக்கொண்டிருந்த ஒரு நகர்.

கலாபன் நடைபாதைக் குடியிருப்புத் தெருக்களைத் தாண்டி பம்பாய் விக்டோரியா டெர்மினல் புகையிரத நிலையத்தடிக்கு வந்தான். அதுதான் பிரபலமான வி.ரி. ஸ்ரேஷன். பயணச் சுறுசுறுப்புகள் பகலில்போலவே இரவிலும் அங்கே இருந்துகொண்டிருந்தன. கலாபன் அதையும் கடந்து ஒரு தெருவில் நடந்தான். அழகிய கடைத்தெருவாக இருந்தது அது. அழகழகான ஆண்களும் பெண்களும் அதிகமாகவும் ஆங்கிலம் கலந்த மராட்டி, இந்தி உரையாடல்களுடன் நடந்து திரிந்தனர்.

பம்பாய் மஹாராஷ்டிர மாநிலத்தின் தலைநகர். இந்தியாவின் வர்த்தகத் தலைநகரம். இந்தித் திரைப்பட உலகத்தின் தலைமையகமும் அதுதான். அதனால்போலும் துறைமுகமும் வி.ரி. ஸ்ரேஷனும் சார்ந்த பகுதிகள் தவிர மற்றைய இடங்களில் அது ஒரு தேடலோடு அலைந்துகொண்டு இருந்ததாய்ப்பட்டது அவனுக்கு.

பாலியல் தொழிலுக்குக் கொடி கட்டியிருந்த இடமும்தான் பம்பாய். வயதுவாரியாக மட்டுமில்லை, மாநிலவாரியாகவும்

அங்கே விலைமாதர் கிடைப்பார்களாம்; கலாபன் அறிந்திருந்தான். ஆனால் றெட் லைட் ஏரியா எனப்படும் அங்கீகாரமுள்ள விலைமாதர் பகுதியான காமாட்டிபுரம் மிக மலிவான பாலியல் தொழிலிலுள்ள பெண்களின் இடமாக, பால்வினை நோய்களின் மய்யமாக இருந்ததைத் தெரிந்திருந்ததால் கலாபன் அந்த இடத்தை நினைத்தும் பார்க்கமாட்டான்.

தற்செயலாக சிவப்பு, பச்சை, மஞ்சள் விளக்குகளில் மின்னிக்கொண்டிருந்த றெஸ்ற்றோறன்ற் ஒன்று கலாபனது கண்களில் பட்டது. கொஞ்சம் குடிக்கவும், கப்பலிலேயே எப்போதும் சாப்பிடுவதால் கொஞ்சம் மாற்றான ஓர் இந்தியச் சாப்பாட்டுக்காகவும் அதற்குள் நுழைந்தான்.

பில் அதிகமாகவே வரக்கூடுமென்று கலாபன் நினைத்தான். ஆனாலும் ஒரு கப்பல்காரனை முழுங்குகிற அளவாக அது இருக்காதென்று நினைத்து, முதலிலேயே இரண்டு ட்றாம் விஸ்கிக்கு தனக்கு பரிசாரகியாக வந்த ஒரு மெலிந்த பெண்ணிடம் சொன்னான்.

ஒரு நடிகையைப்போன்ற எழிலோடு மெலிந்தும் உயர்ந்தும் கண்களில் ஒரு குறும்பின் துடிப்புடனும் துடியாக அவள் இருந்தாள். இடையும் துடிதான். ஆனாலும் மேலேயிருந்த வலுத்த தனங்களைத் தாங்கும் சக்தியோடு அது இருந்தது.

நேரம் பன்னிரண்டுக்கு மேலானது. கலாபன் ஆங்கில, இந்திப் பாடல்களின் அந்த சத்தக் களேபரத்திலிருந்து வெளியே வந்தான்.

மெல்லிய மழை தூறிக்கொண்டிருந்தது. போதையில் அந்த இரவும் மழைத் தூறலும், அதன் காரணமாய் விரவிநின்ற குளிரும் மேனியில் தகிப்புண்டாக்கத் தொடங்கியிருந்தன. அவன் வந்தபோது வீதியிலிருந்த மக்கள் நடமாட்டத்தில் பாதி அப்போது இல்லை. அந்தச் சூழ்நிலை அவனுக்குப் பிடித்திருந்தது. உடனடியாக கப்பலுக்குத் திரும்புவதென்ற எண்ணத்தோடுதான் வெளியே வந்திருந்தான். அந்த விருப்பத்தைச் சூழ்நிலை மாற்றியது. அவனிடத்தில் இப்போது இருந்தது வேறு விருப்பம்.

அவன் சிகரெட் எடுத்துப் பற்றவைத்தான்.

அப்போது திடீரென பாதையோரத்தில் ஓர் இருட்டான இடத்திலிருந்து ஒரு மனிதன் வந்து, கடையெல்லாம் பூட்டிவிட்டது, ஒரு சிகரெட் தர முடியுமாவெனக் கேட்டான். தமிழிலேதான். கலாபன் ஒரு சிகரெட்டை எடுத்துக் கொடுத்தான்.

தனது பெயர் ராஜு எனச் சொன்னான் அந்த மனிதன். தான் ஓவியராக மாதுங்காவிலிருக்கும் லட்சுமியென்ற தமிழ்ப்

பட தியேட்டரில் வேலைசெய்வதாகவும், இரண்டு நாட்களாக அங்கேயே இருந்து மறுநாள் வெளிவரப்போகும் புதிய தமிழ்ப் படம் ஒன்றுக்கான பெரிய தட்டிப் பானர்களை வரைந்துவிட்டு மாலையிலேதான் வந்ததாகவும்கூட சொன்னான். சிறிய ஒரு தாக சாந்தி அதுபோலக் குறைந்த ஊதியக் கலைஞர்களுக்கும் இருந்துவிடுகிறதேயென்ற தன் சலிப்பை ஒரு நகைச்சுவையோடு கூறி அவன் சிரிக்க கலாபனும் சிரித்தான்.

பேச்சுச் சுவாரஸ்யத்தில் அவர்கள் வி.ரி. ஸ்ரேஷனடிக்கு வந்திருந்தனர். அப்போது அவர்களை உரசுமாப்போல மலிவான வாசனைத் திரவிய வாசனை கமற இரு பெண்கள் கடந்துசென்றனர். கலாபன் நின்றான். 'சரக்குப்போல இருக்கு' என்றான்.

'இதென்ன சார், சரக்கு? வாங்க, சூப்பர் சரக்கே எடுத்துத் தர்றேன்' என்றான் ராஜு.

'றெட் லைற் ஏரியாதான?'

'இல்ல, சார். இது வேற இடம்.'

'இந்த நேரத்தில?'

'இதுக்கு விடியிறவரை நேரம்தான், சார்.'

அவ்வாறு அவர்கள் வந்துசேர்ந்த இடம்தான் கோழிவாடா என்ற பகுதி.

தெருவின் இரண்டு பக்கங்களிலும் நூறு இருநூறென குடிசைகள். குடிசைகளின் பின்னால் சிறுசிறு மலைகள் தெரிந்தன. துறைமுகத்தைக் கப்பலில் அடைந்தபோது கலாபன் சில குறுமலைகளைக் கண்டிருந்தான். அந்த மலைகளாகக்கூட அவை இருக்கலாம். தெருவெங்கும் உடைத்த மலைக்கற்கள் சிதறிக்கிடந்தன. கல் குவாரியோவென நினைத்தான். அங்கே வேலைசெய்யும் தொழிலாளர் தங்குகிற தற்காலிகக் குடியிருப்புக்களாக்கூட அவை இருக்க வாய்ப்புண்டு.

அந்த பலகைக் குடிசைகளுள் ஒன்றின் வாசலில் நின்று யாரையோ அழைத்தான் ராஜு. கதவு திறந்தது. உள்ளே சென்றனர் இருவரும். போதுமான வெளிச்சம் செய்யாத சிறிய மின்குமிழ் விளக்கொன்று எரிந்துகொண்டிருந்தது. புதிய ஆண்கள் வந்திருப்பதறிந்து அங்கேயிருந்த இரண்டு மூன்று பெண்கள் உதட்டின் சிவப்புச் சாயம் பளீரிட முன்னால் வந்து நின்றனர். தனக்கு அவர்கள் யாரையும் பிடிக்கவில்லை என்றுவிட்டான் கலாபன். அப்போது 'அம்மா'வென அழைக்கப்பட்ட அந்தத்

திருநங்கை, 'புதுப்பொண்ணு என்ன செய்யிறா? அவளை வரச்சொல்லுங்கடீ' என்று மற்ற பெண்களிடம் இரைந்தாள்.

புதுப்பெண் என்றபடியாலே சற்றுச் சார்பாகச் சிந்திக்கும்படி போதை கலாபனுக்குச் சொல்லிக்கொண்டிருந்தது.

ஒரு இரவுக்கு இருபத்தைந்து ரூபா. ராஜுவையும் தங்கவைத்தான். ராஜுவுக்கு மறுப்பிருக்கவில்லை.

அவனுக்கு, மேலே இருவர் படுப்பதற்கான அளவுமட்டுமுடைய பெட்டிபோன்ற ஓர் அறை. கீழே ராஜுவுக்கு.

குத்தான படிகளில் ஏறி உள்ளே சென்றதும் அதனுள் எரிந்துகொண்டிருந்த லைட்டை அணைத்தாள் அந்தப் பெண். அப்போதும் பலகையூடாக தெருவெளிச்சம் உள்ளே வந்துகொண்டிருந்தது. உடைகளைக்கூட கழற்றாமல் படுத்தாள். கலாபன் அதிசயித்தான். புதுப்பெண் என்றால் அப்படித்தானோ?

அவன் அவளது மார்பில் கைவைத்தான்.

அவள் சரீரம் ஒருமுறை பதறியது.

திடுக்கிட்டுக் கையைச் சட்டென இழுத்துக்கொண்டான் கலாபன்.

அந்தப் பதற்றம்பற்றி அவன் அறிந்திருக்கிறான். பிற புருஷனொருவனது தொடுகையில் ஒழுக்கமுள்ள பெண்களிடத்தில் தோன்றுகிற எதிர்ப்புணர்வு அது. அதை 'பயிர்ப்பு' என்கிறது தமிழ்மொழி. பெண்களுக்கு இருக்கவேண்டியவையென வகுக்கப்பட்ட நான்கு குணங்களில் அச்சம், மடம், நாணம் தவிர்ந்த நான்காவது குணவிசேஷம் அதுதான்.

அவை ஒரு பெண்ணுக்கு இருக்க வேண்டுமா என்ற விசாரணை அவனிடமும் உண்டு. ஆனால் அதுவல்ல அப்போது அவனது பிரச்சினை. அந்தப் பயிர்ப்பு அவளிடம் இருக்கிறது. அவள் சறுக்கி விழுந்த இடமாகக்கூட அந்த விபச்சாரக் கூடம் இருக்கலாம். ஒரு பலாத்காரத்தில் அவள் அங்கே கொண்டுவந்து சேர்க்கப்பட்டிருக்கவும் கூடும்.

கலாபன் அவளுக்கு அது விருப்பமில்லையா என்று கேட்டான்.

அவள் சிறிதுநேரம் குலுங்கினாள். அழுகைச் சத்தம் வெளியே கேட்டுவிடக்கூடாது என்ற பயத்தில்போல் அடக்கிய அழுகையின் பொருமல் அது. பிறகு தெளிந்துகொண்டு தன் கதையைச் சொன்னாள்.

அவளது சொந்த இடம் தமிழ்நாட்டில் மதுராந்தகம். வீரசாமி முதலியாரின் பேர்த்தி...

கதை விரிந்தது.

அவள் தன் கதையைச் சிறிது விஸ்தாரமாகத்தான் சொன்னாள். ஆயிரத்தொரு இரவுகளின் ஷெகராசேட்போல மீதி இரவை முடித்துவிடுகின்ற எண்ணத்தோடு இல்லை. அவனே கதையைக் கேட்கும் இதயத்தோடு அவளிடம் வந்திருக்கிற முதல் ஆள். அதை அவள் தவற விட்டுவிட மாட்டாள்.

பம்பாய் சென்று குடித்தனம் நடத்த விமானப் படையில் வேலைசெய்த தன் காதலனோடு வீட்டைவிட்டு ஓடிவந்த பெண்ணாகத்தான் போன மாதத்தில் அவள் இருந்திருந்தாள். ஐந்து நாட்களில் தன் காதலுக்கான அர்த்தத்தைத் தீர்த்துக்கொண்டவன், அவளைத் தங்கியிருந்த லொட்ஜிலேயே விட்டுவிட்டு மாயமாகிவிடுகிறான். ஏற்கனவே அவள் அணிந்திருந்த பொன் நகைகளை அவன் பசியாறிவிட்டதால், கையில் காசில்லாத நிலையில் சாப்பாட்டுக்காகவும் அறை வாடைகைக்காவும் லொட்ஜ் மனேஜரின் பலவந்தத்திற்கு ஆளாகிக்கொண்டு ஒரு வாரத்தைக் கடத்தியிருக்கிறாள். கடைசியில் ஒரு தரகனிடம் ஒப்படைக்கப்பட்ட அவள் கோழிவாடாவிலுள்ள அந்த இடத்தை மூன்று நாட்களுக்கு முன்னர் வந்தடைந்தாள்.

வந்தபோது மிகவும் சுகவீனமாக இருந்தாள். மருந்தெடுத்துக் கொடுத்தாளாம் அந்தக் கூட்டின் பாதுகாவலி. அன்றுதான் தன்னால் நடமாட முடிந்திருந்ததாய்ச் சொன்னாள். கூடயிருந்த மற்றைய பெண்களின் கதையும் ஏறக்குறைய அதேதானாம். ஆனால் விதி எழுதியாகிவிட்டது, இனி அங்கிருந்து மீட்சியில்லை, அங்கேயுள்ள அரவாணிகளின் காவலிலிருந்து அதுவரை யாரும் தப்பியதில்லையெனச் சொல்லி முடித்தாள் அங்கே லட்சுமி என நாமம் சூட்டப்பட்டிருந்த அந்தப் 'புதுப்பெண்'.

'வீட்டுக்குப் போகிறாயா? நான் அனுப்பிவைக்கிறேன்.'

அவளால் நம்பமுடியவில்லை. அது ஒரு துரும்பானாலும் பற்றுவதைத் தவிர வேறு வழியில்லை. 'ஆனா... இங்கயிருந்து ஆரும் தப்பிப்போனதில்லே. சொன்னாங்க' என்றாள்.

சிறிதுநேரம் யோசித்துவிட்டு கலாபன் சொன்னான்: 'அதை நான் பாக்கிறன்.'

மறுநாள் ராஜுவிடம் விஷயத்தைச் சொல்லி, அவளை அங்கிருந்து தப்புவிக்க உபாயம் கேட்டான். ராஜு முடியவே முடியாது என்றுவிட்டான். அது உயிராபத்து என்றான்.

கடைசியில் கலாபன் வற்புறுத்தியதின் பேரில் ஒரு யோசனை சொன்னான் ராஜு. 'அதுக்கு ரொம்ப பணம் தேவைப்படுமே!'

கலாபன் திட்டத்தை மட்டும் சொல்லும்படி கேட்டான்.

அடுத்த நாளும் கலாபன் அங்கே சென்றான். அதே பெண்ணுடனே தங்கினான். அதற்கடுத்த நாள் நள்ளிரவுக்கு மேல் பொலிஸ் வான் ஒன்று அந்தப் பகுதியை அடைந்தது. சில குடிசைகள் சோதனையிடப்பட்டன. கலாபன் இருந்த குடிசை மாடியும்தான். கூலிவேலை செய்யும் பெண்களின் தங்குமிடம் என்று சொல்லப்பட்டதை நம்பாமல், லட்சுமி உட்பட்ட சில பெண்களைப் பொலிஸார் கைதுசெய்தார்கள். அவர்களது 'அம்மா'வின் எத்தனை கெஞ்சுதலும், இருநூறு முந்நூறு தருகிறேனென்ற எந்தப் பேரமும் அதிசயமாக அன்றைக்குப் பொலிஸிடம் எடுபடவில்லை. அது பல ஆயிரங்களால் அடக்கப்பட்டிருந்தது.

கைதுசெய்யப்பட்ட பெண்களும், கலாபன் உட்பட்ட சில ஆண்களும் வேனில் ஏற்றப்பட்டனர்.

வெகுதூரம் சென்றதும் வேன் நின்றது. கலாபனும் லட்சுமியும் இறக்கிவிடப்பட்டதும் வேன் மறுபடி புறப்பட்டபோது முன்னிருக்கையில் இருந்த சப்இன்ஸ்பெக்டர் சலாம் பண்ணி விடைபெற்றார். கலாபனும் கையசைத்தான்.

பத்து நிமிட நடையில் இருவரும் வி.ரி. ஸ்ரேஷனை அடைந்தனர். பம்பாய் – மெட்ராஸ் புகைவண்டி மேடைக்கு வரும் நேரமாகவிருந்தது அது. கலாபன் இரட்டிப்பு விலைக்கு மேடையிலேயே அந்தப் பெண்ணுக்காக ஒரு ரிக்கற் வாங்கினான். ரிக்கற்றையும் சிறிது பணத்தையும் அவளிடம் கொடுத்தபோது அதை வாங்கிக்கொண்ட அந்தப் பெண்ணின் நன்றி, ததும்பிய கண்களிலிருந்து துளியாய் இறங்கிக்கொண்டிருந்தது.

நள்ளிரவுக்குச் சற்று முன்னான அந்தப் பொழுதில் ரயில் புறப்பட்டது. அவள் கையசைத்தாள். 'சுகமாய்ப் போய்ச் சேர், லேக்!'

ஸ்ரேஷனைவிட்டு கலாபன் வெளியே வந்தான். காற்று குளிர்ந்து வீசிக்கொண்டிருந்தது. புகை, தூசியற்ற தெளிந்த காற்று.

லேக்கிற்கு செய்யமுடியாததை அவன் அன்று லட்சுமிக்குச் செய்திருக்கிறான். மனம் அவனுக்கு லேசாகவிருந்தது. விடுவிப்பின் வேட்கையிலும் ஒரு சுகம் இருக்கிறது.

●

நிறுதிட்டம்

சரியாக பதினைந்து மாதங்களாகியிருந்தன. அந்த முதல் கப்பலிலிருந்து கலாபன் வீடு திரும்புவதற்கு. ஊரே அவனை வியந்து பார்த்துக் கொண்டிருந்தது. அவன் வாங்கிவந்திருந்த சான்யோ 3இன்1 செற்றைப் பார்க்க வீட்டைச் சுற்றிப் பெருங்கூட்டம். அதில் சிலபேரே அதைப் பார்த்தார்கள்; சிலபேர் அதன் சத்தத்தையே கேட்டார்கள்.

அவனது நீண்ட தலைமுடியும், நைக்கி சப்பாத்தும், ட்றாங்ளர் ட்ரவுசரில் அவனது கம்பீரமான கப்பல் நடையும், அவ்வப்போது கிரேக்க ஆங்கிலச் சொற்கள் கலந்த உரையாடலும் பலரை வசீகரித்தே விட்டிருந்தன. எதிர்வீட்டு நாகராஜாவின் வாயில் கலாபன் எப்போதும் திட்டுவதற்காய் பாவிக்கும் 'பக்கோஃப்' (*Fuckoff*) என்ற சொல்லின் கடைசி எழுத்து தவிர்ந்த சொல்லே எப்போதும் விழுந்துகொண்டிருந்ததில் அவன் காலப்போக்கில் 'பக்கோ நாகராஜா'வென ஆகிவிட்டிருந்தான்.

இரண்டு நாட்களாக வீடு ஒரு சொர்க்கத்தைப் போல் திளைத்துக்கொண்டிருந்தது.

மூன்றாவது நாள் மனோகரியின் தங்கை ரூபிணி வந்தாள். இரண்டு நாட்கள் வீட்டிலே தங்கிவிட்டுப் போனாள். அத்தோடு அத்தனை மாதங்களான காத்திருப்பில் நிறைந்திருந்த மனோகரி எல்லாம் உதிர்ந்ததுபோல் சட்டென வெறுமைபற்றிப் போனாள். அவன் கப்பலிலிருந்து கொண்டுவந்து விமானநிலையத்தில் வைத்திருக்கும்

வீட்டை எடுத்துக்கொண்டுவர அவன்தான் தாமதிப்பதுபோல மகிழ்ச்சியிலும் அந்தரத்திலும் இருந்தவளின் முகம் கறுத்துச் சிறுத்து உருக்குலைந்துபோனது.

குழந்தையைத் தவிர வேறெவரிடமிருந்தும் ஒரு சிரிப்பொலி அந்த வீட்டிலே எழவில்லை. அது கலாபனை மாற்றியது. சம்பவங்கள் எதுவுமின்றி வெறும் கற்பிதங்களின்மூலமே அந்த நிலைமை அங்கே ஏற்பட்டிருந்ததென்பது ஆச்சரியம்.

மனோகரியிடம் ஒருமுறை ரூபிணி கேட்டாளாம்: 'இந்த சான்யோ செற்றை ஏன் அத்தான் வாங்கிக்கொண்டு வந்தாராம், அக்கா?'

அதற்கு, 'நானும் கேட்டன். அதுக்கு சான்யோவில சத்தம் நல்லாய் வருமெண்டார்' என்றிருக்கிறாள் மனோகரி.

'மற்றதுகளில வராதாமோ?'

'இதைப்போல இனிமையாய் வராதெண்டார். கேட்டிட்டுத்தான் வாங்கினாராம்.'

'நல்ல சத்தமாய்த்தான் இருக்கு. ஆனா இதை அவசரத்துக்கு விக்கக்கூட ஏலாதே, அக்கா. நாஷனல் பனசோனிக் இல்லாட்டி சோனி வாங்கியிருக்கலாம். ஆத்திரம் அந்தரத்துக்கு உதவுமெல்லே?'

இன்னொரு முறை, 'அத்திவாரம் எப்ப வெட்டப்போறியள், அக்கா? அத்தான் வந்தவுடன வீட்டுவேலை துவங்கிறதாய்ச் சொல்லிக்கொண்டிருந்தியள்' என்றிருக்கிறாள் ரூபிணி. மனோகரி அதற்கு ஏதோ சொல்லிச் சமாளித்துவிட்டு அங்கால் போய்விட்டிருந்தாலும், அவளது முகம் அந்த நிமிஷத்திலிருந்து களையிழந்து போனது. இன்னும் எதையெதை தமக்கையிடம் 'ஓதி'விட்டுப் போனாளோ ரூபிணி?

அன்றிரவு, 'சுதுமலையில தனக்குத் தெரிஞ்ச ஒரு பெடியன் கப்பலுக்குப் போட்டுவந்துதானாம் வீடு கட்டிச்சு. அந்த வீட்டைக் கப்பல் வீடெண்டுதான் அங்க இப்பவும் ஆக்கள் பறையினமாம். நீங்களும் கப்பல்ல நிண்டிட்டு வந்திருக்கிறியள், உங்களால ஏன் முடியாமப் போச்சுதெண்டு ரூபிணி கேக்கிறாள்' என மனோகரி கலாபனுக்குச் சொல்லியிருக்கிறாள். அவன் ஏதேதோ சொல்லிச் சமாளித்தாலும் கடைசியில் தகராறில்தான் அந்தச் சம்பாஷணை முடிந்திருந்தது.

தொடர்ந்து வந்த இரவுகளும் அதுமாதிரியானதாகவே ஆகிவிட்டிருந்தன. இவையெல்லாவற்றினதும் அர்த்தம் மனோகரிக்கு ஒன்றாகவே இருந்தது. அவன் தனது ஒன்றேகாலாண்டுச்

சம்பளத்தை ஊதாரித்தனமாய்ச் செலவழித்திருக்கிறான். கப்பலில் ஊதாரித்தனமான செலவென்பது குடியும் கூத்தியும்தான். ரூபிணி அதுபற்றிக் கொஞ்சம் கேள்விப்பட்டிருப்பாள்போல. அவள்மூலம் அப்போது மனோகரிக்கும் அது தெரியவந்ததிருக்கிறது.

'ஜீவன் ஏறின கப்பல் ரண்டு வருஷத்துக்கு முந்தி கடலில தாண்டுபோச்சு. தேப்பனும் தாயும் தலைதலையாய் அடிச்சுக் குழறிக்கொண்டு திரிஞ்சுதுகள். இவள் ஏன் அதை நெக்கிறாளில்லை? ஜீவன் செத்துப்போனான், நீயெப்பிடி உயிரோட வரலாமெண்டும் கேப்பாளோ?' என்று போதையேறிய ஒரு தருணத்தில் வீட்டுக்கு முன்னாலுள்ள ஒழுங்கையில் நின்று தெரிந்தவர்கள் யாருக்கோ சொல்லி கலாபன் பிரலாபித்திருக்கிறான். பிறகு, தான் இனிமேல் கப்பலுக்குப் போகப்போவதில்லை என்றும், விசுவமடுவிலேயுள்ள மாமனின் கமத்திலே போய் மிளகாய் செய்யப்போவதாகவும் கண்டவரிடமெல்லாம் சொல்லிக்கொண்டு திரிந்தான்.

மாதம் மாதம் பணத்தை அனுப்பிக்கொண்டிருந்தால், தான் வீட்டுவேலையைத் தொடங்குவதாக அவள் எழுதக்கூடச் செய்திருந்தாள். தான் வந்தபிறகு பார்க்கலாமெனப் பதிலளித்தவன் வெறுங்கையோடு வர எப்படித் துணிந்தான்? பணம் அவளின் பிரத்தியட்சமான இழப்பு. அதையும் அவள் தாங்குவாள். ஆனால் கப்பலில் செல்வோரின் 'ஊதாரித்தனங்க'ளைப்பற்றி தங்கை ரூபிணி சொன்னவற்றையும் அவளால் தாங்கிக்கொண்டு இருந்துவிட முடியுமா? ஆனாலும் ஊகத்தை மட்டும் வைத்துக்கொண்டு அவனோடு மல்லுக்கு நிற்க அவளால் முடியாது. அதனால் மனத்துள்ளிருந்த வெறுப்பும் அசூயையும் கோபமும் அவளை அடிக்கடி வீட்டுக்கு விலக்கமாக்கியும் நாரிப்பிடிப்பாக்கியும் கிடக்க வைத்தன.

இரண்டு மாதங்கள் கழிந்திருந்த ஒருநாள் திடீரென்று ஒரு ஞாயிறு மாலை ஏழு மணி மெயிலெடுத்து கலாபன் கொழும்புக்குப் போய்விட்டான்.

தாமதமில்லாமல் கலாபனுக்கு அந்த முறை கப்பல் கிடைத்திருந்தது. கப்பலின் முகவரியை அறிவித்ததோடு நீண்ட கடிதமேதும் எழுதாமல் விட்டுவிட்டான்.

அந்தக் கப்பலில் அவனடைந்தவை வித்தியாசமான அனுபவங்களாயிருந்தன.

கடல்கொண்ட குமரி என்கிறபோது, ஒரு பெரு நிலப்பரப்பின் இழப்பின் வலிதான் தெரியும். கடலின் பிரமாண்டம் தெரியவராது. சமுத்திரம் நிலங்களை விழுங்கும் பிரமாண்டம் கொண்டது. மலைகளைத் தாழ்த்திக் கடல்களாக்கவும், கடல்களை

உயர்த்தி மலைகளாக்கவும் அதனால் முடிந்திருக்கிறது. அது கப்பல்களைக் கவிழ்க்கிறது. இவைகூட கடலினை அறியப் போதுமானவையில்லை.

கடலென்பதே அதன் முழு அம்சங்களையும் புரியவைக்கிற மாதிரியான சொல்லாக இல்லை. மாக்கடல் என்பதுகூட போதுமானதில்லை. ஓரளவேனும் செறிவான சொல் உண்டெனில் அது சமுத்திரம் என்பதுதான். இந்துமாக்கடல் அதன் விசாலத்தைக் காட்டக்கூடியது. ஆனால் இந்துசமுத்திரமே அதன் விசாலம், ஆழம், பயங்கரம், இரகசியங்களின் கொள்கலனாகக் கூடியது.

நிலமொன்றும் நீர் மூன்றுமான விகிதாசாரத்தில் இந்த உலகம் இயைந்ததாகக் கணக்கிட்டிருக்கிறார்கள். நிலம் ஐந்தாகக் கண்டப்படுத்தப்பட்டு உள்ளதுபோல், நீர் ஐந்து சமுத்திரங்களென. இவற்றில் இந்துசமுத்திரமே பெரிது. ஆனாலும் பசுபிக்கும் அத்திலாந்திக்கும் மூர்க்கத்திலும் பயங்கரத்திலும் சற்றுமிதற்குக் குறைந்தவையல்ல. இவற்றின் தன்மைகள் வேறுவேறாக இருக்கும். ஆனாலும் உக்கிரங்கள் சமமானவை. இந்தவகையில் வட, தென் சமுத்திரங்களும் இவற்றிலிருந்து பெரிதாக வேறுபட்டவையல்ல. வடசமுத்திரம் மலைநிகர்த்த அலைகள் கொள்ளவும், மறுபடி பள்ளத்தாக்காய் உட்சுருங்கவுமான தன்மைகளைக் கொண்டிருக்காவிட்டாலும், பயங்கரத்தில் எவற்றினுக்கும் குறைந்ததில்லை. ஒரு கப்பலை அப்படியே நெரித்து சப்பித் தின்னக்கூடியது அது. ஆயிரத்துத் தொளாயிரத்து ஐம்பதில் ஒரு கிரேக்க கப்பலை அப்படியே உறையவைத்து நொருக்கித் தின்றுதீர்த்துவிட்டது வடசமுத்திரம்.

சமுத்திரத்தின் உக்கிரத்தை அதன் மத்தியிலில்லாமல் அறியமுடியாது. கடலம்மா என்று அதனை அழைப்பது அதனைச் சாந்திப்படுத்தும் மீனவர்களின் உபாயம் மட்டுமே.

கலாபன் அப்போது வேலைசெய்துகொண்டிருந்த எம்.வி. செவன் ஸீஸ் கப்பல் சிங்கப்பூர் சென்று சாமான்கள் ஏற்றியபின் திரும்ப மலாக்கா கடல்வழியாக மலேஷியாவின் கிள்ளான் துறைமுகம் சென்றிருந்தது. அங்கே 'டெக் கார்க்கோ' (Deck cargo) எனப்படும் வெளித்தள சாமான்களை ஏற்றியது. பெருமரங்களில் அறுத்தெடுத்த தூண்போன்ற நீண்ட மரக்குற்றிகளாக அவை இருந்தன. அவை பெரிய கம்பிக் கயிறுகளால் நகரமுடியாது இறுக்கிப் பிணைக்கப்பட்ட பின் கப்பல் அமெரிக்கா நோக்கிப் புறப்பட்டது.

தென்சீனக் கடலினுள் கப்பல் பிரவேசித்தபோதே காலநிலை நன்றாக இருக்கவில்லை.

ஒரு கப்பல் சாமான்கள் எதுவுமின்றிக் கடலில் அதன் அதிகுறைந்த தாழ்வுயரத்தில் நின்றுகொண்டிருக்கும். சாமான்கள் ஏற்றிவிட்டால் அது ஆகக்கூடிய பாதுகாப்பான ஆழத்துக்குத் தாழ்ந்துவிட்டிருக்கும். மேற்தள சாமான்கள் அந்த பாதுகாப்பான அளவுக் கோட்டைத் தாண்டிவிடாதபடியே கப்பலில் ஏற்றப்பட வேண்டும். சீரான காலநிலைக் காலங்களில் அந்த அளவைத் தாண்டி பாரங்கள் ஏற்றப்பட்டு கப்பல்கள் செல்லிடத்தை ஆபத்தேதுமின்றி அடைந்த சம்பவங்களும் நடந்திருக்கின்றன. ஆனால் ஒரு நல்ல கப்பல் கப்ரன் அவ்வாறு செய்வதில்லை.

கிள்ளான் துறைமுகத்திலிருந்து புறப்படுமுன் துறைமுக மேடையில் இறங்கிநின்ற வேளை கப்பலின் பக்கப்பாட்டைக் கவனித்திருந்தான் கலாபன். அதன் வெளிப்பக்கமாய் நடுவில் தெளிவாக இடப்பட்டிருந்த அடிக் கோடுகளின் கீழுள்ள பாதுகாப்புச் சிவப்புக் கோடு மறைந்தே இருந்தது. கலாபன் பெரிதாக அதை யோசனையிலெடுத்துக் கவலைப்பட்டுக் கொள்ளவில்லை. அதன் பாரதூரங்கள் அப்போது அவனுக்குத் தெரியாதுமிருந்தன. கப்பலில் முப்பத்தேழு பேர் கூடவிருக்கிறார்கள் என்பது எவருக்கும் அச்சத்தைத் தணிவிக்கிற அம்சம்தான்.

தென்சீனக் கடலைத் தாண்டியதும் கடல் சமுத்திரமாகி விட்டது. பசுபிக்காய் வெளித்துக் கிடந்தது. தன் குமுறலை அது வெளிப்படுத்திய முறையானது, கப்பலைப் பந்தாடப் போவதுமாதிரி இருந்தது. சாமான்களோடு சேர்த்து ஏறக்குறைய முப்பத்துமூவாயிரம் தொன் நிறையிருந்த கப்பலை அது பூப்பந்துபோல எறிந்து விளையாடியது. குமுறும் கடலின் வீச்சையெதிர்த்து கப்பல் ஐம்பதடி முன்னால் நகர்ந்ததெனில், ஓர் அலைவந்து அதனைத் தூக்கி முப்பதடிகள் பின்னால் வைத்துவிடும். கப்பலின் டொக்ஸ்போர்ட் இரட்டைப் பிஸ்ரன் மெயின் என்ஜின் மூசிமூசி வேலைசெய்தது. இயல்புக்கதிமான சக்தியின் வெளிப்படுத்துகையால் எந்திர அறை கொதிக்கத் தொடங்கியிருந்தது.

மூன்றாம் நாளின் மாலை மெல்ல மறைந்து, கறுப்புக்கானதாய் எழுதப்பட்ட அந்த இரவு வந்தது. பசுபிக் சமுத்திரம் பயங்கர வடிவமெடுத்திருந்தது அந்த இரவில். கப்பலையே விழுங்கி ஏப்பமிட அப்படியொரு விறுமாண்டித்தனத்தில் சுழன்றடித்தது. கப்பலில் எங்கெங்கோ என்னென்னவோ பொருட்கள் விழுந்து உருண்டன. சில உடைந்து சிதறின. கலாபனால் தூங்க முடியவில்லை. சரியும் கப்பலில் ஒரு பக்கமாக ஏறும் நீர் மறுபக்கத்தில் வழியும்வரை மேற்தளத்தில் நின்று உருண்டோடி

விளையாடியமை சளசளவெனக் கேட்டது. மரணத்து இருப்பின் ஒலியாய் அது அடிக்கடி கேட்டுக்கொண்டே இருந்தது.

கலாபன் தேவைகள் துரத்த கப்பல் வேலைக்கு வந்தவன். ஆனால் அதற்காக அவன் செத்துவிட முடியாது. செத்துவிடுவதை லேசாக நினைத்துவிடவும் முடியாது. கப்பல் அந்தமாதிரி நிலைகெட்டு ஆடிய பொழுதுகள் மரணத்தின் கூத்தாய் இருந்துகொண்டிருந்தன. அது எப்போது நிற்கும்? எப்போது தூக்கம் கொள்வது? எப்போது அந்த இறுகிய பொழுதுகள் கரைந்து நிம்மதி மூச்சு விடுவது? பசுபிக் சமுத்திரத்துள்ளிருந்து மரணம் தன்னை உற்றுப் பார்த்துக்கொண்டிருப்பதாய் எண்ணி கலாபன் கலங்கியிருந்த நாள்கள் அவை.

பசுபிக் சமுத்திரத்தினுள் பிரவேசித்த ஏழாம் நாள் ஓரளவு சமுத்திரத்தின் ஆர்ப்பரிப்பு அடங்கியது. மறுநாள் அந்தப் பனியும் புகாருமான காலையில் நெடுநாட்களின் பின்னாக சூரியன் காணப்பட்டது. காற்று மெல்ல ஆடியபடி இருந்தது.

ஆனாலும் இன்னும் ஏதோ அசௌகரியம் இருந்துகொண்டே இருக்கிறதே, ஏன்?

வெளியே வந்து பார்த்தபோதுதான் காரணம் தெரிந்தது. கப்பல் ஏறக்குறைய இருபது பாகை இடதுபக்கம் *(starboard)* சரிந்து போய்க்கொண்டிருந்தது. கப்பல் மேற்தளத்தின் இரண்டு பக்கங்களிலும் ஏற்றிக் கட்டப்பட்டிருந்த மரங்கள் கட்டறுத்து வந்து ஒருபக்கமாய்ச் சிதறி ஒதுங்கியிருந்தன. மனித சக்தியால் கட்டைகளை தூக்கி அடுக்கிக் கட்டிவிட முடியாது. கிறேன் தேவைப்படும். அப்போதும் கடல் பயணத்தில் வைத்து அதைச் செய்துவிட முடியாது.

மேலே சுக்கான் அறை*(Wheel house)*யிலிருந்து கப்ரனும் அதைப் பார்த்தான். அது பயப்படவேண்டிய அளவுக்கில்லையென்று கப்ரன் சொன்னதோடு எல்லோருமே நிம்மதியடைந்தார்கள்.

ஆனால் பிரச்சினை போகப்போகத்தான் வலுத்தது. கப்பல் சிறிதுசிறிதாக இடப்பக்கமாய் மேலும் சரிய ஆரம்பித்துவிட்டது. கப்பல் பசுபிக் சமுத்திரத்தில் இன்னும் பாதித் தூரத்தைத் தாண்டவில்லை. ஹவாய்த் தீவுகள் கண்ணிலும் காணவில்லை. ஓரளவு காலநிலையின் சீர்ப்பாடு இருந்தாலும், அதுவொன்றும் மன நிம்மதியைத் தரக்கூடிய அளவுக்காய் இருக்கவில்லை. இரண்டு மூன்று நாட்களில் கப்பல் முப்பது பாகை சரிந்து போனது. கடலின் சாதாரண அலையே கப்பலுக்குள் ஏறி இறங்கவாரம்பித்துவிட்டது. சரிந்த பக்கத்து கீழ்த்தளத்து மாலுமிகளது கபின்களின் வட்டக் கண்ணாடி ஜன்னல்கள் நீருள்

தாழ்ந்தே இருந்தன. சில கபின்களுக்குள் இறுக்கிய ஜன்னல்களின் ஊடாக கடல்நீர் கசிந்தது.

ஒரு கப்பல் அவ்வாறான சமயங்களில் தன்னை நிறுதிட்டப் படுத்துவதற்கான உபாயங்களை இயல்பிலேயே கொண்டிருக்கும். உயர்ந்த பக்கத்தின் கீழேயுள்ள சமனப்படுத்தும் நீர்த் தாங்கிகளில் கடல்நீரை நிறைப்பதன்மூலம் அதை ஓரளவு சரிசெய்ய முடியும். அந்த நீர்த்தாங்கி இன்னொரு வகையாகவும் தொழிற்படும் பொறிமுறை கொண்டது. அந்தத் தாங்கிகளில் நிறைக்கப்படும் நீர் கப்பலொன்று காற்றின் பலத்தால் சரியும்போது, விழுந்த ஒருவரைக் கையைப் பிடித்துத் தூக்கிவிடுவதுபோல், நிமிர்த்திவிடுவதற்கான சூத்திரம் அதிலிருக்கிறது. அந்த முறையைப் பிரயோகப்படுத்தினால் கப்பல் மேலும் தாழ்ந்து வேறுவகை அபாயங்களை எதிர்கொள்ளக்கூடும்.

எண்ணெய்ப் பசை அதிகமான இடமாதலால் கீழே இயந்திரப் பகுதியில் வேலைசெய்ய கலாபனுக்கு இன்னும் சிரமமாக இருந்தது. வேறுபேர் அடி பெரிதாக இல்லையென்றாலும் கீழே விழுந்தெழுந்தார்கள்.

மேலே சுக்கான் அறையில் வேலைசெய்த சாந்தன் கப்பல் சரியாக முப்பத்தைந்து பாகை சரிந்துவிட்டதாக ஒரு மதியச் சாப்பாட்டு நேரத்தில் சொன்னான். அப்போது கூடவிருந்த ஒரு ஸ்பானியன், அப்படியான நேரத்தில் மேற்தள சாமான்களை கடலில் வீசிவிடுவதுதான் வழக்கமென்றான். முன்பு தான் வேலைசெய்த கப்பலில் அவ்வாறுதான் நடந்ததாகவும் தெரிவித்தான்.

கப்ரன் ஏன் அவ்வாறு செய்யவில்லை? எல்லோர் மனத்திலும் ஒரு பயம் உறைய ஆரம்பித்தது.

மறுநாளிலிருந்து அதுவே எவரினதும் பேச்சாகிப் போனது. கடலோடிகள் அவ்வாறு பேசுவது கப்ரன் காதுகளிலும் விழுந்திருந்தது. அல்லாமல் அவனாகவுமே இனி அதுதான் வழியென்று நினைத்துமிருக்கலாம். ஆனாலும் எழுந்தபாட்டுக்கு ஒரு முடிவை அவனால் எடுத்துவிட முடியாது. கப்ரன் கப்பல் தலைமையகத்துக்கு நிலைமையை விளக்கிச் செய்தி அனுப்பினான். எதுவித நடவடிக்கையும் அவனை எடுக்கவேண்டாமென அறிவித்த தலைமையகம், உடனடியாகக் கப்பலைக் கட்டிய கம்பெனியுடன் தொடர்புகொண்டு நிலைமையை விளக்கியது.

சில மணி நேரங்களின் பின் தலைமையகத்தின் முடிவையறியக் காத்திருந்த கப்ரனுக்குப் பதில் வந்தது. அந்தக் கப்பல் நாற்பத்தைந்து பாகைகள் சரிந்தும் பயணக்கூடியதாக

வடிவமைக்கப்பட்டது என்றும், மேற்தள சாமான்களைக் கடலுள் வீசவேண்டியதில்லையென்றும், பயணத்தைப் பயமின்றித் தொடரும்படியும் வந்த பதிலைத் தெரிந்த பிறகுதான் கலாபனாதியோர் நிம்மதி மூச்சுவிட்டார்கள்.

எந்தவொரு பொருளுமே தன்னைத் தக்கவைக்க ஒரு புள்ளியில் நிலைகொள்ளும் ஆற்றல் கொண்டதாகவே இருக்கும். கப்பல் ஒரு மனிதன்போல. அதற்கும் முதுகுத் தண்டு உண்டு. விலா எலும்புகள் உள. மனிதனது நிலைப்பின் தளம் எது? எலும்புக் கூடென்று சொல்லலாமா? ஆம், அதுவேதான். அதுபோலத்தான் கப்பலும். அது நீரில் பயணப்படக் கட்டப் பட்டது. சொல்லப்போனால் கடலின் தன்மை தெரிந்து அதன் விசித்திரங்களுக்குத் தாக்குப் பிடிக்கும் திறன் அதற்குக் கொடுக்கப்பட்டிருக்கிறது.

மனிதர்களின் வாழ்க்கை ஏறக்குறைய இதுபோலத்தான். எதுவும் சாய்ந்துவிடலாம், ஆனாலும் கவிழ்ந்துவிடாது. மனித மனத்தின் அழுகையை அவலத்தைத் தாங்கி நிலைபேறடைய உலகில் ஏதோ ஒன்று இருக்கவே செய்யும். அதற்கான தேடல்தான் அவசியம்.

கலாபனிடத்தில் தெளிவு பிறந்தது.

●

கடலில் தொலைந்த ஒரு நாள்

கடந்த இரண்டு துறைமுகங்களிலும் கலாபனுக்கு மனோகரியிடமிருந்து கடிதம் வரவில்லை. அம்மாவும், நண்பன் சண்முகமும் எழுதியிருந்தார்கள். அவற்றின்மூலம் வீட்டின் மேலோட்டமான நிலவரம் தெரிந்தவளவுக்கு மனோகரியின் மனநிலையைத் தெரியமுடியவில்லை. அவள் அதை வெளிப்படையாய்க் காட்டக் கூடியவளுமல்லள். அவனுக்கு மனத்துக்குள் ஏதோ செய்தது. அவளிடமிருந்து அவனுக்குக் கடிதம் வரவில்லையென்பது ஒரு நிகழ்வல்ல, அவள் உள்ளே எரிந்துகொண்டிருந்ததின் குறியீடுதான்.

தான் கடலோடியாக மாறிய காலத்திலிருந்துதான் தனக்கும் அவளுக்குமிடையில் அவ்வாறான மனஸ்தாபங்கள் உருவாகியிருந்தன என்பதை அப்போதெல்லாம் அவன் அதிகமாக உணரத் துவங்கியிருந்தான். அது ஏனென்றும் அவனுக்குத் தெரிந்தேயிருந்தது. பணம் அதில் ஒரு பகுதிதான். அதை அவனால் உழைத்தெடுத்துவிட முடியும். ஆனால் அவளது விலகலை..? அவன் அவளுக்காக எதையாவது செய்தேயாக வேண்டும். அவள் அவனின் தேவை மட்டுமில்லை, காதலில் தேடியிணைத்த அவனது வாழ்வின் ஒரு பாதியும்.

ஒரு முன்னிராப்போதில் கப்பல் அமெரிக்காவின் கல்வெஸ்ரன் துறைமுகத்தை அணுகி நங்கூரமிட்டது. 8–12 மணிநேர என்ஜின் றூம் கடமையிலிருந்த கலாபன், மெயின் என்ஜினை நிறுத்தும் ஆரவாரங்களெல்லாம் முடிய பத்து

மணிபோல் மேலே வந்தான். சியாட்டில், லொஸ் ஏஞ்சலெஸ், சான்பிரான்சிஸ்கோ, நியூயார்க் என்று பிரபலமான அமெரிக்கத் துறைமுகங்கள்பற்றிக் கேள்விப்பட்டிருந்தவன், கல்வெஸ்ரன் என்ற ஓர் அநாமதேயத் துறைமுகத்தைக் கப்பல் அடைவதில் பெரிய பரபரப்பைக் கொண்டிருக்கவில்லை. என்றாலும், அதுவே அவனது முதல் அமெரிக்க வருகையென்ற வகையில் இயல்பான ஓர் ஆர்வமும் அவனில் தொற்றியிருந்தது.

மின்சாரம் வழங்குவதற்கான ஜெனரேட்டர்கள் மட்டுமே இயங்கிக்கொண்டிருப்பதால் என்ஜின் றூமில் கலாபனுக்கு பெரிய வேலை இனியில்லை. பதினொன்றரைபோல இறங்கி, எண்ணெய் விட்டு, நீர், எண்ணெய் ஆகியனவற்றின் வெப்பம், அழுத்தம் முதலியவற்றை பதிவேட்டில் குறித்துவிட்டு வந்தால் போதும்.

பின்தளத்துக்கு வந்தவன் வீசிய குளிர்காற்றில் உடல் சில்லிட சுத்தமான காற்றின் சுவாசிப்பில் சுகித்துச் சிறிதுநேரம் நின்றுவிட்டுக் கரைநோக்கிய திசையில் பார்வையை எறிந்தான். துறைமுகம் இன்னும் தூரத்திலேயே இருந்தது. வரிசையான விளக்கு வெளிச்சங்கள். அவ்வெளிச்ச வரிசைகளிடையில் தெரிந்த சிகப்பு, நீல, பச்சை நிற ஒளிப்புள்ளிகள் மனத்தை கிளுகிளுப்படையச் செய்தன. அவை ஒரு கடலோடிக்கு மது, மாது, நடனங்களின் குறியீடுதான். ஆயினும் இனி கட்டுப்பாட்டோடு இருக்க அவன் ஏற்கனவே முடிவுசெய்திருந்தான். அதனால் மனம் பெரிதாகக் கிளர்ந்து எம்.வி.ஜோய்18 காலத்தைப்போல் அட்டகாசம் செய்யவில்லை.

சிறிதுநேரம் அவ்வாறே நின்றிருந்திருந்தவனின் பார்வை ஒரு விசித்திரத்தை அவதானித்தது. கரை உயர்ந்தும் தாழ்ந்தும் ஆடிக்கொண்டிருந்தது. கப்பல் வாழ்வின் அனுபவம் அவனுக்கு வெகுவாக இல்லையெனினும், அந்த இரண்டு வருஷங்கள் கப்பலின் மேல்கீழானதும், பக்கப்பாடுகளிலானதுமான அசைவுகளுக்கு அவனைப் பழக்கப் படுத்தியிருந்தன. அதனால் கப்பலின் அசைவுகளை உணர்தல் அரிதாகி, பார்க்கும் வெளியே அசைவதுபோல் பிரமையுறுதல் வாய்த்திருந்தது. அசையும் பொருளை அசைவற்றதாய் நினைத்து, அசையாப் பொருளின் அசைவை அனுபவிக்கும் அந்த மாயத்தின் கணங்கள் அவனுக்குப் பிடித்திருந்தன.

பயண காலத்தில், அதாவது மெயின் என்ஜின் வேலைசெய்யும் பொழுதுகளில், ஓர் என்ஜினியரோடு அவன் வேலை செய்ய வேண்டியிருக்கும். நான்கு மணிநேர வேலைக்குப் பிறகு எட்டு மணிநேர ஓய்வு என இரவும் பகலுமாக இருந்த அந்த வேலைப்

பகுப்பு, நாள் முழுவதும் வேலைசெய்வதுபோன்ற அலுப்பைச் செய்ததெனினும், அது ஒரு காலத்தின் விரைவுக்கூற்றினைக் கொண்டிருந்ததை அவன் உணர்ந்திருக்கிறான். ஆனால் அதுவே அவ்வேலைப் பகுப்பின் முக்கியமான அலகு அல்ல.

என்ஜின் றூம், செல்லவேண்டிய இடத்தைத் துல்லியமாகக் கண்டு செலுத்துவதற்கான பிறிஜ் எனப்படும் சுக்கான் தளம் ஆகியவற்றில் உள்ள வேலைகள் கப்பல் பயணத்தின்போது கூடுதலான கவனத்தைக் கோருபவை. 24–04 மணிநேர கண்காணிப்பு வேலையானது கப்பலில் சகலரும் உறங்கிக் குறிப்பிட்ட இந்த இடங்களிலுள்ள நால்வர் மட்டும் உறங்கா திருக்கிற காரணத்தால் இரவுக் கவனம்கூடிய காவலெனவே படுகிறது. அதிகூடுதலான வெப்பசக்தியைப் பிறப்பிக்கும் கீழேயுள்ள என்ஜின் தளத்தில் சில தருணங்களில் நிகழும் எண்ணெய்க் கசிவுகள் தீ நாக்குகளை சட்டெனப் பரப்பியோ, அமுக்க விசைகளின் எதிர்பாராத மாறுபாட்டால் உபகரணங்கள் வெடித்துச் சிதறியோ கப்பலையே அபாயத்துள்ளாக்கிவிடும் சாத்தியங்கள் எப்போதும் இருக்கின்றன.

அதுபோல் மேலே பிறிட்ஜில் இருக்கக்கூடிய கவனப் பிசகால், தரைவழியின் வாகன விபத்துக்கள்போல், கடலிலும் கப்பல்களின் மோதுகைகள் நிகழக்கூடும். மேலும் கடலில் தலைதூக்கி நின்றிருக்கும் குன்றுகள் கப்பலின் அடித்தளத்தையே கீறிச் சிதைத்து அதனை கடலுள் அமிழ்த்திவிடும் அபாயமும் இருக்கிறது. இரவில் பிறிட்ஜின் இருளினுள்ளிருந்து எதிரே வெளிச்சப் புள்ளி ஏதாவது தெரிகின்றதா என்ற கப்பல் அதிகாரியினதும் கூடப் பணிசெய்பவரினதும் அவதானிப்பின் தீவிரமே மறுநாள் கப்பலின் இருத்தலைப் பலவேளைகளில் உறுதிசெய்கிறது.

அவ்வாறு பல விபத்துகளை கடல்வர்த்தக வரலாறு தன்னுள் கொண்டிருப்பதை அயல்மொழிச் சஞ்சிகைகளிலிருந்து கலாபன் நிறையவே அறிந்திருக்கிறான். அதனால் பகலில் நான்கு, இரவில் நான்கு மணியான வேலைப் பகுப்பு அந்த உஷார்நிலையின் அனுகூலத்தைக் கொண்டிருப்பதை அவன் புரிந்திருந்தான்.

மறுநாள் அதிகாலையில் என்ஜின் புறப்படத் தயாராக்கப் பட்டது. துறைமுக பைலட் வந்ததும் கப்பல் துறைமுகத்துள் நுழைந்தது. சிறிதுநேரத்தில் கப்பலும் மேடையில் நிறுத்தப்பட்டு பெருவடங்களில் பிணைக்கப்பட்டாயிற்று. வெளியே காத்திருந்த ஏஜன்ற் உள்ளே வந்ததும் கடிதங்களும் பணமும் பெறும் ஆரவாரம் மாலுமிகளிடையே வெகுத்தது. கடிதத் தகவல்களின்

துக்கமோ மகிழ்ச்சியோ விளைத்த உணர்வுக் கோலங்களுக்கான போதைகொள் சடங்குகள் ஆரம்பமாகின. மதியத்தின் மேல் அவையும் அடங்கின.

கலாபனுக்கு அந்தத் துறைமுகத்திலும் மனோகரியின் கடிதம் வந்திருக்கவில்லை. இனி அவனே காதலின் பாடல்களை மீண்டும் இசைக்காதவரை அவனுக்கு அவளிடமிருந்து கடிதம் வரப்போவதில்லையென்பது தீர்மானமாகிற்று. அவ்வாறான ஒரு கடிதத்தை அன்றிரவு வேலைநேரத்தில் கீழேயிருந்து எழுத அவன் முடிவெடுத்தான். மறுநாள் 'கட்'டில் சேரும்படியாய் அனுப்பிவிடுவது அவனது முடிவு.

வேலைநேரத்துக்கு முன் நகரைப் பார்த்துவர ஆறு மணியளவில் புறப்பட்டவன் கப்பல்காரர்களைத் தேடி கார்களில் சென்றுகொண்டிருந்த சில வெண்நங்கையரின் பார்வைகளை அநாயாசமாக விலக்கிக்கொண்டு ஒரு சிவப்பு விளக்குகள் சிறப்புற விரிந்துகொண்டிருந்த லா மெக்ஸிக்கோ என்ற ஒரு பாருக்குள் சென்றான்.

உள்ளே குடிவகைகளின் விலை வெளிச்ச எழுத்துக்களில் மின்னியது. ஒரு பியர் மூன்று டொலர்களாவென அதிர்ச்சி விளைந்தாலும், அமெரிக்காவிலும் ஒரு பாருக்குச் சென்றதாக இருக்கட்டுமேயென ஒன்றிரண்டு பியர்களைக் குடிக்க எண்ணினான்.

உள்ளே சிகரெட் புகையும் இசையும் பேச்சுச் சத்தங்களும் உரசல்களும் நிறைந்திருந்தன.

ஒரு பியர் போத்தலை வாங்கிக்கொண்டு தூர ஓரிடமாய்ச் சென்றமர்ந்தான். ஒரு பக்கத்தில் தலையுயரத்துக்கு மேலேயுள்ள ஒரு திரையில் 8 எம்.எம். புரஜெக்டர் ஒன்று புணர்ச்சியின் உச்சகட்ட இயக்கத்தைச் சத்தமின்றி விரித்துக்கொண்டிருந்தது.

அங்கிருந்து வெளியேற கலாபன் தன்னுடன் ஒரு யுத்தத்தையே நடத்தவேண்டியிருந்தான். விரைவில் அங்கிருந்து கிளம்புவதின் மூலம் அந்த யுத்தத்தில் அவன் வென்றான். வெளியே வந்தவன் மகளுக்காக விலைகூடியதானாலும் ஒரு சட்டை வாங்கிக்கொண்டு வேலைநேரத்துக்கு முன் கப்பலுக்குத் திரும்பினான். காமவிழைச்சலிலிருந்து அந்தமுறை தன்னைக் காத்துக்கொண்டது கலாபனுக்குச் சந்தோஷமாக இருந்தது. அன்று அவன் எழுதவிருந்தது ஒரு காதல் கடிதம்.

கலாபன் வேலை முடிந்து மேலே வந்தபோது சாப்பாட்டு அறையில் ஒரு துறைமுகத் தொழிலாளி செக்ஸ் படப்

புத்தகங்களும் போட்டோக்களும் விற்றுக்கொண்டிருந்தான். ஒரு டொலருக்கு விற்கப்பட்ட நிர்வாண நங்கையரின் ஈரடிநிலைப் படங்களில் இரண்டை நண்பர்களுக்கு அனுப்பும் எண்ணத்தோடு வாங்கிக்கொண்டான்.

மறுநாள் காலையில் கப்பல் துறைமுகத்திலிருந்து புறப்பட்டு விட்டது. அவனால் தன் காதலின் எழுத்துக்களைப் பறக்கவிட முடியவில்லை. மீண்டும் மலேஷியா என்று பேச்சாக இருந்தது.

மாறிமாறி ஏற்பட்ட அலைவீச்சும், அமைதியானதுமான சூழ்நிலைகளில் கப்பல் பயணித்துக்கொண்டிருந்தது.

கப்பல் பயணத்தைத் தொடங்கி மூன்று வாரங்களாயிற்று. தன் மனைவியின் பிறந்தநாள் இன்னும் சில தினங்களில் வரவிருப்பது அவனுக்கு ஒரு திடுக்காட்டத்தோடு ஞாபகமானது. கடிதத்தைக்கூட அடுத்த துறைமுகத்திலிருந்து அனுப்பிவிடலாம், ஆனால் பிறந்தநாளை கப்பல் அமெரிக்காவில் நின்றபோதே நினைவுகொண்டு ஒரு வாழ்த்து மடல் வாங்கி அனுப்பாது போனமைக்காக கலாபன் தன்னை நொந்துகொண்டான். பாருக்குச் சென்று இரண்டு மணத்தியாலங்களைச் செலவிட்ட நேரத்தில் அதை அவனால் எளிதாகச் செய்திருக்க முடியும்.

மனோகரி ஒரு ஆனி 21இல் பிறந்திருந்தாள். அதற்கு இன்னும் இரண்டே தினங்கள் இருந்தன. அன்று பத்தொன்பது வெள்ளிக்கிழமையாதலால் அவளது பிறந்தநாள் ஞாயிறில் வரும். அந்த மாதிரி முந்திய கடல்பயணக் காலங்களில் தான் அவளது பிறந்தநாளை நினைத்திருக்கவில்லையென்கிற ஞாபகம் அவனது மனத்தை உறுத்தச் செய்தது.

பசுபிக் சமுத்திரம் அமைதி தோய்ந்து கிடந்தது. தூரகிழக்கை நோக்கிய பயணத்தின் சில நாட்களின் பின்வந்த இரவுகளின் வேலைநேரங்கள் ஒரு மணிநேரம் கூடுதலாகக் கழிந்துகொண்டிருந்தன. அதாவது அவ்வேலைநேரங்களின் அய்ந்து மணிநேர வேலை நான்கு மணிநேரமாகக் கணிக்கப்பட்டது.

சனி இரவு எட்டு மணிக்கு வேலை தொடங்கி தன் அய்ந்து மணிநேர வேலை முடிந்து கலாபன் மேலே வந்தபோது பன்னிரண்டு மணி. பின்புற மேற்தளத்தில் அந்தக் குளிர்காலம் சமீபித்திருக்கும் இரவிலும் பல்வேறு நிகழ்வுகளையும் உறவுகளையும் நண்பர்களையும் நினைத்தபடியே நின்று சிகரெட் புகைத்தான். மேலே பிறை வடிவில் நிலா தொங்கிக் கொண்டிருந்தது. நட்சத்திரமேதுமற்ற நீலமாய் வானம். மேகம்கூட திரண்டிருக்கவில்லை. அந்தளவு நிர்மலம்! நிர்மலம் என்பதன் அர்த்த பரிமாணக் காட்சியும் காலமும்.

விடிந்தால் மனோகரியின் பிறந்தநாள். குதூகலத்தோடேயே படுக்கப் போனான்.

வழக்கம்போல் காலையில் ஏழரை மணிக்குத் தன்னை எழுப்பத் தட்டப்படும் கதவுச் சத்தத்தின் முன்னரே எழுந்துவிட்ட கலாபன், மாலுமிகள் மெஸ்சுக்கு வந்தான். ஞாயிறானதால் நிறைந்துபோய்க் கிடந்து கலகலத்துக்கொண்டிருக்கும் இடம் சாதாரண நாள்போல வெறித்துப்போயிருந்தது. அவனுக்கு அது ஆச்சரியமாக இருந்தது. மெஸ் புரிசாரகன் அக்பர் வர கேட்டான். அவர்தான் சொன்னார், இன்றைக்கு ஞாயிறு இல்லையேயென.

ஞாயிறு இல்லையாவென அவன் குழம்பினான். 'அப்போ, நேற்று சனிக்கிழமை இல்லையா?'

'நேற்று சனிக்கிழமைதான். ஆனால் இன்றைக்கு ஞாயிற்றுக்கிழமையில்லை.' அக்பர் விளங்கப்படுத்தினார்: 'கிறீன்விச்சுக்கு மேற்குநோக்கிய பயணத்தில் வேலைநேரம் கூடிக்கொண்டு போகும். கிழக்குத் திசைப் பயணத்தில் அது குறைந்து குறைந்து வரும். இதனால் மேற்குத் திசைப் பயணத்தில் ஒரு நாள் இல்லாமலாகும். அதுபோல் கிழக்குத் திசைப் பயணத்தில் ஒரு நாள் அதிகமாகும். இந்தப் பயணத்தில் சனியின் பின் வரவேண்டிய ஞாயிறு கரைந்துபோய்விட்டது. நீதான் பார்த்திருப்பாயே, போனமுறை மலேஷியாவிலிருந்து நாங்கள் அமெரிக்கா போனபோது அடுத்தடுத்து இரண்டு செவ்வாய்கள் வந்திருந்தன, ஞாபகமா?'

கலாபன் ஆமென்று தலையசைத்தான். இப்போது நிலைமை அவனுக்குப் புரிந்தது.

'பசுபிக்கில் அலையும் அமைதியும் பயங்கரமும் அழகும் மட்டுமில்லை, கலாபன், அதிலே ஒரு குறிப்பிட்ட இடத்தில் சர்வதேச நாட்கோடும் வரையப்பட்டிருக்கிறது. கப்பல் பயணங்களின்போதுதான் பெரும்பாலும் நாளின் இந்த நிதானமான மாற்றம் கவனப்படும். விமானப் பயணத்தில் இந்தக் கோட்டைக் கடக்கும்போதுமட்டுமே நாள் மாற்றம் சடுதியில் புலனாகிச் சடுதியில் மறைந்துவிடும். இந்த இன்ரர்நேஷனல் டேற் லைனை மேற்கிலிருந்து கடந்தால் ஒரு நாளை நீ இழப்பாய். கிழக்கிலிருந்து கடந்தால் அதிகமாய்ப் பெறுவாய். இழப்பதும் ஒரு தோற்றமாகவே இருக்குமே தவிர உண்மையில் அவ்வாறு நடப்பதில்லை. எல்லாம் ஒரு ஏற்பாடுதான்,' கூறிவிட்டு அக்பர் அப்பால் நகர்ந்தார்.

அக்பர் ஒருநாள் குறைந்துவிடும் என்றுதான் கூறினார். ஆனால் அவனோ ஒரு நாளைத் தொலைத்திருக்கிறான். அவனது மனைவியின் பிறந்தநாள் கடலில் தொலைந்திருக்கிறது. வாழ்வின் நேரம் இழக்கப்படாமல் நாள் தொலையும் அந்த அதிசயத்துடன் சாப்பிடாமலே என்ஜின்அறை சென்ற கலாபனை, 'என்ன கலாபன், சோகமாக இருக்கிறாய்? வீட்டு நினைப்பா?' என்று கேட்டான் என்ஜினியர். கலாபன் சிரித்து மழுப்பினான். அவனுக்குத்தான் அந்த இழப்பு புதுமையும் துக்கமும். அவனது கிரேக்க என்ஜினியருக்கு அது ஏதுமற்றது.

●

இந்தியாவை கடல் விழுங்கியது

கஷ்டமென்பது உறுதலில் அடையப்படுவ தில்லை. அதற்கொரு உளவியல் இருக்கிறது. கஷ்டத்தைக் கஷ்டமாக நினைக்காவிட்டால், கஷ்டமென்பது கஷ்டமாகத் தெரியாது என்று சீனப் பெருஞானியான தாவோ சொல்வான். தாவோ கடவுளில்லை, மனிதனில்லை, ஒரு கருத்துருவம் என்கிறது நவீன சிந்தனை. காலத்தின் ஓட்டத்தோடு எல்லாம் அறிந்துகொண்டு கலாபன் தாவோ ஞானத்தில் தன் வாழ்க்கையை வகுத்துக்கொண்டிருந்தான். கண்டது கற்றுப் பண்டிதனாகும் வித்தை அவனுக்குத் தெரிந்திருந்தது.

கலாபன் அந்த இரண்டாவது கப்பலில் ஏறிய பின்னான நான்கு தடவைகளில் இரண்டு லட்சம் ரூபாவரை மனோகரிக்கு அனுப்பிவிட்டிருந்தான். அதில் கடனடைக்க வேண்டியது போக மீதியை வீட்டுப்பணிக்கான சேமிப்பாயிருந்தது. அந்த நிம்மதி அப்போதைக்கு அவனுக்குப் போதும். தனது மனத்தில் விழுந்திருக்கும் நிம்மதியின் அளவை மனோகரி எழுத்துக்களால் காட்டிக்கொண்டிருந்தாள்.

ஊரிலே நல்ல ஒரு காணி விலைக்கு வந்திருக் கிறது, மலிவாக வாங்கிக்கொள்ளலாமெனத் தாயார் எழுதியதற்கும், தனக்கு அப்போதைக்கு வீடு கட்டுவதே முக்கியமானதென்று அவள் மனம் நோகாதவாறு பதிலளித்துவிட்டான். அவனது ஒவ்வொரு மூச்சிலும் வீடுகட்டும் தீர்மானம் இருந்துகொண்டிருந்தது. அது, சீர்

சிறப்பு எதுவுமில்லாமல் அவனோடு ஓடிவந்தவளின் வாழ்க்கை குடிசை வாழ்வாகச் சீரழிந்ததென்ற வசை வந்துவிடக்கூடாது என்பதனாலுமாகும்

அதற்காக அவன் வெல்லவேண்டியிருந்தவை தன்னையும், தனது ஆசைகளையும் மட்டுமாயிருக்கவில்லை, தனது பயத்தையும்கூட வாகவே இருந்தது. பூனையை மடியில் கட்டிக்கொண்டு பயணம் தொடங்குவதுபோல, மரணத்தை அருகிலே வைத்துக்கொண்டுதான் வாழ்க்கைக்கான ஆதாரங் களைத் தேடவேண்டியிருந்த தொழிலாக இருந்தது அது. இன்னொருவகையில் மரணமென்பது எவரது அருகிலில்லை என்றும் யோசிக்க முடியும். ஆனால் நீண்ட காலத்துக்கு குடும்பத் தின், நெருங்கிய உறவுகளின் பிரிவை விளைவித்துவிடும் அந்தத் தொழில்தான் மரணத்தின் நினைப்பை முதன்மையானதாய் நிறுத்திவிடுகிறது.

அது ஒரு தொழில்தானா என்றும் அவனுக்குள் கேள்வியுண்டு. அது ஒரு பொருள் தேடலின் யாத்திரை என்றுதான் அவனது நண்பன் சாந்தன் ஒருமுறை சொன்னான். ஒப்புக்கொண்டபோதில் பி.ஓ.ரி. லண்டன் பரீட்சை எடுத்து அங்கு வேலைபார்க்கும் தனது பிரதம பொறியாளருக்கும் அது யாத்திரைதானாவென்ற வினாவெழுந்தது. கப்பலின் கப்ரன் தனது நாடாகிய கிரேக்கத்தில் லண்டன் படிப்புக்கிணையான பட்டம் பெற்றவன். ரோலாண்டோ சர்வதேச அங்கீகாரமுள்ள ஒரு லண்டன் கல்வி நிலையத்தில் ரேடியோ அலுவலர்த் தகுதி பெற்றிருந்தவன். ஒரு நாட்டின் துறைமுகத்துக்குள் ஒரு கப்பல் நுழையவேண்டுமெனின், கப்பல் அதிகாரிகள் அங்கீகரிக்கப்பட்ட ஒரு கல்வி நிறுவனத்தில் தமது பதவிக்குரிய தகுதிச் சான்றிதழ் பெற்றிருப்பது அவசியம். இவை நினைவாகி சாந்தனின் கருத்தை கலாபனிடத்தில் தகர்த்துவிடும். பின்னர் தன்போன்ற உடலுழைப்பை மட்டும் மூலதனமாகக் கொண்டோருக்கு அது யாத்திரையாக இருந்தாலும், கல்வி வழியில் பட்டங்கள் பெற்று அதை அடைந்தவர்களுக்கு தொழில்தானென்று அவன் முடிவு செய்திருந்தான்.

அவனுக்கு அப்போது 4-8 மணி நேர வேலையாகியிருந்தது. இரண்டாவது என்ஜினியரோடு வேலைசெய்தான். எட்டு மணிக்கு வேலை முடிய தொடர்ந்து பன்னிரண்டு மணிவரை மேலதிகமாக நான்கு மணிநேர பகல் வேலையும் செய்தான். கைநிறையத்தான் உழைத்தான். உழைத்ததை ஊதாரித்தனமின்றி மனைவியின் வங்கிக் கணக்குக்கு அனுப்பினான். வீட்டுச் செலவுக்குத் தேவையான பணத்தைமட்டும் எடு, மீதி வங்கியிலேயே இருக்கட்டுமென்று

ஒவ்வொரு தடவை பணம் அனுப்புகிறபோதும் அவன் தவறாது கடிதத்தில் குறிப்பிட்டுக்கொண்டே இருந்தான்.

இரண்டாவது என்ஜினியரோடு பழக்கம் அதிகமாகி யிருந்ததில் இன்னும் இரண்டு மூன்று மாதங்களில் ஒரு மாத விடுப்பில் வீடு போய்விட்டு அதே கப்பலுக்குத் திரும்பிவருகிற வாய்ப்பும் அவனுக்கு ஏற்பட்டிருந்தது. அதனால் தன் ஆசைகளை அடக்கிக்கொண்டு ஒரு துறவிபோல் நாட்களைக் கடத்திக் கொண்டிருந்தான்.

சமுத்திரங்கள் எது பெரியது, எது பயங்கரமானது என்பதை அறிய தமக்குள்ளேயே முட்டி மோதிக்கொள்ளுமென்று அவன் கற்பனையில்கூட யோசித்ததில்லை. ஆனால் அந்தமுறை தூரகிழக்கிலிருந்து கப்பலின் தென்னாபிரிக்காவைநோக்கிய பயணத்தில் இந்துசமுத்திரமும் அத்திலாந்திக் சமுத்திரமும் சேரும் தென்னாபிரிக்காவின் கீழ் முனையில் வானை முட்டுமளவுக்கு அலைகள் எழுந்து விழுந்துகொண்டிருந்தன. பதினைந்தாம் நூற்றாண்டில் ஆபிரிக்க முனையைச் சுற்றி ஆசியாவை, குறிப்பாக இந்தியாவை, அடைய எடுத்த அத்தனை கடற் பயண முயற்சிகளும் இடைமுறிந்து போய்விட, 1492இல் வாஸ்கோடாகாமா என்பவனின் முயற்சிதான் வெற்றிபெற்றது. கடந்து செல்ல முடியாது என்றிருந்த பயங்கரமான தென்னாபிரிக்க முனையைக் கடந்து அவன்தான் அதற்கு நன்னம்பிக்கை முனையென பெயரிட்டான். ஆயினும் நன்னம்பிக்கை முனை நம்பிக்கைகளைச் சிதறவைக்கும் முனையாகவே அன்றுவரை இருந்துகொண்டிருந்தது.

அவை எச் சமுத்திரத்தின் அலைகள்? நிலக்கூறுகள்போல சமுத்திரத்தைக் கூறுபோட்டுவிட முடியுமா? பூகோளம் சொல்லிற்று அது இந்துசமுத்திரத்தின் ஆகக்கூடிய தென்பிராந்தியமென்று. ஆனால் அத்திலாந்துச் சமுத்திரம் அதனை ஓடஓட விரட்டிவிட்டு அந்த இடத்தில் தான் அமர்ந்துவிடுவதைப்போன்ற அத்தனை மூர்க்கத்தில் இரைந்து பாய்ந்துகொண்டிருந்தது. விலகியோடிய இந்து சமுத்திரமும் சளைத்திருக்கவில்லை. ஓடி ஒதுங்குவதாய்ப் போக்குக் காட்டிவிட்டு மறுபடி பன்மடங்கு வேகத்தோடும் வலிமையோடும் திரும்பப் பாய்ந்துகொண்டிருந்தது. நேர்நேர் மின்காந்த அணு மேகங்களின் மோதுகையில் மின்னல் பிறப்பதுபோல், இரு சமுத்திரங்களின் நேர்நேர் மோதுகையில் பிரளயம் பிறந்தது. அந்தப் பிரளயத்தில் கப்பலும் கப்பலும் மோதும் கடல் விபத்துக்கள் நடந்தன. கப்பல்கள் சில நொறுங்கி மூழ்கின. கடற் பயணத்தில் சாத்தியமாகக்கூடிய அத்தனை அழிவுகளும் அந்தத் தென்னாபிரிக்க முனையில் சம்பவித்தன.

அங்கேதான் தமிழ் கொஞ்சம் பேசத் தெரிந்த, தமிழ்ச் சினிமாப் பாட்டுக்களையே வானொலியிலும் ரேப் ரிக்கோர்டரிலும் கேட்கிற ஒரு தமிழ் ராக்ஸி ட்ரைவரை அவன் சந்தித்ததும். அந்நாளில்தான் காந்தி நடந்த தெருக்கள் என்றும், காந்தி வசித்த வீடென்றும் சில இடங்களையேனும் தொர்ராஜ் (துரைராஜாவாக இருக்கலாம்) என்ற அந்த ராக்ஸி ட்ரைவர் அவனுக்குக் காட்டினான்.

சில தினங்கள் டர்பன் துறைமுகத்தில் தங்கிய பின் கப்பல் மறுபடி அத்திலாந்திக் சமுத்திரத்தைக் கிழித்துச் செல்லும் அமெரிக்கப் பயணத்தை மேற்கொண்டது. முதலில் வடஅமெரிக்காவென்றும், பிறகு அங்கிருந்து ஜப்பானென்றும் அறியவந்தது.

கப்பலில் ஒஃபீசர் மெஸ், குறூ மெஸ் என்று இரண்டு சாப்பாட்டு இடங்கள் உண்டு. ஒஃபீசர் மெஸ்ஸில் சாப்பிடுகிற மார்க்கோனி சாப்பாடு முடிய குறூ மெஸ்சுக்கு வந்துவிடுவான். கலாபன் ஆதியோருடன் நல்ல ஒட்டுதலிருந்தது அவனுக்கு. கப்பல் பயணங்கள்பற்றிய செய்திகள் பரிமாறப்படுகிற இடமும் வேளையும் அதுதான். அவன்மூலமாகவே பயண விபரங்கள் கலாபன் ஆதியோருக்குத் தெரிய வந்துகொண்டிருந்தன.

பெரும்பாலும் அதிவிசேஷங்களின்றியே அமெரிக்கத் துறைமுகமான சியாட்டிலை நோக்கிய கடற்பயணம் இருந்தது. சியாட்டில் பசுபிக் சமுத்திரத்தின் வாடைகூட எட்டாத இடத்தில் இருந்தது. ஆனாலும் ஜூவான் டி புகா என்ற தொடுவாயினூடாக அதன் தாக்கம் உள்ளே வந்துகொண்டிருக்கவே செய்தது. கடலற்ற சியாட்டில் துறைமுகத்தின் கப்பல்பாதை ஜூவான் டி புவாதான்.

துறைமுகத்துள் புகுந்த எம்.வி. செவன் ஸீஸ் அதேயளவு பிரமாண்டம் கொண்ட எம்.வி. சந்திரகுப்த என்ற இந்தியக் கப்பலின் பின்னால் கட்டப்பட்டது. இரண்டொரு நாட்களுக் குள்ளேயே அங்கு வேலைசெய்த ஒரு தமிழ் கப்பலோட்டியோடு பழக்கமேற்பட்டு, கலாபனும் மற்றுமிரு இலங்கையரும் அந்தக் கப்பலுக்கு ஒருமுறை சென்று வந்தனர்.

கலாபன் வேலைசெய்த எம்.வி. செவன் ஸீஸின் வசதிகள் எம்.வி. சந்திரகுப்தவில் இல்லாவிட்டாலும், அது கலாபனுக்கு மிகவும் பிடித்துப்போயிருந்தது. இந்தியாவே அந்தக் கப்பலுக்குள் வாழ்வதுபோன்ற பிரமையிலிருந்தான் அவன். பல்வேறு இந்தியத் தேசிய இனங்கள் வேலைசெய்த கப்பலாக அது இருந்தது. பஞ்சாபி, மலையாளி, தமிழர் வங்காளி, குஜராத்தியென அத் தேசிய இனக் கலப்பு மிகுந்த

சந்தோஷத்தைக் கொடுத்தது. மேல்நாட்டு நங்கையரையே பார்த்தலுத்த கண்களுக்கு சேலையுடன் நடமாடிய இந்தியக் கப்பல் அதிகாரிகளின் மனைவியர் விரகமற்ற குளிர்ச்சியை மனத்துக்கு அளித்தனர். அவர்களது குழந்தைகள்வேறு காண்போரின் குடும்பத் தவனங்களை சாந்திப்படுத்துவனவாய். அங்கே ஒரு திரைப்படக் கூடமொன்றும் இருந்தது. கலாபனாதியோர் சென்ற பொழுதில் மிதுன் சக்கரவர்த்தி நடித்த ஒரு இந்தித் திரைப்படம் காண்பிக்கப்பட்டுக்கொண்டிருந்தது. தமிழ்ப் படமும் சிலவேளை காண்பிப்பார்களென்று சொன்னான் தமிழ்க் கடலோடி. கலாபனின் கப்பலிலுள்ள மொத்தத் தொகையே முப்பதுக்குள்தான். ஆனால் இந்தியக் கப்பலில் எழுபத்தாறு பேர்கள் இருந்தார்கள். போதையாயிருந்த ஒரு பொழுதில் லால் பெரேரா சொன்னான், எம்.வி. சந்திரகுப்தவுள் ஒரு 'சிமோல் இந்தியா'வே இருப்பதாக.

மனம் களித்துக்கொண்டிருந்தபோதில் காலநிலை சீர்கேடடைந்து கொண்டிருந்தது. ஜுவான் டி புவாவை ஊடறுத்து கடலின் கொந்தளிப்பு சியாட்டில் துறைமுகத்தை தாக்கிக்கொண்டிருந்தது. அந்தமுறை கடற்பயணம் ஓர் உயிரச்சத்தை ஏற்படுத்தப் போவதாக அவரவர் மனங்களே சூசகம் சொல்லிக்கொண்டிருந்தன.

ஆனாலும் திட்டமிட்டபடி குறிப்பிட்ட நாளிலும் நேரத்திலும் எம்.வி. சந்திரகுப்த புறப்பட்டது. சிறிதுநேரம் கழித்து எம்.வி. செவன் ஸீஸ் வெளிக்கிட்டது.

ஏறக்குறைய பசுபிக்கை குறுக்காகப் பிளந்து ஓடும் பயணமது. இந்தியக் கப்பலின் பயணமும் ஜப்பான்தான் என்றறிந்ததால், முன்னே கடல்வெளியில் பார்வை படும்படியாக அது சென்றுகொண்டிருந்தமை ஒரு மனத்தைரியத்தை செவன் ஸீஸ் கடலோடிகளுக்கு அளித்திருந்தது.

இரண்டு நாட்களாயின ... மூன்று நாட்களாயின ... கடல் தன் போக்கில் மாறவேயில்லை. நீண்ட இராக்காலம்கொண்ட பருவமான அது, மேலும் திணிந்து திணிந்து பகலையும் ஆக்ரமிக்க ஆரம்பித்துவிட்டது. பகல் பதினொன்றுக்கும் இரண்டு மணிக்குமிடையில் சிறிது சூரியக் கதிர் தெரிந்தது. பின்னால் இருட்டும் குளிரும் காற்றும்தான். இந்த நிலையில் தூரத்தே சென்றுகொண்டிருந்த எம்.வி. சந்திரகுப்தவின் மங்கிய தோற்றமும் ஒருநாள் காணாமல் போயிற்று.

கப்பல் ஊழியர்கள் கலகப்பட ஆரம்பித்தார்கள். அதே மார்க்கத்தில் தொடர்ந்தும் பயணம் செய்வதால் ஏற்படக்கூடிய

தமது வசதியீனங்களை எண்ணாமல், எண்ணெய்ச் செலவை மீதமாக்கவும் குறிப்பிட்ட தேதியில் ஜப்பானை அடையவுமாக கப்ரன் அவ்வாறு நடந்துகொள்கிறானென்ற புகார் எல்லார் வாயிலும் எழுந்துகொண்டிருந்தது. அதிகாரி நிலையிலுள்ளோர் அவ்வாறு வெளிப்படையாகச் சொல்லவில்லையே தவிர எண்ணாமலும் இருந்திருப்பார்களா என்பதை அறுதியிட முடியவில்லை. சாதாரண கப்பல் ஊழியர்கள் வெளிப்படப் பேசினார்கள்; தங்கள் கோபத்தை வெளிப்படக் காட்டினார்கள். கப்ரனுக்கு ஏவல் செய்வதற்காயிருந்த பரிசாரகன் பணிவிடை செய்ய நேரத்தை இழுத்தடித்தான்.

அந்தக் காலநிலையில் இன்னும் எத்தனை நாள் பயணம் தொடரக்கூடும் என்பதைச் சொல்லக்கூடிய மார்க்கோனியும் கீழே வருவதை நிறுத்திவிட்டதில், கலாபன் போன்றோரால் சேதி எதையும் அறியமுடியாது போய்விட்டது. தகவலெதுவும் அறிய முடியாத நிலையில் பயம் மேலும் மேலும் வளர்ந்துகொண்டிருந்தது. மேலும் ஒரு கிழமை ஆகியது. கப்பல் பயணத்தின் திசை சிறிதுகூட மாறவில்லை. கடலோ தன் கடூரம் கொஞ்சமும் குறையாமல் இருந்துகொண்டிருந்தது.

ஒரு மதியத்தில் குறூ மெஸ் பக்கமாக கப்ரன் வந்தபோது, வழக்கம்போல் யாரும் வந்தனம் சொல்லவில்லை. நிமிர்ந்து பார்க்கவுமில்லை. அவன் வந்ததான பாவனையே காட்டவில்லை.

சிறிதுநேரம் நிலைகுத்தி அங்கேயே நின்று அவர்களைப் பார்த்தபடியிருந்த கப்ரன் கலாபனை நோக்கி வந்தான். 'ஏன் யாரும் என்னோடு பேசுகிறீர்கள் இல்லை? என்ன நடந்தது உங்களுக்கு?' என்று அதிசயத்தோடு கேட்டான்.

அதிகாரி, ஊழியன் என்ற பிரிவு தொழில்ரீதியானதுதான். மற்றும்படி ஒரு குடும்பமான நேசிப்புள்ள கப்பலாக அது இருந்தது. ஆனால் பேச மனதில்லாதிருந்தது யாருக்கும்.

கலாபன்தான் மனத்தின் வெறுப்பை அடக்கிக்கொண்டு, 'நீ கம்பெனியின் லாபத்துக்காக கப்பலின் செல்திசையை மாற்றாமலே பயணித்துக்கொண்டிருக்கிறாய். எங்களுடைய கப்ரன் என்றுதான் இவ்வளவு காலமும் எண்ணி உனக்கு வந்தனம் செய்துகொண்டிருந்தோம். ஆனால் நீ உண்மையில் கம்பெனியின் கப்ரன்தான். அப்படியான ஒரு ஆளுக்கு எங்களிடத்தில் பெரிதான மரியாதை இல்லை,' என்றான்.

'முட்டாள்ப் பயல்களே, இதுவா விஷயம்?' என்று கேட்டு கப்ரன் சிரித்தான். பிறகு சொன்னான்: 'இன்றைக்கு இவ்வளவு கஷ்ரத்தோடாயினும் நாம் பயணம் செய்துகொண்டிருக்கிறோமே,

எதனாலென்று நினைக்கிறீர்கள்? பயணப் பாதையை மாற்றாதபடியால்தான். அவ்வாறு பயணப் பாதையை மாற்றிய வேறுவேறு கப்பல்களுக்கு என்ன நடந்தது தெரியுமா உங்களுக்கு? மார்க்கோனி வரும்போது கேட்டுத் தெரிந்துகொள்ளுங்கள். நாங்கள் இப்போது பயணித்துக்கொண்டிருப்பதே ஆகக் கூடுதலான பாதுகாப்பான கடல்வழி. இனி யாரும் அதுபற்றி அதிகம் யோசிக்கத் தேவையில்லை. நாளை மாலைக்குள் நாங்கள் யொக்கோகாமா போய்ச் சேர்ந்துவிடுவோம்.'

கப்ரன் மேலே அவ்விடத்தில் தங்கவில்லை.

மறுநாள் அவர்கள் கடல் சிறிது ஓய்ந்திருப்பது கண்டார்கள். மதியவேளையில் அதுவரை தென்படாதிருந்த மார்க்கோனி குறூ மெஸ்ஸில் தோன்றினான். தன்னை கப்ரன்தான் கீழே செல்லவேண்டாமெனத் தடுத்திருந்ததாகச் சொன்னான். தொடர்ந்த அவனது பேச்சிலேதான் தெரிந்தது, கப்ரன் சொன்னதிலுள்ள உண்மை. இரண்டு கப்பல்கள் கடலுள் மூழ்கியிருக்கின்றன. அதிலொன்று எழுபத்தாறு பேர்களுடன் பயணித்துக்கொண்டிருந்த எம்.வி. சந்திரகுப்த.

கேட்ட யாருக்கும் மேலே பேச வரவில்லை.

கண்கலங்கி அழுகிற நிலையில் நின்றுகொண்டிருந்தான் கலாபன்.

கரையடைந்த பின்னால் அவன் மனோகரிக்கு எழுதிய கடிதத்தில், புரிவாளோ இல்லையோ, அதைத்தான் எழுதினான். மரணத்தை, அதன் உக்கிரத்தை ஒரு நெருக்கத்திலிருந்து விளக்கியிருந்தது கடிதம். அதை இவ்வாறு முடித்திருந்தான்: 'எம்.வி. சந்திரகுப்த கடலிலே தாண்டுவிட்டது என்ற செய்தி இந்தியப் பெருநாடே கடலுக்குள் மூழ்கிவிட்டதுபோன்ற அதிர்வைத் தந்தது. அத்தனைக்கு அது இந்தியப் பல்லினத் தன்மையோடும், அவற்றின் கலாச்சாரத் தொனிப்போடும் என் பார்வைக்குப் பட்டிருந்தது. எழுபத்தாறு உயிர்கள், எழுபத்தாறு கோடிக்கு மேலே மக்கள்தொகையுள்ள ஒரு நாட்டில் பெரிய இழப்பில்லைத்தான். ஆனால் அந்த எழுபத்தாறு உயிர்கள் அமைத்திருந்த சூழலின் அழிவு எனக்கு ஒரு நாட்டையே இழந்திருப்பதான துக்கத்தைச் செய்கிறது.'

●

இருள் அசைந்தது

எம்.வி. செவன் ஸீஸிலிருந்து விடுப்பில் வந்த கலாபன் இரண்டு மாதங்களின் பின் மறுபடி கப்பலில் சேர்ந்தாகிவிட்டது. அது அவன் முன்பு வேலைசெய்த அதே கப்பல் அல்லவெனினும், அதே கம்பெனியைச் சேர்ந்த எம்.வி. எலியாஸ் அன்ஜிலாகோஸாக இருந்தது. எழுபதுகளில் ஜேர்மனியில் கட்டப்பெற்ற ஓரளவு நல்ல நிலையிலிருந்த கப்பல் அது. அவன் ஏற்கனவே கப்பல் அனுபவம் வாய்த்திருப்பதறிந்த இரண்டாம் என்ஜினியர் காலை 4–8 மணி வேலைக்கு அவனை எடுத்துக்கொண்டான். என்ஜின் றூமிலுள்ள எந்திரங்களின் செயற்பாடுபற்றிய தொழில்நுட்ப அறிவினை ஓரளவு பெற்றுக்கொண்டிருந்த கலாபனுக்கு, புதிய கப்பலில் வேலைசெய்வது அப்படியொன்றும் கடினமானதாகத் தோன்றவில்லை.

அவன் கப்பலில் சேர்ந்த மூன்றாவது நாள் கப்பல் சிங்கப்பூரிலிருந்து புறப்பட்டுப் பாகிஸ்தானின் கராச்சி துறைமுகத்தைநோக்கி தன் பயணத்தைத் தொடங்கியது.

ஒரு மகிழ்ச்சி, ஒரு துக்கமென்று எதுவிதமான குடும்பம் சார்ந்த காரியமும் உடனுக்குடன் அறிய வாய்ப்பில்லாத தொழில் அது. வெளிநாட்டு மண்ணில் வேலை செய்கிற ஒருவன் நெருங்கிய உறவினர் ஒருவரின் மரணத்துக்கு கொள்ளி வைக்கும் நேரத்திற்கு இல்லாவிட்டாலும் 'காடாத்'திலாவது ஊர்வந்து கலந்துகொண்டு போகமுடியும். ஆனால் கப்பலில் வேலை செய்கிறவர்களுக்கு,

அதுமாதிரிக்கூட வாய்ப்பில்லை. கப்பல் பயணத்திலிருக்கையில் செய்திகூட எவரையும் சேராது.

வீட்டிலிருந்து அனுப்பும் கடிதம் அல்லது தந்தி கம்பனி முகவரிக்குச்சென்று, பின்னர் அது முகவரிதாரர் வேலை பார்க்கும் கப்பல் அடுத்துச் செல்லவிருக்கும் துறைமுகத்திலுள்ள ஏஜன்ஸிக்கு அனுப்பப்படுகிறது. ஒன்று ஒன்றரை மாதத்தில் ஒருவருக்கு ஒரு கடிதம் கிடைத்தால் அது அவரின் அதிர்ஷ்டம். அந்தளவில் அவர்களின் துக்க நிலைமைகளே பெருமளவு தணிந்திருக்கவும் கூடும். அதுபற்றிய விபரம் மேலும் தெரிவதற்கு மாதங்களாகிவிடுவதில் உள்ளதைவிட உறுகின்ற துயரம் பெரிதாகிவிடுகிறது.

எல்லோரும் நட்பாளர்களாக, பழக்கத்துக்கு இனியவர்களாக இருந்தாலும் கப்பலில் அவரவரும் பெரும்பாலும் தனித்தனி உலகம்தான். கலாபனது உலகமும் கப்பலில் தனியானதுதான், அங்கேயுள்ள எவரினதும்போல.

வீட்டைவிட்டுப் புறப்படும்போதிருந்த இறுக்கமான மனநிலை கலாபனுக்குக் கப்பலில் சேர்ந்த பின்னரும் மாறவில்லை.

இரண்டு நாட்கள் புதிய சூழலில் அந்த மனஅவசம் ஓரளவு அடங்கியிருந்ததாயினும், கப்பல் பயணத்தைத் தொடக்கிய பின் அது அதிகரிக்கவே செய்தது. அதனால் முந்திய கப்பல்களில்போல் மிக உற்சாகமாக வேலைசெய்யும் மனநிலை அற்றுப்போயிருந்தான் கலாபன்.

ஏறக்குறைய இரண்டு மாதங்கள் ஊரிலே தங்கியிருந்தான். காலம் றப்பர்போல இழுபட்டபடி நகர்ந்துகொண்டிருந்தது. அவன் எதிர்பார்த்திருந்ததுபோல அவனது கப்பல் கம்பெனி ஒரு மாதத்தில் அவனது பயணத்துக்கான விமானச் சீட்டை அனுப்பாதது மட்டுமல்ல, அவனது இரண்டு தொலைநகல்களுக்கும்கூட பதிலனுப்பாமல் இருந்துவிட்டது. அது ஒரு அவதியாக வளர்ந்துகொண்டிருந்தபோது மனோகரியின் நச்சரிப்புவேறு பெரும் தொந்திரவாக இருந்துவிட்டது கலாபனுக்கு. என்ன, கொம்பனி ரிக்கற் அனுப்புமா உங்களுக்கு . . . அனுப்புமா, இல்லாட்டி பழைய கதைதானோ... அத்திவாரம் வெட்டுறதுக்கும் ஆக்கள் வரப்போகினம்... என்று அவனுக்குக் கேட்கும்படியும் தனக்குள்ளுமாய் எந்நேரமும் புறுபுறுத்தபடி அவள் திரிந்தாள்.

ஒரு மாலைநேரத்தில் அவனது பயணத்துக்கான விமானச் சீட்டை பின்வரும் முகவரியிலுள்ள கொழும்பு ஏஜன்ஸியில் பெறுமாறும், கப்பல் அடுத்த நான்கு ஐந்து நாட்களில் சிங்கப்பூர் வருவதாகவும் தெரிவித்த தந்தி கம்பெனியிலிருந்து வந்தது.

நம்பிக்கை ஓரளவு இருந்ததெனினும் பயணத்தை உறுதிசெய்த தந்தி வந்தபோது, கலாபன் அவகாசம் அற்றவன்போல் தடுமாறவே செய்தான்.

மனோகரிக்குச் சொல்லமுடியாத மகிழ்ச்சி. தந்தி வந்த மறுகணத்திலேயே அவள் இறக்கை பெற்றுவிட்டாள். அவனது உடுப்புகளை அவசரம் அவசரமாகத் தோய்த்துக் காயப்போட்டும், காய்ந்த உடுப்புகளை எடுத்து மடித்துவைத்தும் மிக உற்சாகமான மனநிலை கொண்டுவிட்டாள்.

தன்னை அனுப்புவதில் அவள்பட்ட அந்தப் பரபரப்பு கொஞ்சம் அதீதமானதாகவே தெரிந்தது கலாபனுக்கு. என்னைக் கப்பலுக்கு அனுப்புறதில உனக்கென்னடி அவ்வளவு சந்தோஷம்! மற்றவைக்குக் காட்டுறதுக்காண்டி இப்பிடி பறந்து திரியிறியோ, இல்லாட்டி உனக்குள்ளயே இந்தளவு சந்தோஷம் அடைபட்டிருக்குதோ? கிளர்ந்த வார்த்தைகளை வெளிக்கொட்டாமல் அவன் மனத்துள் அடக்கிக்கொண்டான். அது அவளைச் சிதைத்துச் சின்னாபின்னப்படுத்திவிடும்.

பகல் ஒருவாறு அவ்வாறான தடுதாளியில் கழிந்தது. இரவானதும் போத்தலில் மீதமாயிருந்த சாராயத்தை கிளாஸில் ஊற்றி மெதுமெதுவாக கலாபன் குடித்துக்கொண்டிருந்தான். மனோகரி இரவுச் சமையலை முடித்துவிட்டுக் குசினியை ஒழுங்குபண்ணும் முயற்சியிலிருந்தாள்.

போத்தல் முடிந்தவேளையில் கலாபனின் எதிர்பார்ப்பு உச்சத்தில் நின்றிருந்தது.

இலங்கை வானொலி அடங்கி இரவு பத்தரை மணியென்பதை அறிவித்தது. ஏற்கனவே குழந்தை தூக்கிவிட்டிருந்தது. இந்தத் தனிமைதானே அவர்களது இறுதிக் கணம். இறுதி என்று சொல்லமுடியாவிட்டாலும் ஓர் இறுதி அதற்குமுண்டுதானே. அந்த இரவை மனோகரி குசினிக்குள் சமையல் செய்வதில் செலவழித்துக்கொண்டிருப்பது கண்ட கலாபன் மனத்தில் எரிச்சல் ஏறியது.

சிறிதுநேரத்தில் மனோகரியின் குரல் எழுந்தது. ‘சாப்பிட வாறியளா?’

சாப்பாடா? என்ன சாப்பாடு இதுக்குள்ளை? அவன் தன்னைச் சுதாரித்துக்கொண்டு, ‘பிறகு சாப்பிடுறன். நீ முதல்ல கிணத்தடிக்குப் போட்டுவா’ என்றான்.

அவளிடமிருந்து பதிலில்லை. அவனது வார்த்தைகளின் பூடகத்தை உணர்வதற்குத் தேவையான கணங்களாய்

இருந்திருக்கலாம் அவை. சிறிதுநேரத்தில் ஓர் ஏண்டாப்பான கிணுகிணுப்பைச் செய்தாள். பிறகு, 'அதெல்லாம் இண்டைக்கு வேண்டாம். காலமை நாலு மணிக்கு எழும்பவேணுமெல்லே. இல்லாட்டி காலமை ஆறு மணி றெயினைப் பிடிக்கேமலாப் போயிடும். வந்து சாப்பிட்டுட்டு பேசாமப் போய் படுங்கோ.'

அதெல்லாம் வேண்டாமா? அது இறுதி இரவு என்பதற்கு எந்தப் பெறுமானமும் இல்லையா அவளிடத்தில்? அவன் எரிந்தான். சாராயம் சேர்த்து எரித்தது.

அவனது தேவையொன்று உதாசீனப் படுத்தப்பட்டது என்பதல்ல அங்கே இருந்தது. பிரிவு தன்னில் செய்திருந்த காதலின் கொதியைப்போல், அவளில் அது செய்திருக்கிறதாவென்பது அவனளவில் முக்கியம். அவனது குடும்பப் பிரிவு, மரண பயங்கள் எல்லாம் அவள்பொருட்டாயிருக்கையில் அவனை அவள் இன்னும் மேலாக அனுசரித்திருக்க வேண்டுமென அவன் எண்ணினான். ஆனால் அவள் தன்போலப் பிரிவின் துக்கத்தைக் கொண்டிருக்கவில்லை. இன்றும் தன் காதலின் அளவில் மாறாதிருந்தவன் எரிந்தது அதனால்தான்.

கப்பல் இன்னும் நான்கு நாட்களில் கராச்சியை அடையப்போகிறதென்ற தகவலோ, முதல்நாள் நள்ளிரவில்தான் கப்பல் தென்னிலங்கையின் காலி வெளிச்சவீட்டைத் தாண்டியதென்பதோ அவனுள் ஓரசைவையும் ஏற்படுத்தவில்லை. நீலச் சேலை விரித்துவிட்டதுபோல் அசைவற்றுக் கிடந்த கடலின் அழகும், மெல்லிய உப்புக் காற்றின் இனிய உலவுகையும், வானத்தில் கொட்டிக் கிடந்த நட்சத்திர அழகும், கூடவரத் தயாரைப்போல் மிகச் சமீபமாய் வந்துகொண்டிருந்த பெருநிலவையோகூடக் காணாதவனாகிப் போனான் கலாபன்.

அவன் ஒரு துக்கத்தினதும் வெறுப்பினதும் பிம்பமாக ஆகிக்கொண்டிருந்தான்.

ஒரு மாலைப் போதில் கராச்சி சேர்ந்தது கப்பல்.

அழகாக இருந்தது துறைமுகம். கூட இருந்த வெளி இன்னும் மனதை உவகை செய்தது. ஆயினும் அதனுள்ளே ஓர் இறுக்கம் உறுமிக்கொண்டிருந்ததை துறைமுகத்தின் வேலை நிலைமைகள், உத்தியோகத்தர் ஊழியர்களின் இருண்ட முகங்கள் காட்டிக்கொடுத்தன. சுல்பிகார் அலி புட்டோ தூக்கிலிடப்பட்டு ராணுவ நீதிமன்றத்தின் தண்டனை நிறைவேற்றப்பட்டமை சிறிதுநாட்களுக்கு முன்னர்தான் நடந்ததென்பதை பின்னாலேயே கலாபன் நினைவுகொண்டான். மேலும் வெளியில் செல்ல வாய்ப்பும் இருக்கவில்லை.

கப்பல் மறுபடி புறப்பட்டது. அதன் அடுத்த இலக்கு சுவீடன் என்று தெரியவந்தது. சுவீடன் துறைமுகத்துக்கு ஏற்கனவே சென்றிருந்த காவாலி, 'அதிர்ஷ்டமிருந்தால் அங்கே உச்ச இன்பம்' என்று சொன்னான். கோபாலரத்தினம் கோபாலியாகி, கப்பலில் காவாலியாக தமிழாகியிருந்த செய்தியைக் கலாபன் அறிந்தது அன்றுதான்.

உச்ச இன்பங்களின் கனவுகளோடு கலாபனின் ஓய்வுப் பொழுதுகள் கழிந்துகொண்டிருந்தன. ஒரு வஞ்சத்தை மனைவி மீது புரியவேண்டுமென்ற வெறிபோல அவனது வேட்கை உள்ளெழுந்திருந்தது.

ஒருநாள் தூங்கச் செல்ல வெகுநேரமாகியிருந்ததால் நேரஞ் செல்ல எழும்பி பத்து நிமிஷங்கள் தாமதமாக என்ஜின் றூமுக்குச் சென்றபோது என்ஜின் றூமின் கட்டுப்பாட்டு மேடையின் முன்னால் அமர்ந்து கோப்பி அருந்திக்கொண்டிருந்தான் இரண்டாவது என்ஜினியர். கலாபனின் தாமதம்பற்றி அவன் முனகக்கூடவில்லை. கப்பல் பயணம் வெகு சீராக இருக்கும் சமயங்களில் அதுதான் சகஜம். இன்னும் சிறிதுநேரத்தில் அப்படி அமர்ந்திருந்தபடியே அவன் தூங்கக்கூடச் செய்யலாம். கலாபனுக்கும் அது எதுவாகவும் இருக்காது.

கலாபன் மெதுமெதுவாக என்ஜின் றூமின் மூன்றாம் தளத்துக்கு ஏறிவந்தான். அது அநேகமாக மெயின் என்ஜினின் உச்சிப் பகுதிக்குச் சமாந்திரமான தளமாகும். அங்கிருந்துதான் கப்பல் எந்திரத்துக்குத் தேவையான காற்றை உள்ளே அனுப்புவதற்கும், எண்ணெயைச் சக்தியாக எரித்து எச்சமாகும் கரிய வெப்ப வாயுவை காற்றமுத்தம்மூலம் வெளியேற்றுவதற்குமான பொறி இருக்கிறது. அதிலிருந்தான குழாய்கள் பனல் எனப்படும் புனல்வடிவ உச்சியைச் சென்று சேர்கின்றன. அதற்குள் ஏறிச்செல்வதற்கு செங்குத்தான கம்பி ஏணியொன்று உள்ளது. அதன் ஓரமாக மசகு எண்ணெயையும், கப்பலின் அன்றாட பயன்பாட்டிற்கான தண்ணீரையும் சூடாக்குகின்ற வெப்பமாக்கிகள் இருக்கின்றன. அவற்றிற்கும் குளிர்வலய நாடுகளில் கபின்களுக்கு வெப்பமளிக்கும் காற்றலைச் சூடேற்றிகளுக்கும் தேவையான நீராவியை வழங்கும் கொதிகலன் உள்ள இடமும் அதுதான்.

பொதுவாகக் கொதிகலனின் சமாந்திரத்துக்கு ஏறி யாரும் அதன் சூடு, அமுக்க நிலைகளைக் காணுவதில்லை. நின்ற இடத்திலிருந்து ரோச் லைற்றின்மூலமே அவற்றினைக் கண்டுகொள்வார்கள். அன்றைக்கு ஏனோ கலாபன் அதன் படிகளில் ஏறி கொதிகலனின் கிட்ட வந்தான். நீராவியின்

அமுக்கம் சரியாக இருந்தது. அதனுள் இருக்கும் தீயுலையை மூட்டவேண்டிய தேவையிருக்கவில்லை. நீரின் அளவும் சரியாக இருந்தது. அவையெல்லாம் தானாக இயங்கும் வலு கொண்டவையாயிருந்தும் அவ்வாறு கவனிக்கப்படுவது பாதுகாப்பானது.

கீழே இறங்கத் தயாரான கலாபன் கொதியுலையின் பின்புறம் எதேச்சையாகப் பார்வையை ஓட்டினான்.

எவ்வளவு மின்குமிழ்களைப் பொருத்தி வெளிச்சம் ஏற்றினாலும் என்ஜின் றூமில் எப்போதும் பிரகாசம் குறைவாக இருப்பதுபோல்படும். குறிப்பாக அந்த கொதியுலையின் பின்னால் இருள் உறைந்து அடைந்திருக்கும். கலாபன் பார்வையை வீசிய தருணத்திலும் அந்த வழமையான இருள் அங்கே இருக்கவே செய்தது. என்ஜின் றூமில் நடுப்பகுதியிலும், மின்சார சக்தியை உருவாக்கும் எந்திரங்களின் பகுதியிலும்தான் சத்தம் அதிகமாக இருக்கும். மேலே மிகக்குறைந்த அளவு சத்தத்தைப் பிறப்பிக்கும் பம்புகளே இருக்கின்றன. அதனால் ர்ர்... என்ற ஓர் ஊமை இரைச்சல் எந்நேரமும் அந்த இடத்தில் கிளர்ந்துகொண்டிருக்கும். அந்த இருளையும், மிதமான இரைச்சலையும்விட இன்னொரு அம்சமும் அந்த இடத்திலுண்டு.

நாய்க்கு எங்கே அடித்தாலும் காலிலேதான் முடம் என்பார்கள். அதுபோல கப்பலிலே எந்திரத்தின் வேகம் மாறுபடுகிற நேரத்தில் அதைப்பெழுகிற இடமும் அதுதான். *'Critical speed'* என்று கப்பலில் ஒரு வேகநிலையைக் குறித்திருப்பார்கள். மேலே, கீழே எந்த வேகத்திலும் செல்லலாம்; ஆனால் அந்த குறிப்பிட்டளவு வேகத்தில் சென்றால் கப்பல் கிடுகிடுக்கும். பழைய கட்டுமானக் கப்பலானால் குலுங்கும்.

இருளை சும்மா ஊடறுத்துப் பார்த்துக்கொண்டு நின்றிருந்த கலாபன் திரும்ப முனைந்த வேளையில் அந்த இருளில் ஓர் அசைவு தெரிந்தது. இருளாவது அசைவதாவது! ஆனாலும் ஏனோ அந்த அசைவுபோன்ற மயக்கம் அதுவரை ஏற்படாததினால் கலாபனும் உடனடியாகத் திரும்பாமல் ஒரு மெல்லிய குழப்பத்தில் அந்த இடத்திலேயே நின்றிருந்தான். அவன் பார்த்துக்கொண்டிருக்கவே ஓர் இருள் நகர்வது மறுபடி தெரிந்தது. கலாபன் அப்படியே உறைந்துபோனான். திறந்த வாயிலிருந்து சத்தம்தான் வரவில்லையே தவிர, பெரும்பாலும் அவன் கத்திவிட்டான் என்றே சொல்ல வேண்டும்.

ரோச் லைற் ஒளியைப் பாய்ச்சிப் பார்க்கலாமென்ற எண்ணம்கூடத் தோன்றவில்லை. அப்படியானாலும் அந்த இருளில் எதைப் பார்ப்பது? இருளில் ஒரு பொருளிருக்குமானால்

ஒளிகொண்டு அதைப் பார்க்கலாம். ஆனால் இருளையே பார்க்கமுடியுமா?

சிறிதுநேரத்தில் அந்த இருட்டு பரிச்சயமாகியதில் உள்ளே ஒரு இருள் தெரிந்தது. அந்த இருளுருவத்தின் முகமாகக்கூடிய இடத்தில் இரண்டு வெண்மைகள் தெரிந்தன.

இப்போது நிலைமை நன்கு விளங்கிவிட்டது கலாபனுக்கு. யாரோ ஓர் ஆபிரிக்கன் பாகிஸ்தானில் கப்பல் நின்றிருந்த வேளையில் கப்பலில் களவாகச் சென்று வேறு ஒரு நாட்டில் இறங்குவதற்காக ஏறியிருக்கிறான்.

அது கப்பல் போக்குவரத்தினதும், அந்தந்த நாடுகளினதும் சட்டவிதிகளுக்குப் புறம்பானது. அதை ஒரு கடலோடி உடனடியாக கப்ரனுக்கு அறிவிக்க வேண்டும். கப்ரன் அவனைக் கைதுசெய்து கரையொதுங்கும் நாட்டில் காவலதிகாரிகளிடம் ஒப்படைக்க வேண்டும்.

கலாபன் கீழே இறங்கத் தயாரானான்.

இருளின் ஏதோ அவயவங்கள் அசைந்தனபோல் தெரிந்தன. கைகளைக் கட்டிக்கொண்டு அந்த உருவம் முட்டுக்காலிட்டு தலை குனிந்தது.

கீழே வந்த கலாபன் இரண்டாவது என்ஜினியரிடம் சொல்ல பலமுறையும்தான் முயன்றான். வாய் வரவில்லை. இருளின் முட்டுக்காலிடுகையா, குனிந்த தலையா எது அதைச் செய்ததோ?

மறுநாள் கொதிகலனின் பின்னால் அவன் கூர்ந்து பார்க்க முயலவேயில்லை. மூன்றாம் நாள் அவன் என்ன சாப்பிடுவான், எதையாவது கொண்டுவந்திருந்து வைத்துச் சாப்பிடுவானா, தண்ணீராவது குடித்திருப்பானோ, அந்தக் கொதிகலனின் பின்னால் குளிர்காலத்திலும் நா வரண்டுபோகுமே என நினைத்து ஒரு விஸ்கி போத்தலில் நீரெடுத்துக்கொண்டு கொதிகலனின் சமீபமாகச் சென்றான்.

இருளின் அசைவு தெரியவில்லை. பின்புறம் எட்டி நோக்கினான். இருள் உள்ளே சரிந்து கிடந்திருந்தது. கொண்டு சென்றிருந்த தண்ணீர்ப் போத்தலைக் கீழே வைத்துவிட்டு திரும்பினான்.

மறுநாள் பலபலவென்று வெய்யில் தெரிந்துகொண்டிருந்த ஒரு இரவு பதினொரு மணியளவில் சுவீடனின் துறைமுகத்தை நெருங்கியது கலாபன் வேலை செய்துகொண்டிருந்த எம்.வி. எலியாஸ் அன்ஜிலாகோஸ். உடனடியாக துறைமுக மேடையிலும் கொண்டுசென்று அது கட்டப்பட்டது.

●

என்னைக் கடிப்பாயா?

நள்ளிரவிலும் சூரியன் எறித்திருக்கும் நாடான சுவீடன்பற்றி கலாபன் பெரிதாக எதையும் அறிந்திருக்கவில்லை. அது ஒரு வட அய்ரோப்பிய நாடு; குளிர் கூடிய தேசம்; மிக்க பரப்பளவில் அதிகுறைந்த ஜனத் தொகையைக் கொண்டிருந்த பூமி; அதன் அரசியலானது முடியின் அதிகாரம் கூடியதாக இருந்தாலும், அவ்வப்போது அதிகாரம்பெற்ற நாடாளுமன்றம் சில ஜனநாயக உரிமைகளை மக்களுக்காகப் பெற்றுக்கொடுத்தது; இன்றும் மேற்கு அய்ரோப்பாவுக்கு நிகரான ஜனநாயக உரிமைகளைப் பெற்றில்லாதது; ஸ்கந்திநேவிய நாடுகளென அழைக்கப்பட்ட வடஅய்ரோப்பாவின் சுவீடன் டென்மார்க் நோர்வே ஆகிய மூன்றும் மிக வலுவான கூட்டிலுள்ளவை என்பதெல்லாம் அவன் அறிந்திருந்தான். ஸ்கந்திநேவியாவின் பத்தாம் நூற்றாண்டளவிலான வைக்கிங் எனப்பட்ட கடல் மறவக் கொள்ளையர்பற்றி அவனுக்கு அண்மைய சினிமாக்களில்தான் தெரியவந்திருந்தது.

கப்பல் கோதன்பேர்க் என்ற அந்த மிகநீண்ட துறைமுகத்தின் மேடையில் கட்டி ஒரு மணிநேரத்துள் காவாலியுடன் வெளியே புறப்பட்டான் கலாபன்.

அன்று ஒரு வெள்ளிக் கிழமையாகவிருந்தது.

துறைமுக மேடையில் நான்கைந்து வேலை யாட்கள் நடந்து திரிந்துகொண்டிருந்தனர். நாலைந்து கார்கள் வந்து மெதுவாகத் திரும்பிக்கொண்டிருந்தன. அவன் கண்டிருந்த எந்தத் துறைமுகமும் போலன்றி வெறித்துக் கிடந்தது சுவீடனின் கோதன்பேர்க். அது பதினொரு மணிக்கு மேலான இரவாக

இருந்தமை ஒரு காரணமாய் இருக்கலாமென்பதை அவன் நினைக்காமலில்லை.

துறைமுகத்திலிருந்து நடந்துசெல்லும் தூரத்திலேயே டவுன் ரவுண் இருந்ததைக் கப்பலுக்கு வந்த கம்பெனி முகவரிடம் ஏற்கனவே கேட்டுத் தெரிந்துகொண்டிருந்தான் காவாலி.

வீதியோர நடைபாதைகள் அறுவைக் கல் பாவியதாக இருந்தன. வீதிகள் குண்டுகுழிகளற்று விசாலமாயும் நீட்பமாயும் கிடந்தன. இருமருங்கும் அதிக உயரமற்ற கட்டடத் தொகுதிகள். பெரும்பாலும் தனி வீடுகளாக அவை இருந்தன. நகரம் நெருங்க தெருக்கள் வெளிச்சமாக மாறிக்கொண்டிருந்தன. *'SEX SHOP'* என்ற வெளிச்ச எழுத்துக்கள் அதிகமாகவும் தெரிந்தன. அந்தச் சின்ன நகரத்தின் பெரிய கடைகள் பெரும்பாலும் அவையாகவே இருந்தன. ஓரிருவர் அவைகளினுள்ளே போவதும் திரும்புவதுமாயிருந்தனர்.

கலாபன் சோர்வாகிப்போனான். அது நகரமாக அல்ல, ஒரு கிராமமாகக்கூட இருக்கவில்லை. கீழே டென்மார்க்கின் ஹோபனேகனும், பக்கத்தில் நோர்வேயின் ஒஸ்லோவுமாக இருந்தும் வடசமுத்திரத்தினோரமிருந்த கோதன்பேர்க் துறைமுக நகரம் அப்படியா வெறிச்சோடிக் கிடக்க முடியும்? அது பகலென நினைத்த ஒரு பதினெட்டு மணிநேரத்துள் வேலைசெய்து அல்லது அலைந்துவிட்டு, இரவென நினைத்த ஒரு ஆறு மணத்தியாலத்தில் படுக்கச்சென்றுவிட்டதா? அங்கே இருக்கக்கூடிய ஜனத்தொகை எங்கே போய்த் தொலைந்தது? அகன்ற வீதிகளும், வெளிச்சங்கள் நிறைந்த பூட்டிய கடைகளும், நான்கைந்து மனித நடமாட்டமுமா ஒரு நகரம்? அந்த இடத்திலா அவனுக்கு அப்படியொரு எதிர்பார்ப்பு?

குளிராகவே இருந்தது. ஆனாலும் அது *Falls* என அய்ரோப்பிய, வடஅமெரிக்க நாடுகளில் அழைக்கப்படும் இலையுதிர் காலம்தான். கீழ்த் திசையில் மாரி, கோடையென்ற இரு பெரும் பருவங்களைப்போல அங்கே பனிகாலம், கோடை காலமென்ற இரண்டு மட்டுமே பெருவாதிக்கம் பெற்றவை. அப்படியானால் அந்த இலையுதிர்காலம் சுவீடனைப் பொறுத்தவரை குளிர்காலத்தின் ஆரம்பம்.

ஒரு நகரின் மய்யம் எங்கே தங்கியிருக்கிறதென்று கலாபனுக்கு ஒரு அபிப்பிராயமுண்டு. இரவுக் கேளிக்கைகளின்றி உறங்கும் ஒரு நகரம் அவனளவில் செத்த நகரமாகவே இருந்தது. கோதன்பேர்க் உணர்வுகள் செத்த நகர்!

அவனது மனநிலையைத் தெரிந்துகொண்ட காவாலி, தனக்குள் சிரித்துக்கொண்டே, அவன் அந்தமாதிரி நகரத்தை

அறியமாட்டானென்றும், ஒரு பியர் அருந்திவிட்டு வீதியில் நடந்து திரிந்தால் அவன் எதிர்பார்க்கிறமாதிரியான ஒரு சுகம் தானாகவே வந்து எதிர்ப்படுமென்றும், அது அந்தப் பகுதியில் பயிலப்படும் ஒரு வாழ்வியல் கூறு என்றும் அவனைச் சிறிது நம்பிக்கைப்பட வைத்துக் கூடவரச் செய்தான்.

போகும்போது காவாலியின் கப்பல் அனுபவம் கலாபனுக்கு நம்பிக்கையேற்ற முயற்சித்துக்கொண்டிருந்தது. கணவனைப் பிரிந்திருக்கும் பெண்கள், அல்லது திருமணமே ஆகாத பெண்கள்கூட, அதுபோன்ற நாடுகளில் உடலுறவுக்கு கப்பல்காரரையே விரும்புகிறார்கள். ஏனெனில் கப்பல்காரர் கடலிலுள்ள காலத்தில் தம் உணர்ச்சியைத் தணிக்க வகையற்றிருப்பவர்கள்; அவர்களோடு திருவிழாபோல ஒரு முழு இரவுக்குமே சுகத்தைக் கொண்டாட முடியும். இன்னுமொன்று, கப்பல்காரனின் தொடர்பு கப்பல் அந்நாட்டுத் துறைமுகத்தில் நிற்கிற காலமளவுக்கானது மட்டுமானதாகவே இருக்கும். அயலவன், அதே ஊர்க்காரனெனில் அவன் விரும்புகிற பொழுதெல்லாம் அவனைச் சந்திப்பது அவளுக்கு நிர்ப்பந்தமாக வாய்ப்பிருக்கிறது. எந்தவொரு பெண்ணின் இரகசியமான உறவுக்கும் கப்பல்காரன் நல்ல தெரிவாயிருப்பான்.

ஒரு நான்கைந்து பேர் கொண்ட மதுபானக் கடையில் ஒரு மணிநேரமாகக் காத்திருந்துவிட்டு காவாலியின் யோசனைப்படி வெளியே இறங்கிக் குறிப்பற்று நடக்கத் தொடங்கினார்கள் இருவரும்.

ஓர் அதிர்ஷ்டம் எதிர்ப்படுவதுபோல எதிரே வந்த கார் ஒன்று அவர்களருகில் மெல்லென ஊர்ந்து கறுத்திருந்த கண்ணாடியூடாக விரிந்த விழிகளைமட்டும் காட்டிவிட்டு அடுத்த கணத்தில் பிய்த்துக்கொண்டு பறந்துபோய் மறைந்துவிட்டது.

‘நேரமாகிறது, வா, கப்பலுக்குப் போகலாம்’ என கலாபன் அழைத்தபோது, *‘The night is still young’* என்றுவிட்டு காவாலி தொடர்ந்து நடந்தான். அவனுக்குக் கொஞ்சம் வெறி.

‘இல்லை, இது எனக்கு மிட்நைற்றுக்கு மேல’ என்றுவிட்டு கலாபன் திரும்பி நடந்தான். அவன் கப்பலுக்குத் திரும்பியபோது நள்ளிரவு தாண்டி ஒரு மணி.

கபினுக்குச் சென்றவன் ஜொனிவோக்கர் போத்தலை எடுத்து வைத்தான். விறுவிறுவென கிளாஸ் எடுத்து ஊற்றி ஒரே மிடறில் குடித்தான். சிகரெட் எடுத்துப் பற்றவைத்தான். ஜன்னலூடு வெளியே பார்த்தபோது அவனை ஒரு பெரும் ஏமாற்றத்தில் வீழ்த்திய அந்த நகரின் துறைமுகம் சத்தமின்றி

இருளில் தோய்ந்திருந்தது. துறைமுக மேடையின் முன்னால் மேல்தளச் சாமான்களாகக் கப்பலில் ஏற்றப்படவிருந்த பலகைகள், தீராந்திகள் கட்டுக்கட்டாக அந்த இருளின் அடுக்கில் கிடந்தன.

மன, உடல் வேகங்கள் மெல்லத் தணியலாயின. வேலைக்கு இன்னுமிருந்த மூன்று மணி நேரத்தை அவன் தூங்கலாம். அல்லது அப்படியே அமர்ந்திருந்தும் கழிக்கலாம். அப்போது அறைக் கதவு தட்டப்பட்டது. உடனடியாகத் திறக்கவும் பட்டது. யாரென ஒருவகை எரிச்சலோடு சட்டெனத் திரும்பினான் கலாபன்.

இரண்டு பெண்கள் பின்தொடர காவாலி சிரித்தபடி உள்ளே வந்துகொண்டிருந்தான்.

அவர்கள் உள்ளே வந்ததும், 'எப்படி...?' என்று காவாலியிடம் கேட்டான் கலாபன். 'கப்பல்வரை சைக்கிளில் வந்து ஒரு குடிக்குத் தேடிக்கொண்டிருந்தார்கள்' என்றான் காவாலி.

'இந்த நேரத்தில...?'

'ம்... இந்த நேரத்திலதான்.'

மெதுமெதுவாக அறிமுகங்கள் ஆரம்பமாகின. குடியோடு ஆரம்பித்த அவர்களது உரையாடல் பல்திசை அளாவிச் சென்றாலும் பெண்கள் தமது நாடுபற்றியே திரும்பத் திரும்ப மாறாத ஒரு தடத்தில் பேச்சை நகர்த்திக்கொண்டிருந்தனர்.

தன்னை அலேன் என்று அறிமுகமாக்கியிருந்த பெண்தான் அதிகமாகவும் உற்சாகமாகவும் கதைத்துக்கொண்டிருந்தாள். மற்றவள் அவ்வப்போது சிரித்தாள். ஒரொரு பொழுதில் ஒன்றிரண்டு வார்த்தை பேசினாள். மற்றப்பொழுதில் மெல்லவாக ஜொனிவோக்கரை உறிஞ்சிக்கொண்டிருந்தாள்.

கலாபன் தன் நண்பியைக் கவனிப்பதைக் கண்ட அலேன், தன் நண்பிக்கு ஆங்கிலம் நன்றாகத் தெரியாதென்றும், தான் அடிக்கடி அமெரிக்கா போய்வருவதால் தன்னால் அது சிறிய சிரமத்தில் முடிகிறதென்றும் கூறினாள்.

அங்கே எதற்காக அவள் அடிக்கடி போய்வருகிறாள் என கலாபன் கேட்டதற்கு, தன் கணவனிடம் என்றாள் அலேன்.

'கல்யாணமாகிவிட்டதா உனக்கு?' என்று திடுக்கிட்டதுபோல் கேட்டான் கலாபன்.

'ஏன் கேட்கிறாய்? என் கணவனுக்குச் செய்கிற துரோகம் போல இது உனக்குத் தென்படுகிறதா?'

'அதேதான்.'

‘நீ என்ன பேசுகிறாய்? இது எப்படித் துரோகமாகும்? கணவனில்லாத சமயத்தில் அவனால் தீர்க்கப்படக்கூடிய உணர்ச்சியை வேறொருவன்மூலம் தீர்த்துக்கொள்வதில் என்ன பிழை இருக்கிறது? என் கணவனே அப்படிச் சொல்லமாட்டானே!’ என வெடுக்கென அலேன் கேட்டாள். அவளது நண்பியும் அவனது பேச்சு ஏதோ புதிர்போல நினைத்து சுவீடிஷ் மொழியில் ஏதேதோ மிழற்றிக்கொண்டிருந்தாள். அப்போது தன் நண்பி சுவீடிஷ் மொழியில் கொட்டியதன் சாரத்தை அலேன் கலாபனிடம் கேள்வியாக விரித்தாள். ‘அதுசரி, நீ திருமணம் செய்துவிட்டாயா?”

‘செய்துவிட்டேன்’ என்றான் கலாபன்.

‘அப்படியானால் . . . நீ உன் மனைவிக்குத் துரோகம் செய்கிறாயா . . .?’

‘துரோகம்தான். ஆனாலும் தவிர்க்கமுடியாதது. நான் உயிரைப் பணயம்வைத்துச் செய்யும் கப்பல் தொழிலில் இருக்கிறேன். அடுத்த நிலம் எனக்கு நிச்சயமானதில்லை. அதனால் எந்த நிலத்திலிருந்து விலக இருக்கிறேனோ அந்த நிலத்தில் என் மனித தவனங்களைத் தணித்துக்கொள்வது என்னளவில் தர்மமானது.’

‘நீ பேசுவது எந்த விதத்திலும் பொருந்திப்போகவில்லை. ஒன்று, நீ ஒரு தொழிலை மரண பயத்தோடு நடத்துவது என்பது ஒவ்வாத கருத்து. மரணத்தை எண்ணிக்கொண்டு சென்றால் தாழ்கின்ற கப்பலிலிருந்து தப்புவதற்கும் உனக்கு உறுதி வராது. கப்பல் தொழிலில் மரணம் சகஜமென்று நீ மரணத்துக்கு உன்னையே பணயம் கொடுத்துவிடக்கூடியவன். எந்தத் தொழிலில் மரணம் சம்பவிக்க முடியாது? விமானத்தொழிலில் . . .? கார், பஸ், ரயில், பார வண்டித் தொழிலில் . . .? மரணம் எங்கேயும் வரும். அடுத்தது, கற்பு என்ற விஷயம். தன் கணவன்தவிர மாற்றானுடன் புணர்ச்சி கொள்ள விரும்பாத பெண்கள் இங்கேயும் இருக்கிறார்கள். அவர்கள் பதிவிரதிகள்தான். ஆனால் அது அவரவர் மனநிலையும் தேகநிலையும் சார்ந்தது; அறம் சார்ந்ததல்ல.’

அந்த வெள்ளைக்காரி தன்னை மடக்கிவிட்டதான உறுத்தல் பிறந்தது கலாபனிடம். ஆனாலும் எதுவும் பேசாமல் கேட்டுக்கொண்டிருக்கவே முடிந்தது.

வெறுங்கிளாஸில் மறுபடி விஸ்கியை ஊற்றிக்கொண்டு அலேன் தொடர்ந்து சொன்னாள்: ‘நான் ஒரு அழகிய தேசத்தின் பிரஜை. அய்ரோப்பாவில் பெரும்பாலும் ஜனத்தொகை

பெருத்துவிட்டது. ஆசியாவைப்போல இல்லாவிடினும், பெருத்துவிட்டதுதான். ஆனால் சுவீடனில் அளவுக்கும் குறைவாகவேதான் அது இருக்கிறது. அது இந்த நாட்டின் அழகை, அதன் வளத்தினை மேலும் மேலும் தக்கவைப்பதற்கான சாத்தியத்தைக் கொடுக்கிறதாக எனக்குத் தெரிகிறது.

'ஆயிரம் நதிகள், லட்சம் தீவுகள், வடக்கே நாட்டின் சுமார் பாதிப் பரப்பில் பரந்து கிடக்கும் மலைகளும் வனங்களுமாக என் நாடு இருக்கிறது. இந்த வனங்களில் பாதிக்குமேல் கன்னித் தன்மை அழியாதவை. அவற்றின் வசீகரம் அல்லது பயங்கரம் யாராலும்தான் இன்னுமே அறியப்படாமல் இருக்கிறது. இந்த நாட்டை 'கண்ணாடிகளின் நாடு *(Kingdom of Crystlal)*' என்கிறார்கள். இங்கே நான் என் உடல் மனச் சுதந்திரங்களுடன்தான் வாழ்ந்துகொண்டிருக்கிறேன். நீ கீழ்த் திசையான்; ஆசியாக்காரன். உனக்கு உன் கீழ்த்திசையின் கலாச்சார அழுத்தம் இருக்கிறது. அதனால்தான் நீ காதலையும் காமத்தையும் ஒன்றாகப் போட்டுக் குழப்பிக்கொள்கிறாய்.'

சிறிதுநேரம் வெள்ளைக்காரிகள் இரண்டுபேருக்குள்ளும் தமது மொழியில் உரையாடல் நடந்தது. காவாலி இரவு முடியப்போகிறது என ஞாபகமாக்கினான். 'அதனாலென்ன? என்னால் நாளைக்கும், நாளை மறுநாளுக்கும்கூட உன்னோடு தங்கமுடியும்' என்றாள் அலேன்.

'நாளை மறுநாள் காலை கப்பல் புறப்படுகிறது' என்றான் கலாபன்.

காவாலி அலேனை அழைத்துக்கொண்டு தன் கபின் செல்ல, மற்றப் பெண்ணுடன் தனியே விடப்பட்டான் கலாபன்.

இன்னும் ஒரு கையில் சிகரெட் புகைந்துகொண்டிருக்க ஒரு கையால் மேசையிலிருந்த விஸ்கிக் கிளாஸைப் பற்றியபடி அமர்ந்திருந்தாள் அவள்.

கலாபனுக்கு இன்னும்தான் தன் தோல்வியின் வலி நீங்காதிருந்தது. அதனாலேயே அவன் குடித்ததும் அதிகமாயிருந்தது. போதை மெல்லமெல்ல அவனை ஆட்படுத்திக்கொண்டிருந்தது. மேலும் மௌனமாயிருக்க முடியாமல், ஏதாவது சாப்பிட விரும்புகிறாளா என்று கேட்டான். அவள் வேண்டாமென, படுப்பதற்குத் தயாராகக் கட்டிலில் வந்து அமர்ந்தான்.

வெள்ளைக்காரி இன்னும் அந்தப்படியே இருந்துகொண்டிருந்தாள். இன்னும் குடிக்கப்போகிறாளோ என நினைத்தான் கலாபன். அவனுக்குத் தலை மெல்ல தொங்க ஆரம்பித்திருந்தது. சுதாரித்துக்கொண்டு அமர்ந்திருந்தான்.

அவள் என்ன செய்யப்போகிறாள்? படுக்க வருவாளா? விடியும்வரை அந்தப்படியே அமர்ந்திருப்பாளா? கலாபன் யோசித்து முடிப்பதற்குள் அவள், 'என்னை நீ கடிப்பாயா? (You bite me?)' என்று நிமிர்ந்து அவனை கண்களுக்குள் ஊடுருவியபடி கேட்டாள்.

கலாபன் திடுக்கிட்டான். என்னை என்ன நரமாமிச பட்சணியென்று நினைத்தாளா? ஏன், ஒரு ஆசியாக்காரன் இவளுக்கு நரமாமிச பட்சணியாகவா தெரிவான்? என் நிறம் இவளை இந்த மாதிரியாகவா எண்ணவைக்கிறது? ஒரு சினமெழுந்து அவனில் சீறப்பார்த்தது. இருந்தும் காரியம் ஆகட்டுமென்று வலிந்து ஒரு சிரிப்பை வரவழைத்தபடி, 'இல்லை... இல்லை' என்று தலையசைத்தான்.

'கடிக்கவே மாட்டாயா?' என்றாள் அவள் மீண்டும் ஆச்சரியத்தோடு.

'நிச்சயமாகக் கடிக்கமாட்டேன்.'

'யாரையுமே இதுவரை நீ கடித்ததில்லையா?'

'யாரையுமே கடித்ததில்லை.'

'உன் மனைவியைக்கூட ...?'

'என் மனைவியைக்கூடத்தான்.'

அவள் கிளாஸிலிருந்த விஸ்கியை மடக்கென்று குடித்து முடித்தாள். சிகரெட்டை ஒரு இழுவை இழுத்து சாம்பல் கிண்ணத்தில் நசுக்கினாள். 'நன்றி, நான் போகிறேன்' என்றுவிட்டு எழுந்து கதவைத் திறந்துகொண்டு விறுவிறுவென வெளியேறிச் சென்றாள்.

சிறிதுநேரத்தில் கதவு சத்தமின்றிச் சாத்தியது.

அந்த அதிர்வு தீர கலாபனுக்கு வெகுநேரமாயிற்று.

நிலைகுத்தியிருந்தவன் நான்கு மணியாக வேலைக்கு இறங்கினான். வேலைப் பளுவில்லை. ஒரேயொரு ஜெனரேட்டர் மட்டும் ஓடிக்கொண்டிருந்தது. தோல்வியையும், ஓர் ஏமாற்றத்தையும் அடைந்ததான உணர்வு கொந்தளித்துக்கொண்டிருந்தும், அவனால் போதை காரணமாக யோசனையின்றி கதிரையில் இருந்தபடியே உறங்கத்தான் முடிந்தது.

வேலை முடிந்துவந்து படுக்கையில் கிடந்திருந்தபோதுதான் ஏன் அந்த வெள்ளைக்காரி அவ்வாறு நடந்துகொண்டாளென அவனால் யோசிக்க இயன்றது. ஆனாலும் எந்தவகையில் யோசித்தும் ஒரு பதிலை அவனால் அடையக்கூடவில்லை.

காவாலியும், அலேனும் பதினொரு மணியளவில் வந்து கதவைத் தட்டியபோதுதான் கலாபனுக்குத் தூக்கம் கலைந்தது.

காவாலி உள்ளே வந்து, 'எங்க அந்தப் பொம்பிளை?' என்று கேட்டான்.

'போயிட்டாள்' என்றான் கலாபன்.

'எப்ப?'

'நீங்கள் போன பின்னாலயே.'

காவாலி திரும்பி அலேனிடம் விஷயத்தைச் சொன்னான்.

அலேன் உள்ளே வந்தாள். என்ன நடந்ததென கலாபனிடம் விசாரித்தாள். எதுவும் வித்தியாசமாக இல்லையென்றுவிட்டு நடந்த உரையாடலைச் சொன்னான்.

அலேனுக்கும் ஆரம்பத்தில் காரணம் புரியாமலே இருந்தது. பின் சிறிதுநேரத்தில் அது புதரிந்தபோது வெடித்துச் சிரிக்க ஆரம்பித்தாள். 'என்ன, என்ன'வென இருவரும் வற்புறுத்த சிரிப்புக்கிடையிலேயே பதிலைச் சொன்னாள்: 'உங்கள் கலாச்சாரப் பின்னணிபற்றிய அவளது சந்தேகம்தான் இதற் கெல்லாம் காரணம். அதைத் தீர்க்க அவள் பாவித்த சொல் மேலும் பிரச்னையைக் கிளப்பியிருக்கிறது. கடித்தலெனப் பொருள்படும் பைற் என்ற சொல்லுக்குப் பதிலாக கொஞ்சுதல் என்ற வார்த்தையை அல்லது வாய்ப் புணர்ச்சி என்ற பதத்தை அவள் பாவித்திருந்தால் எந்தக் குழப்பமும் வந்திருக்காது. கொஞ்சுதல் இல்லாமல் ஒரு காமமா, ங்ஆ?'

அலேனும் காவாலியும் சொல்லிக்கொண்டு சென்றனர். கலாபன் யோசித்துக்கொண்டே இருந்தான்.

வேலை முடிந்து வந்த பின்னாலும் வெளியில் போக மனம் பிடிக்கவில்லை. அப்போதுதான் கடிதங்களை ஏஜன்ற் கொண்டுவந்தான். கலாபனுக்கும் கடிதங்கள் இருந்தன. காவாலி கொண்டுவந்து கொடுத்துவிட்டுப் போனான். மனோகரி கடிதமெழுதியிருந்தாள். தான் முழுகாமலிருப்பதை அய்ந்து மாதங்களுக்குப் பின்தான் அவளுக்குத் தெரிவித்திருந்தாள் அவள். 'பெத்தாப் பிறகு சொல்லவென்றுதான் இருந்தேன். ஆனால் ஆருக்குப் பெத்தாயென்று பிறகு கேட்டிடுவியளே. அதனால் இப்ப தெரிவிக்கிறேன். மண்டைக்கனம்தான், ஆனால் அதுக்கும் காதல்தான் காரணமென விளங்கினால்போது'மென மேலும் எழுதியிருந்தாள். கலாபன் உடனடியாக பதிலெழுதினான். 'விளங்குகிறது, என்னுடைய கோபங்களுக்கும் அதுதான் காரணமென்பது உனக்கும் விளங்குமென நினைக்கிறேன்'.

நண்பன் சண்முகத்துக்கு நீண்டநாள் கடிதமெழுதவில்லை. கலாபன் கடிதமெழுதத் தொடங்கினான். முதல்நாளிரவுச் சம்பவத்தையே எழுதினான்.

'Bite என்ற ஆங்கில வார்த்தைக்கு உனக்கும் எனக்கும் தெரிந்திராத அர்த்தங்களைக் கொண்டிருந்த ஒரு சுவீடன் நாட்டுக்காரியை இன்று சந்தித்தேன்...'

எழுதுகிறபோதுதான் அவனுக்கும் சிரிப்பு வந்தது.

●

விபத்து தவிர்ந்தது

1977 சித்திரையில் வீடு திரும்பிய கலாபன் மறுபடி கப்பலெடுப்பதற்கு அய்ந்து மாதங்களுக்கு மேலாகிவிட்டிருந்தது. ஒரு புதிய ரொயாட்டா கார் வாங்கி, அதை கிளிநொச்சி வவுனியா மன்னாரென்று முழுவேகத்தில் ஓடித்திரிந்து, ஒருமுறை கொடிகாமத்துக்குச் செல்லும் வழியில் ஒரு தட்டிவானுடன் விபத்துக்குள்ளாகி, ஒரு மாதமாக கராஜ்ஜுக்கு அலைந்து திருத்தியெடுத்து, அடுத்த மாதம் வந்த விலைக்கு அதை விற்று எனப் பல சீரழிவுகளையும் அவன் அந்தக் காலத்தில் அடைந்திருந்தான். இனிமேமட்டும் இந்தமாதிரி ஆசையளப் பட்டிடாத என்றாள் அம்மா. மனோகரியினது எண்ணமும் அதுவாகவே இருந்தது. கலாபன் மனத்தில் என்ன எண்ணியிருந்தானென்பதை யாரும் அறிந்திருக்கவில்லை.

கலாபன் எங்கோ அடிபட்டிருந்தான் என்பதை சிலநாட்களாகவே சண்முகம் புரிந்துகொண்டிருந்தான். மெல்லவோ விழுங்கவோ முடியாத ஒரு மனவலியின் விளைவே அவனது வரம்புமீறிய குடியென்று ஊகிக்க முடிந்திருந்தது. ஆனாலும் வெளிப்படப் பேசி அவனை ஆறுதல்படுத்த அந்த ஊகத்தில் தெரிந்த காரணம்மட்டும் போதுமாயிருக்கவில்லை.

மனமென்பதுதான் என்ன? உடலின் எந்த விதமான உறுப்பாக இல்லாதும், உணர்வுகளின் ஊற்றாய் முழு மனித வாழ்வியக்கத்துக்குக் காரணமாயும் இருக்கிற ஒரு புள்ளிதானே! நீர் சிறிய

காற்றினலைவுக்கும் சலனமாகிவிடுகிறபோல சில மனிதர்களும் அப்படி ஆகிவிடுகிறார்கள். சின்னச் சின்னக் கோபங்கள், சின்னச் சின்ன அய்மிச்சங்கள், சின்னச் சின்ன அடிபிடிகள், சின்னச் சின்னச் சண்டைகள், சின்னச் சின்னக் கொலைகள்... அந்த அசைவியக்கத்தின் விளைச்சல் ஆகுபவை.

கலாபனின் மனம் எவ்வாறு சலனப்பட்டது? சந்தேகங் களாலா? அவ்வாறெனில் அக்கம்பக்கத்தில் வதந்தியாகக்கூடக் கிளர்ந்தெழாமல் அவனுக்குமட்டும் சந்தேகத்தைக் கிளப்பியது எதுவாக இருக்கமுடியும்? ஊர் சலனப்படாத வதந்தி எங்கேயிருக்கிறது? வெறும் கற்பனைகளால் கலாபன் தன்னையே அழித்துக்கொண்டிருந்தானா? சண்முகம் அறியவில்லை.

கலாபன் கப்பலிலிருந்து ஊருக்கு வருவதற்குச் சிறிது முன்பாகத்தான் அவனது நண்பன் சண்முகத்துக்குத் திருமணமானது. மனைவியை ஊரிலே விட்டுவிட்டு அவன் மட்டும் வேலைக்காகத் திருகோணமலைக்குச் சென்று வந்துகொண்டிருந்தான். அதனால் அவனுக்கு வடபகுதி வருகை மாதத்துக்கு ஒன்று இரண்டு தடவைகளுக்குச் சிலவேளை மூன்று தடவைகளுக்கு இருக்கும்.

விபத்துக்குள்ளான பொழுதில் கலாபனின் காரில் சண்முகமும் இருந்திருந்தான். நல்லவேளையாக யாருக்கும் காயம் எதுவும் ஏற்படவில்லை. எனினும் கலாபன் குடித்துவிட்டு ஓடியிருப்பான், அதுதான் விபத்து நேர்ந்திருக்கிறது, அவன் தன்னையும் அழித்து சண்முகத்தையும் அழித்துவிடுவானென்று வீட்டிலே சண்முகத்தின் அம்மாவும் மனைவி கமலியும் ஒரே ஒப்பாரி வைத்தார்கள். அதனால் அவனைப் பார்த்தால் பேசுவதை மட்டும் வைத்துக்கொண்டு கூடியலைவதை அப்போது நிறுத்தியிருந்தான் கலாபன்.

இவ்வாறான நிலைமையில்தான் ஒருநாள் கலாபனின் மனைவி பிள்ளைகளையும் கூட்டிக்கொண்டு தாய்வீடு போய்விட்டாளென்ற செய்தி ஒருமுறை ஊர்வந்த சண்முகத்துக்கு தெரியவந்தது. அவன் அடித்துத் துரத்தினானோ, அல்லது அவளேதான் இவனோடு கோபித்துக்கொண்டு போனாளோ தெரியாது. குழந்தைகளைக் கூட்டிக்கொண்டு அழுதபடி அவள் சென்றதைக் கண்டதாக கமலி சண்முகத்துக்குச் சொன்னாள்.

இரண்டு மூன்று வாரங்களாகியும் அவள் திரும்பிவரவில்லை. கலாபனும் போய்க் கூப்பிடவில்லை. அடுத்தமுறை ஊர்வந்து சந்தித்தவேளை இவனைப் போய்க் கூட்டிவந்தாலென்ன என்று சண்முகம் கேட்டான். 'கைக்குழந்தையோடு பாவம்' போனவளுக்கு

வாற பாதை தெரியும்தானேயென்று தட்டிக்கழித்துவிட்டான் கலாபன். பிள்ளைகளைக்கூட அவன் யோசிக்கவில்லை. கடைசியில் யார் போய்க் கூப்பிட்டோ கூப்பிடாமலோ மனோகரி பிள்ளைகளோடு வீடு வந்துவிட்டாளென்று சண்முகத்துக்கு அறிய வந்தது.

கலாபன் இனிக் கப்பலே எடுக்கமாட்டான் என்றுதான் அக்கம்பக்கத்தில் பேசிக்கொண்டிருந்தார்கள். தாய்கூட சொன்னாள், காசுமில்லை, இப்பிடி நிறைகுடிகாரனாயும் திரியிறான், இவனெங்க இனி கப்பலெடுக்கிறதென்று. தண்ணியிலை உழைச்ச காசு, தண்ணியில்தான் போகுமென்று ஊரிலே சொல்வார்கள். அதற்கு கலாபன் நம்பர் வண் எடுத்துக்காட்டாயிருந்தான்.

ஆனால் யாருமே எதிர்பார்த்திராத ஒருநாள் அவனது பழைய கப்பல் கம்பெனியிலிருந்து உடனடியாகச் சென்று துபாயில் நிற்கும் கப்பலில் சேரும்படி தந்தி வந்தது.

❍

ஒரு மூன்றாம் நிலை கப்பல் பொறியாளனாக அவன் அதில் நியமனம் பெற்றிருந்தான். கொழும்பு விமானநிலையத்திலிருந்து புறப்பட்டு துபாய் விமானநிலையத்தில் அவன் வந்திறங்கியபோது, அவனது பெயர் எழுதிய ஒரு தடித்த அட்டையைத் தூக்கிப்பிடித்தபடி நின்றுகொண்டிருந்தான் ஓர் அராபியன். கலாபன் அவனை நெருங்கியபோது தானே அவர்களது கம்பெனியின் முகவர் எனக் கூறி, கப்பல் மறுநாள்தான் துறைமுகத்தை வந்தடையுமென்றும், அதுவரை ஏற்பாடு செய்யப்பட்டுள்ள ஒரு ஹோட்டலிலே அவன் தங்கலாமென்றும் தெரிவித்தான்.

அந்த ஏற்பாடுகளெல்லாம் அவனைப் புளகிக்க வைத்தன. ஓர் அதிகாரி நிலையிலுள்ள கப்பல்காரனை அவ்வாறெல்லாம் கவனிப்பார்களென அவன் கேள்விப்பட்டிருந்தது அன்று அனுபவமாகிக்கொண்டிருந்தது. வெளிநாட்டுப் பயணிகள் தங்கும் நட்சத்திர ஹோட்டல் அது. அந்த ஹோட்டலின் குளுகுளு அறையிலிருந்து லேசாக மது அருந்தியபடி தான் மூன்றாம்நிலைப் பொறியாளனாகப் பதவிபெறுவதற்கு காரணமாய் முந்திய கப்பலில் நடந்த சம்பவத்தை ஒருமுறை நினைத்துப் பார்த்தான்.

எம்.வி. எலியாஸ் அன்ஜிலாகோஸ் கப்பலில் வேலை செய்துகொண்டிருக்கிறான் கலாபன். கப்பல் ஆம்ஸ்ரடாம் துறைமுகத்திலிருந்து போர்த்துக்கலின் லிஸ்போவா துறைமுகம் நோக்கிப் போய்க்கொண்டிருக்கிறது. அதுவும் பயங்கரமான ஒரு

பயணம்தான். லிஸ்போவாவை அடைவதற்கிடையில் அது ஒரு மரணக் குழியைக் கடந்தாக வேண்டும். அது *'Chemetry of Seaman'* எனச் சற்று அண்மிய காலம்வரைக்கும்கூடச் சொல்லப்பட்டுக் கொண்டிருந்த ஓரிடம். அந்த இடத்தில் எழும் சுழிகள் பெரிய பெரிய நாவாய்களையே விழுங்கி ஏப்பம் விட்டிருக்கின்றன. காலநிலை அறிவிப்புகள் ஓரளவு துல்லியம் பெற்றுக்கொண்டிருந்த தொழில்நுட்ப வளர்ச்சியின் காலமாதலால் அத்தகைய எந்த சுழற்காற்றையும் கடலில் எழக்கூடிய சுழியையும் முன்னறிந்து ஆவன செய்யக்கூடிய வாய்ப்பு இருக்கிறது. ஆயினும் *'Bay of Biscay'* எனப்படும் அந்த இடம் இன்றும் அனுபவங்களையும் காலநிலை முன்னறிவிப்புக்களையும் எதுவுமேயில்லையென ஆக்கக்கூடிய அளவுக்கு திடீர் திடீரென மாறும் மர்மக் கடற்சுழிப்புகளினால் பயங்கரம் கொண்டிருந்தது.

வழக்கம்போல் 04–08 மணிநேர வேலை அவனுக்கு. கூட வேலைசெய்யும் இரண்டாம் நிலைப் பொறியாளர் இன்னும் கீழே வரவில்லை. அவனே பொறுப்பெடுத்து கப்பல் எந்திரத்தின் தட்ப வெப்ப அமுக்க நிலைகளைக் கவனித்துக்கொண்டிருக்கிறான். பலரும் தவறி அவன் தவறாது கவனிக்கிற காரியம் ஒன்றுண்டு.

நீரை உந்தி கப்பலைச் செல்லவைக்கும் சுழலும் பித்தளை உலோகக் கருவியை, எந்திரத்தோடு தொடுத்துள்ள வல்லிரும்பினாலான நீள் எஃகு உருளை தொடுப்பி நாற்பது அல்லது அய்ம்பது அடிகளுக்குக் குறையாத நீளமுடையது. அதன் சுழற்சியை இலகுவாக்கவுள்ள உருள் கருவிகளின் இருப்பறைகளில் அதன் உராய்வு தவிர்க்க கிறிஸ்சும் எண்ணெயும் இடுவார்கள். அந்தக் கலவை தீர்ந்துபோகிறபோது வெறும் உருள்கருவிகள் சூடடைந்து உலோகம் உருகிப்போய்விடுவதுண்டு. அதனால் கப்பல் நிறுத்தப் பட்டு பழுதி திருத்திச் செல்ல நேர்வதில் பயணத் தாமதம் ஏற்பட்டுவிடுகிறது. அந்த முக்கியத்துவத்தால் அதைத் தவறாது கவனிக்க அவன் இயல்பாகவே உந்தப்பட்டுக்கொண்டிருப்பான்.

அன்று அதை கவனிக்கச் சென்றிருந்தவேளை கிறிங் . . . கிறிங்... என்ற மேலே பயண கட்டுப்பாட்டுத் தளத்திலிருந்து வரும் என்ஜின் றூம் கட்டளைத் தகவல்காட்டி பயங்கரமாக அலறியடித்தது.

கப்பல் உந்தித் தொடுப்பியின் பின்பகுதி ஒரு குகைக்குள் போல் சென்றிருந்தது. அதற்குள் நின்றிருந்த கலாபன் கட்டளை மணிச்சத்தம் கேட்டமாத்திரத்தில் பாய்ந்து வந்தபோது கட்டளைக் கருவி 'நிறுத்து' என்ற அடையாளத்தில் நின்றிருந்தது. தன் அதிகாரி இல்லாத நிலையில் தான் அந்தக் கட்டளையைச் செயற்படுத்தலாமா என்று ஒரு விநாடி – ஒரே விநாடி – கலாபன்

யோசித்தான். தயாராயிரு என்ற அறிவித்தல் இல்லாமல் திடீரென வரும் அந்தக் கட்டளை ஓர் அபாயத்தினையே சுட்டிநிற்க முடியும். மறுகணம் கலாபன் கட்டுப்பாட்டுத் தளத்தில் கட்டளையை ஏற்றுக்கொண்டதான சமிக்ஞையை அனுப்பிவிட்டு இயந்திரத்தை நிறுத்தினான்.

கட்டளைத் தகவல் காட்டியில் கப்பலை முன் நோக்கியோ பின்னோக்கியோ செலுத்துவதற்கு நான்கு நான்கு நிலைகள் இருக்கின்றன. முறையே அவை மிகவும் ஆறுதல், ஆறுதல், அரை வேகம், முழுவேகம் என்பன. இந்த இரண்டு பக்க வேக நிலைகளுக்கும் நடுவில் கீழேயாக நிறுத்து என்ற நிலையும் அதன் அருகில் தயாராயிரு என்ற நிலையும் இருக்கின்றன.

கலாபனின் மூளை படபடவென யோசித்தது. ஓர் அபாயத்தின் விளைவே அந்த திடீர் நிறுத்தமெனில், அது பின்னகர பிறக்கும் கட்டளையும் உடனடியாக வரும். ஏனெனில் கப்பலை ஒரு சடுதியில் பிறேக் போட்டதுபோல் நிறுத்துவது எக்காலத்திலும் சாத்தியமில்லை. எந்திரம் நிறுத்தப்பட்ட பின்னரும், கப்பல் வந்த வேக விசையில் முன்னகர்ந்துகொண்டே இருக்கும். இந்த நிலைமையில் ஒரு சடுதி நிறுத்தத்தை உடனடியாக கப்பலைப் பின்னகர்த்துவதின் மூலமாகவே நிறைவேற்ற முடியும். அவன் ஓடிச்சென்று பிரதான இயந்திரத்துக்கு வரும் காற்றமுக்கத் தாங்கியிலிருந்த வால்வைத் திறந்துவிட்டான். அடுத்து காற்றை தாங்கியில் நிறைக்கும் பம்புகளை இயக்குவிக்க வேண்டும். அதையும் மிகவிரைவில் செய்தான்.

அவன் எதிர்பார்த்தபடியே மறுவிநாடி நடுத்தர வேகத்தில் கப்பல் எந்திரத்தினைப் பின்னகர இயக்கும்படி கட்டளை பிறந்தது.

கலாபன் கட்டளையை ஏற்றுக்கொண்டு, ‘கடவுளே பிள்ளையார் அப்பா’ என மனத்துள் துதித்துக்கொண்டு எந்திரத்தை இயக்கினான்.

மெயின் என்ஜினை இயங்கவைக்க ஒரு மோட்டார் மூலமோ, வேறு சாதனங்களாலோ முடிவதில்லை. மிக்க வேகமாக அமுக்கக் காற்றினைச் செலுத்துவதின் மூலமே அது சாத்தியமாகிறது. அப்போது கப்பல் எந்திரத்தின் பிஸ்ரன்கள் அசைய ஆரம்பிக்கின்றன. கொதி எண்ணெய் பீச்சப்படுகிறது. அப்படியே எண்ணெய் எரிசக்தியில் இயங்க இயந்திரம் ஆரம்பிக்கும்வரை அமுக்கக் காற்றே அவற்றை மேல்கீழாய் இயங்கச் செய்கின்றது.

கலாபன் தன் இஷ்ட தெய்வமான பிள்ளையாரை அழைத்ததற்குக் காரணமுண்டு. கப்பல் பொதுவாக பெற்றோல், டீசல், மண்ணெண்ணெய் போன்றவை பிரித்தெடுக்கப்பட்ட பின்னர் கிடைக்கும் மசகு எண்ணெயிலேயே இயக்கப்படுகிறது. ஆனாலும் மெயின் என்ஜினை இயக்க ஆரம்பிக்கையில் குறைந்த அமுக்கச் சூட்டில் எரியக்கூடிய டீசல் எண்ணெய் பாவிக்கப்படும். டீசல் தாங்கி மூன்றாவது தளத்திலிருந்தது. அதிலிருந்து டீசல் வரும் வால்வைத் திறந்துவிட்டு வந்து எந்திரத்தை இயக்குவதென்பது நடவாத காரியம். ஆகவே சூட்டு மசகெண்ணெயிலேயே இயந்திரத்தை இயக்கவேண்டிய கட்டாயத்திலிருந்தான் கலாபன். சிலவேளைகளில் அவ்வண்ணம் கப்பல் எந்திரத்தை இயங்கவைக்க முடியாமலும் போவதுண்டு.

இன்னுமொன்றிருந்தது. ஒரே தடவையில் அமுக்கக் காற்றைத் திறந்து, பிஸ்டன் கீழே இறங்கி பின் அது மேலே வந்து காற்று நன்றாக அமுக்கப்பட்டு வெப்பம் அதிகரித்துள்ள நிலையில் எண்ணெய் பீய்ச்சப்பட வேண்டும். இல்லையேல் இரண்டாவது தடவை அவ்வாறு செய்யவேண்டி நேரிடும். அப்போது காற்றமுக்கம் வெகுவாகக் குறைந்திருக்குமாதலால் மறுபடி இயந்திரத்தை அவசரமாக இயக்க முடியாதும் போகலாம். காற்றமுக்கம் காற்றுத் தாங்கியில் அதிகரிக்கும்வரை பின்னர் காத்திருக்கவேண்டி நேரும்.

கலாபன் சேவித்த கடவுள் அவனைக் கைவிடவில்லை. ஒரே தடவையிலேயே இயந்திரம் இயங்க ஆரம்பித்தது. முன்னகர்ந்த விசையை முறிவடையச் செய்த சிறு குலுக்கத்தோடு கப்பல் பின்னகர்ந்தது.

ஏறக்குறைய முப்பது விநாடிகளில் மறுபடி நிறுத்தக் கட்டளை வந்தது. கலாபன் கப்பலை நிறுத்தினான்.

அதுவரை காலத்தில் கப்பலின் வேகத்தைக் குறைக்க அல்லது கூட்டவந்த கட்டளைகளைத்தான் கலாபன் நிறைவேற்றியிருக்கிறான். தனியாக, அதுவும் எதிர்பாராத நேரத்தில், கப்பலை நிறுத்தவும் இயக்கவும் எப்போதும் அவன் செய்ததில்லை.

அப்போதுதான் இரண்டாம் நிலைப் பொறியாளர் அவசரஅவசரமாகக் எந்திர அறைக்குள் பாய்ந்து வந்தார்.

சிறிதுநேரத்தில் கப்பல் மறுபடி இயக்கப்பட்டு இயல்பான வேகத்தில் தன் பயணத்தைத் தொடக்கியது.

கப்பல் ஒரு பாறையில் மோதவிருந்ததால் ஏற்பட்ட களேபரம் அது. கையை உயரத் தூக்கிக்கொண்டு நிற்பதுபோல் நிமிர்ந்து நிற்கும் அதுமாதிரிப் பாறைகள் ஆழ்கடலிலும் நிறைய உண்டு. அவற்றைக் கண்டறியும் கருவி சுக்கான் தளத்தில் பொருத்தவே பட்டிருந்தது. அது செயலற்றுப்போனது கண்டறியப்பட்டு அதனைத் திருத்தும் பணிக்கு அடுத்த துறைமுகத்துக் கம்பெனி முகவருக்கு ஏற்கனவே தகவல் அனுப்பப்பட்டிருந்தது.

இந்தநிலையில் அதிகாலையின் மூடுபனி கவிந்திருந்த பொழுதில் அந்தப் பாறை திடீரெனத்தான் கண்காணிப்பில் நின்றிருந்த ஏபியின் பார்வையில் பட்டிருந்தது. அவனது அலறலில் கப்பல் நிறுத்த உத்தரவையும், பின்னகரும் உத்தரவையும் தாமதமின்றி முதன்மை அலுவலர் நிறைவேற்றி வைத்தார். கண்காணிப்பிலிருந்த ஏபி, பொறுப்பிலிருந்த அலுவலர், கீழே எந்திரத்தை இயக்கிய மூவருமே அந்த விபத்து தவிர்ந்ததற்கு காரணமாகியிருந்தனர். பெரிய விபத்தொன்று தவிர்ந்திருந்ததில் எல்லோரும் மகிழ்வடைந்தனர். என்றாலும் தான் செய்யவேண்டியிராத பணியைத் திறம்பட நிறைவேற்றி யதற்காக கலாபன் விசேஷமாகப் பாராட்டப்பட்டான். சிறப்பும் செய்யப்பட்டான்.

அன்று காலை அவன் சாப்பிட்டு முடிகிற வேளையில் கப்ரனின் பரிசாரகன் வந்து கப்ரன் அழைப்பதாகத் தெரிவித்தான்.

சந்தோஷமான மனநிலையோடேயே கப்ரன் அறை சென்றான். சிரித்த முகத்தோடு வரவேற்று அவனைப் பாராட்டினான் கப்ரன். கூட இருந்த பிரதம பொறியாளர் அவனது தோளைத் தட்டி பாராட்டுத் தெரிவித்தார். அது தனது கடமையென அடக்கமாய்ச் சொல்லி நின்றான் கலாபன்.

'இல்லை, நீ ஒரு அசாதாரணமான வேலையை இன்று செய்திருக்கிறாய்' என்று சொல்லி, தொடர்ந்து தெரிவித்தான் கப்ரன்: 'கலாபன், கப்பல் பொறியியல் வேலையென்பது மூன்று முக்கியமான தன்மைகளைக் கொண்டிருக்கிறது. ஒன்று, கப்பல் எந்திரம் சம்பந்தமான அறிவு. மற்றது, அது சம்பந்தமான அனுபவம். மூன்றாவது, சாதுர்யம். இந்த மூன்றும் உன்னிடமிருப்பதை நீண்ட நாட்களாகவே நான் கவனித்துவருகிறேன். இன்று நடந்த சம்பவத்தை நான் ஏற்கனவே தலைமை அலுவலகத்துக்கு அறிவித்துவிட்டேன். அடுத்த துறைமுகத்தில் மூன்றாவது பொறியாளர் அல்பேர்ட் விலகிச்செல்கிறார். அந்த இடத்துக்கு உன்னை நான் நியமிக்கிறேன்.'

○

மறுநாள் மதியத்தில் துபாய் துறைமுகத்தை அவன் அடைந்தபோது அவன் ஏறவிருந்த எம்.வி. மேர்சன்ற் கிங் என்ற அந்தக் கிரேக்க கப்பலின் புதிய கட்டுமானம் அவனை வியக்கவைத்துவிட்டது. எந்தப் பனிப் பாளத்தையும் தன் மூக்கினால் குத்தி உடைத்துக் கொண்டு முன்சென்று விடக்கூடியதாய் அதன் முன்முனை கட்டமைப்புக் கொண்டிருந்தது. ஒரு பிரமாண்டம் அலைகளில் அலைந்து திரிய எஃகில் உருவெடுத்திருந்ததுபோல் தோற்றம் கொடுத்தது. துறைமுக அலைகள் மெல்ல வந்து முட்டியபோது குட்டிகள் ஊட்டும் தாயாடுபோல் அது அசைவறுத்திருந்தது.

துபாயிலிருந்து புறப்பட்டு சிங்கப்பூர் சென்ற கப்பல் சரக்கேற்றிக்கொண்டு அப்போது ஸ்பெயினைநோக்கிப் போய்க்கொண்டிருந்தது.

வேலை முடிந்து வந்து குளித்து இரவுணவை முடித்தபின் கபினுக்கு வந்த கலாபன் படுப்பதற்கு முன்பான ஒரு சிறுபொழுதில் வெளியை நோக்கினான்.

கப்பலின் வலது புறத்திலிருந்த அவனது கபினூடாக விரிந்திருந்த வெளியில் நீலவானம் பளீரெனத் தெரிந்தது. அதில் வெண்மீன்கள் சில ஜொலித்துக்கொண்டிருந்தன. கடலெல்லாம் ஒளிப் பிரவாகம். விரித்திருந்த நீலச் சேலையொன்று காற்றில் மெல்ல அசைவதுபோல அது நெளிந்தது. அவ்வளவுக்கு அமைதி தழுவிய கடலாக இருந்தது அது. இந்து சமுத்திரத்தைத் தாண்டி கப்பல் செங்கடல் பிரதேசத்துக்குள் நுழைந்து விட்டிருந்தமையை அவன் தெரிந்தான். இனி மேற்கே எகிப்தும், கிழக்கே சினாய் பாலைவனமும்தான்.

நேரம் அப்போது இரவு எட்டு மணியிருக்கும். கலாபன் 12.00–04.00 மணிநேர வேலை செய்துகொண்டிருந்தான். இன்னும் நான்கு மணிநேரங்கள் இருந்தன அவன் வேலைக்காகக் கீழே இறங்க. விடியும்போது எகிப்து நெருங்கிவிட்டிருக்கும். மதியமளவில் கப்பல் சூயஸ் கால்வாய் முனையிலுள்ள போர்ட் சேத்தில் தனது முறைக்காகக் காத்துக்கொண்டு நின்றிருக்கும்.

மெல்லிய ஜொனி வோக்கர் போதை அவனில் இன்னும் இருந்தது. அந்தப் போதையில் நைல்நதி கண்டான். கழுதைப் பாலில் குளித்து, மயிலின் மூளைக் கறி சாப்பிட்டு, உயர்வகை மதுவருந்தியும் அதிசுவைப் பழங்கள் உண்டும் தன் அழகையும் இளமையையும் தக்கவைத்துக்கொண்டிருந்த கிளியோபாத்ராவின் அந்த வெண் அன்ன உல்லாசப் படகு நைல் நதியில் நிலா எறிக்கும் அவ்விரவில் மெல்ல மிதந்து செல்வதாய் அவன் கற்பனை எகிறியது. சீனப் பட்டின் தழுவலில்

சுகம்கொண்டு அவள் தன் பாதி விழி மூடியும், இடையின் துகில் விலகியது கவனமின்றித் தன் பளிங்குக் கால்களை நீட்டியும் ஒயிலாக அன்னத்தின் தூவியினாலான மென்திண்டுகளில் சாய்ந்திருப்பதான காட்சிகள் நினைவிலெறிபட்டன. யூலியஸ் சீசரும், அந்தோனியும் அடிமையாய்க் கிடந்த அவ்வழகின் குவிமையங்களான வதனத்தில் முதலில் திளைத்த அவனது கண்கள், அடுத்து இரட்டைப் பிரமிட்டுக்களாக நிமிர்ந்து நின்ற மார்பில் நிலைத்து நின்றன.

கலாபன் மேலும் மனத்தை கலங்கவிடாமல் படுக்கையில் சரிந்தான்.

●

கப்பலை தூக்கிவைத்த கதை

எம்.வி. மேசன்ற்கிங் கலாபனது வாழ்வில் மறக்கமுடியாத அனுபவங்களைக் கொடுத்திருந்தது. உலகத்தின் முக்கியமான இரண்டு கால்வாய்களினூடாக அதில்தான் அவன் பயணம் செய்தான்.

மறுநாள் பகலில் எழும்பி வேலைக்குத் தயாராக வெளியே வந்தபோது கப்பல் நங்கூரத்தில் நின்றிருந்தது. பின்னணியத்துக்கு வந்து பார்வையைச் சுற்றிவர வீசினான்.

கண் முன்னால் விரிந்திருந்த உலகம் வித்தியாசமானதாக இருந்தது.

கிழக்கிலே சினாய் வெளி பரந்துகிடந்தது. பாலஸ்தீனத்துக்கும் அராபிய நாடுகளுக்கும் எதிராக இஸ்ரவேல் தொடுத்திருந்த யுத்தத்தில் எழுந்த கந்தகப்புகையை மானசீகமாகத் தன் நாசியில் உணர்ந்தான். நிகழ்கால சரித்திரத்தில் அராஜகங்களுக்கும் அநீதிகளுக்குமான ஓர் அடையாளம் இஸ்ரவேலெனில், சுதந்திரத்திற்கும் விடுதலைக்கும் தீராத போர்க்குணத்துக்குமான அடையாளமாக அவனளவில் பாலஸ்தீனம் இருந்தது. அது சரித்திரம் தன் பெருவெளி முழுக்க நடத்திய வஞ்சனையில் தீய்ந்துபோன ஒரு நாடுதான் அப்போதும். நிகழ்காலச் சரித்திரத்தின் மகா துயரம்கூட.

சரித்திரத்தில் மகாதுயரங்களைப்போல மகாசாதனைகளும் காணக்கிடக்கின்றன. அவன்

மகாதுயரங்களிலிருந்து தன்னை விடுவித்து, மகாசாதனைகளில் மனத்தைச் செலுத்தினான்.

சூயஸ் கால்வாய் மனித சாதனைகளின் உச்சங்களில் ஒன்று. அதன் தொடக்கமே பல்வேறு சுவையான நிகழ்வுகளைக் கொண்டிருந்தது. ஆசியா, ஆபிரிக்கா ஆகிய இரண்டு கண்டங்களையும் துண்டாக்கிக்கொண்டு, செங்கடலையும் மத்தியதரைக் கடலையும் இணைத்த அந்த முயற்சி பத்தொன்பதாம் நூற்றாண்டின் மத்தியில் ஆரம்பித்ததை அவன் அறிந்திருக்கிறான்.

லெப்டினன்ட் டி லெஸெப் என்கிற பிரான்சிய அரசியலாளருக்கும், அப்போதைய எகிப்திய அரசர் முஹமட் சேத்துக்கும் இடையே ஏற்படும் ஓர் உடன்படிக்கையின் பின் சூயஸ் கால்வாயின் கட்டுமானப் பணி 1859இல் ஆரம்பிக்கிறது. இதற்கு முன் இதுபோன்ற இரண்டு முயற்சிகள் ஆரம்பித்திருந்தும், எகிப்திய பழங்குடி மக்களின் எதிர்ப்பின் காரணமாகக் கைவிடப்பட நேர்கின்றன. அவர்கள் சொல்லியது அதிசயமான காரணமாயிருந்தது.

உலக வரைபடத்தில் மேலேயிருப்பது மத்தியதரைக் கடல். அதன் கீழே எகிப்து. செங்கடலையும் மத்தியதரைக் கடலையும் இணைப்பதற்காக இடையிலுள்ள நிலம் வெட்டப்பட்டால், மேலே மத்தியதரைக் கடலின் நீர் எகிப்துள் புகுந்து அதை அழித்துவிடுமென்று அப் பழங்குடி இனம் எதிர்ப்பு தெரிவித்ததாம். பொதுப் புத்திக்குத் தர்க்கரீதியாகப் படும் இந்தக் காரணம், உண்மையில் சரியானதில்லை என்பதோடு, மேலேயுள்ள மத்தியதரைக் கடலைவிட, கீழே அதனுடன் இணைக்கப்படவிருந்த செங்கடல்தான் ஒன்று – ஒன்றரை மீற்றர் உயரமானது என்பதே நிலவியல் அளவையில் காணப்பட்டிருந்தது.

இந்த உண்மையை விளக்கி எகிப்தியப் பழங்குடியினரின் எதிர்ப்பினை வெல்ல டி லெஸெப் நிறையப் போராட வேண்டியிருந்தது. தெற்கே சூயஸ்சும், வடக்கே போர்ட் சேத்துமாய் இரண்டு துறைமுகங்களிலும் கிடைக்கக்கூடிய வேலைவாய்ப்பும், கால்வாயில் பன்னூற்றுக்கணக்கான கப்பல்களின் பயணத்தில் கிடைக்கும் வருவாயுமாக எகிப்திய மக்கள் நிறைந்த பொருளாதாரச் சுபீட்சங்களை அனுபவிக்க முடியுமென ஆசை வார்த்தைகள் கூறப்பட்டன. இறுதியில் கால்வாயின் கட்டுமானப் பணி ஆரம்பிக்கப்பட்டபோதும், பல்வேறு பணச் சிரமங்களாலான தாமதத்தில் அத் திட்ட நிறைவேற்றத்துக்குப் பத்தாண்டுகள் தேவைப்பட்டிருக்கின்றது. 1869இலேயே கப்பல்களின் பயணத்துக்குக் கால்வாய் தயாராகவிருந்தது.

டி லெஸெப்ஸின் நோக்கம் உன்னதமானதுதான். ஆனாலும் சூயஸ் கால்வாயின் உரிமை பிரான்ஸ், பிரிட்டிஷாரின் ஆதிக்கத்திலிருந்ததில் எகிப்து எதிர்பார்த்த பயனின்றி ஏமாற்றப்பட்டது. நிர்வாகமெல்லாம் சர்வதேச சட்டப் பிரகாரமே இருந்ததெனினும், ஒரு நாட்டின் வளத்தில் பிற நாடுகள் பயனடைதல் என்பது சட்டங்களின் இடைவெளிகளினூடாக அங்கு நடந்தேறியது.

சூயஸ் கால்வாய் திறக்கப்பட்டதும் உலகம் இன்னும் சுருங்கிப்போனது. அய்ரோப்பிய நாடுகளுக்கோ அமெரிக்க நாடுகளுக்கோவான பயணத்தைச் செய்ய அத்திலாந்து சமுத்திரத்துள் பிரவேசிக்கவேண்டிய கப்பல்கள் இனி ஆபிரிக்க முனையைச் சுற்றி செல்லவேண்டிய அவசியமிருக்கவில்லை. நேரமும் எண்ணெயும் மிச்சமாகின. கால்வாயைக் கடப்பதற்குப் பணம் செலுத்தவேண்டி இருந்ததெனினும் அது மிச்சமாகும் நேரத்தையும் எண்ணெய்ச் செலவையும் ஒப்பிடுகையில் மிகவும் அற்பமானது. கப்பல் வர்த்தகத்தில் மகத்தான மாற்றங்களை உருவாக்கிய முக்கியமான நிகழ்வு 101 மைல் நீளமான சூயஸ் கால்வாயின் திறப்பு.

இவ்வாறான முக்கியமான ஒரு கால்வாயினூடான பயண விஷயங்களில் சர்வதேச அரசியல் தலையிட அஸ்வின் அணையைக் கட்டவிருப்பதிலிருந்து பிரான்சும் பிரித்தானியாவும் பின்வாங்கிக்கொண்டன. உடனே, அப்போது எகிப்திய ஜனாதிபதியாகவிருந்த கமால் அப்துல் நாஸர், சுயஸ் கால்வாயை 1956இல் தேசியமயமாக்கினார்.

பிரான்சிய பிரிட்டிஷ் அரசுகள் கிளர்ந்தெழுந்தன. சூயஸ் கால்வாயை உடனடியாக மூடியது எகிப்து. சுருக்க வழி மறுபடி நீண்ட கடல்பயண வழியாக மாறியது. பிறகு ஒரு சமரசத்தில் கால்வாய் திறக்கப்பட்டபோதும், எகிப்துவுக்கும் மற்றை இஸ்லாமிய நாடுகளுக்கும் இஸ்ரவேலுக்குமிடையிலான ஆறுநாள் யுத்தத்தில் மறுபடி அது 1967இல் மூடப்பட்டது. மறுபடி கால்வாய் திறக்கப்பட எட்டு ஆண்டுகள் ஆகின.

சூயஸ் கால்வாயின் நீளம் 101 மைல்களானாலும் செங்கடலையும் மத்தியதரைக் கடலையும் இணைத்த தரைவழி 75 மைல்களாகவே இருந்தது. அதாவது 75 மைல்கள் தூரத்தையே வெட்டவேண்டி நேரிட்டது. மீதி 26 மைல்களும் நதிவழிகளாகும். மன்சாலா, திம்கா, பிற்றர் போன்ற நதிகள் இக் கால்வாயின் வழிகளைப் பங்குபோட்டுக்கொண்டன. சராசரியாகக் கால்வாயின் அகலம் 179 அடியெனவும், ஆழம் 40 அடியெனவும் கணக்கிடப்பட்டிருந்தது. தினசரி 50 கப்பல்கள் போக்குவரத்துக்கு

இக்கால்வாயை உபயோகித்தன. ஒரு தொன்னுக்கு கடவைக்கூலி ஆறு பிராங்குகளாக ஆரம்பகாலத்தில் இருந்ததுபோலவே அது தேசியமயமாக்கப்பட்ட பின்னரும் ஏறக்குறைய அதேயளவான எகிப்திய நாணயமே அறவிடப்பட்டது.

இரண்டு மணியளவில் தனது முறை வர எம்.வி. மோர்சன்ற் கிங் புறப்பட்டது. அவசியமான இடங்களில் அது எதிர்வரும் கப்பலுக்கு ஒதுங்கிநின்று வழிவிட்டுக் கொடுத்தது. அதுபோல் எதிரே வந்துகொண்டிருந்த கப்பல் வசதியான இடத்தில் ஒதுங்கிநின்று அது கடந்துசெல்ல வழி கொடுத்தது. துறைமுகத்தை அண்மியதும் கப்பல் மத்தியதரைக் கடலுக்குள் இறக்குகிற வேளையில் அதனை இரண்டு பக்கங்களிலும் தொடுக்கப்பட்டிருந்த பாரக்கயிற்றின் மூலம் எந்திரத்தால் இழுத்தெடுத்தார்கள்.

நான்கு மணிக்கு அவன் மறுபடி மேலே வந்தபோது மத்தியதரைக் கடலில் போர்ட் சேத் அணையை நெருங்கிக் கொண்டிருந்தது கப்பல்.

போர்ட் தேத் தாண்டியானதும் நூற்றுக்கணக்கான கப்பல்கள் கால்வாயை கிழக்குநோக்கிக் கடப்பதற்கான தங்கள் முறை வரும்வரை அதன் வாயிலில் காத்துநிற்பதைக் கண்டான் கலாபன்.

அவன் பிரமித்துப்போனான். எத்தனை எத்தனை நாடுகளில் பதிவுபெற்ற எத்தனை எத்தனைவிதமான கப்பல்கள்! ஜேர்மன் கொடியேந்திய *'MAERSK'* லைன் கப்பல்கள், பிரிட்டிஷ் கொடி கட்டிய *'P&O LINE'* கப்பல்கள், நீலக் கொடி பறக்கும் கிரேக்க கப்பல்கள் என கப்பல்கள் நூறு நூறு! தானியவகை ஏற்றும் *'Bulk carrier'*, எண்ணெய் எடுத்துச்செல்லும் *'Oil Tanker'*, வாகனங்கள் கொண்டுசெல்லும் *'Car carrier'* என கப்பல்களின் பெரு அணிவகுப்பு அது. அப்படியான ஒரு கப்பலில் என்றைக்காவது தான் ஏறி வேலைசெய்யும் வாய்ப்பு வருமா? ஓர் ஆற்றாமை சூழ்ந்தது அவனில்.

மறுநாள் போர்த்துக்கல்லின் லிஸ்போவா துறைமுகத்தை அடைந்தது அவனது கப்பல். இரவு என்பது ஆடலுக்கும் பாடலுக்குமானதென நிர்ணயமே செய்யப்பட்டிருந்ததுபோல்தான் லிஸ்போவாவின் துறைமுக நகர் அமைந்திருந்தது. நகரின் மூலைமுடுக்கெங்கும் இசையும் குடியும் ஆட்டமும்தான். அவன் கவனித்தவற்றுள் முக்கியமான அம்சம், வயதுபோன வெள்ளைக்காரிகளுடன் அவர்களது நாய்களைப் பிடித்துக்கொண்டோ அல்லது அவர்களுடன்

82 தேவகாந்தன்

உரையாடல் செய்துகொண்டோ அதிகமான ஆப்பிரிக்கக் கறுப்பு இளைஞர்கள் போய்க்கொண்டிருந்ததுதான்.

அங்கிருந்து அவர்களது அடுத்த பயணம் லண்டன் துறைமுகமாக இருந்தது.

லண்டன் துறைமுகத்தை அடைந்த கப்பலில் முதலில் ஏறியது அக் கம்பெனியின் முகவரெனின், அடுத்ததாக ஏறியது றிஸா என்ற பெண்தான். காரிலே வந்தவள் காரை துறைமுக ஓரமாக நிறுத்திவிட்டு விறுவிறென மேலே ஏறியிருந்தாள். இரண்டாம் நிலை அலுவலர் அலெக்ஸியின் அறை அவளுக்குத் தெரிந்திருந்தது. நேரே அங்கேயே சென்றுவிட்டாள். அலெக்ஸி என்பது அலெக்ஸாண்டர் என்பதில் சுருக்கம். கிரேக்க நாட்டைச் சேர்ந்தவன். அவளோ ஈரான்காரி. அவள் ஒரு விலைமாதாக இருக்கலாமென எண்ணிய கலாபனுக்கு அப்போதுதான் தெரிந்தது அவள் அலெக்ஸியின் சிநேகிதியென்பது.

பின்னால் வேறு ஊழியர்கள் சொல்லி றிஸா ஒன்றும் விலைமாதிலிருந்து பெரிதாக வித்தியாசப்பட்டவளில்லையென அவன் அறிந்துகொண்டான். அந்தக் கப்பலிலேயே மூன்றாண்டுகளாக வேலைசெய்யும் மொரிஷியஸை சேர்ந்த ஜோர்ஜ் என்ற சமையற்காரன், றிஸா முதன்முதலில் அந்தக் கப்பலில் ஒரு விலைமாதாகத்தான் அடியெடுத்து வைத்ததை உறுதியாகச் சொன்னான். ஆனாலும் அலெக்ஸ் அவளைத் தன் சிநேகிதியாக்கி, லண்டன் வரும்போதெல்லாம் முன்னதாகவே தகவல் அனுப்பி அவளைச் சந்தித்துக்கொண்டிருந்தான். அப்படியொரு விருப்பம் ஒரு கடலோடிக்கு ஏற்படுவதும், அதுபோன்ற இணக்கம் ஒரு விலைமாதுக்கு உண்டாவதும் சகஜம்தானென்று ஜோர்ஜ் விளக்கினான். அவ்வாறாகச் சிலர் சேர்ந்து வாழ்வதும், கல்யாணம்வரை சென்றதும்கூட உண்டு என்றான் அவன்.

கலாபனுக்கு ஆச்சரியமாக இருந்தது. அவை அதீத உறவுகளென்பது அவனது அபிப்பிராயமாக இருந்தது. அதை அவன் ஜோர்ஜுக்குச் சொல்லவும் செய்தான்.

'கடலோடிகளை *'Merchant Nevy'* என்றும் ஆங்கிலத்திலே சொல்வார்கள். வர்த்தகக் கடலோடிகள் எனினும் அவர்களது தொழில்முறையானது ஏறக்குறைய மரபுவழியான கப்பற்படை வீரருக்குச் சமமானதுதான். அவர்களும் உறவுகளைவிட்டு விலகியிருக்கிறார்கள். சிலபேர் அந்த உறவுகளின்மீதான காதலுடன் காத்திருக்கவே செய்கின்றனர். மேலும் சிலர் தொழிலுக்கான அப் பிரிவுக்காலத்தில் சில மனைவியர்

செய்த காதல் துரோகத்துக்கான ஒரு வஞ்சமாக அந்த மீகாமக் காதலில் விழுந்துவிடுகிறார்கள். அலெக்சுக்கும் றிஸாவுக்கும் காதலில்லையென்று யார் சொல்லமுடியும்? அது தற்காலிகமானதாக ஆரம்பித்திருக்கலாம். அதுவே நிரந்தரமானதாக ஆக நிறைய சந்தர்ப்பங்கள் இருக்கின்றன, நண்பரே. பாலியல் தொழிலாளருக்கு அழகிய உடம்புகள்போல அழகிய மனங்களும் உண்டு. அந்த அழகிய தரிசனம் கிடைக்கிறவன் காதலனாக மட்டுமில்லை, கணவனாகவும் ஆகிவிடுவான்' என்றிருந்தான் ஜோர்ஜ்.

கலாபனுக்கு கிளியோபாத்ரா தந்திருந்த அருட்டுணர்வு முழுதுமாய் அற்றுப் போனது. காதல்பற்றிய நினைவுகளே மேலெழுந்துகொண்டிருந்தன. நீண்டநாட்களாக மனோகரியின் கடிதம் அவனுக்கு வரவில்லை. லண்டன் துறைமுகத்தில் எதிர்பார்த்திருந்தான். அங்கேயும் கிடைக்கவில்லை. அனுப்பிய கடிதம்தான் தாமதமாகின்றதா? அல்லது அவளே எழுதவில்லையா? ஏன் எழுதவில்லை? அவனது மனம் குழம்பியது.

மறுநாள் காலையில் தெரிந்தது, அவர்களது அடுத்த பயணம் ஜப்பானென்றும் அங்கிருந்து தென்கொரியாவென்றும். அந்தப் பயணம் முக்கியமானது. அதில்தான் சூயஸ் கால்வாய்க்கு அடுத்து முக்கியத்துவம் வாய்ந்த பனாமாக் கால்வாயை கலாபனின் கப்பல் கடக்கவேண்டி வந்தது.

கப்பல் புறப்பட்டது. கலாபன் ஆவலுடன் எதிர்பார்த்திருந்த அந்த நிகழ்வின் கணம் வந்தது. அத்திலாந்துச் சமுத்திரத்தினூடாகப் பயணித்து பனாமாக் கால்வாயின் கீழை வாயிலை அடைந்த கப்பல் தன் முறைக்காக நங்கூரமிட்டுக் காத்துநின்றது.

மறுநாள் காலையில் மூன்று மணிக்கு இயந்திரத்தை '*Stand BY*'இல் வைத்திருக்கக் கட்டளை மணி ஒலித்தது. கலாபனே அதைப் பயணத்துக்குத் தயார் நிலையில் வைத்திருந்தான்.

கப்பல் மாலை இரண்டு மணியளவில் புறப்பட்டது.

சூயஸ் கால்வாய்போன்று நீளமானதல்ல பனாமாக் கால்வாய். அதன் மொத்த நீளமுமே 50 மைல்கள்தான். ஆனால் சூயஸ் கால்வாய் செய்த பூகோள மாற்றத்தினைப்போல் அதுவும் செய்திருந்தது. தொடுப்புண்டிருந்த வட அமெரிக்காவையும் தென் அமெரிக்காவையும் அது வெட்டிக் கூறாக்கி எழுந்தது. அதேநேரத்தில் அத்திலாந்திக்கையும் பசுபிக்கையும் ஒன்றாகக் குறுக்கில் இணைத்தது.

1914இல் திட்ட நிறைவேற்றம் பெற்ற பனாமாக் கால்வாய், ஆகக்கூடுதலான பொறிநுட்பம் வாய்ந்தது. அது தன் முந்திய கால்வாய்கள் வெட்டிய தொழில்நுட்ப அனுபவத்தைப் பூரணமாகப் பயன்படுத்தியிருந்தமை தெற்றெனத் தெரிந்தது.

பனாமாக் கால்வாய் எண்பத்தைந்து அடி உயரமான மூன்று கட்ட அணைகளைக் கொண்டிருந்தது. அவை 'Docks' எனப்பட்டன. முன்கதவு பூட்டியிருந்த கடல் மட்ட நீருள்ள முதல் அணைக்குள் கப்பல் புகுந்ததும், பின்னால் கதவு பெரிய இயந்திரங்களின் உதவியினால் மூடப்பட, நீரிறைக்கும் ராட்சதப் பம்புகளின் மூலம் நீர் அணைக்குள் கொட்டப்படுகிறது. கப்பல் அங்குலம் அங்குலமாக மேலே எழும்புகிறது. ஏற்கனவே இரண்டாம் அணையில் கடல்மட்டத்துக்கு மேலான குறிப்பிட்ட ஓர் அளவில் நீர் நின்றுகொண்டிருக்கும். அதன் அளவுக்குச் சமமாக முதல்கட்ட அணையின் நீர் ஏறியதும், ராட்சதப் பம்புகள் நிறுத்தப்பட்டு, முன்பக்கமாவுள்ள வாயில் திறக்கப்பட, கப்பல் அப்படியே இரண்டாம் அணைக்குள் வலித்திழுக்கப்படுகிறது.

இப்போது முதல் கட்ட அணையினதும் இரண்டாம் கட்ட அணையினதும் நீர்மட்டங்கள் சமமாக இருந்துகொண்டிருக்கும். இரண்டாம் கட்டத்துள் விசேஷம் எதுவும் நடப்பதில்லை. உள்ளே வந்த கப்பல் இரண்டாம் கட்டத்தின் பின்கதவு பூட்டப்பட்டு, முன்புறக் கதவு திறக்கப்பட அதேயளவு உயரமான நீருள்ள மூன்றாம் கட்டத்துள் நகர்த்தப்படுகிறது.

ஆனதும் மூன்றாம் கட்டத்தின் பின்கதவு பூட்டப்படுகிறது. கப்பல் ஓர் அடைப்புக்குள் இருப்பதுபோலானதும் அதிலிருக்கும் நீர் இறைத்தெறியப்படுகிறது. கப்பல் மெதுமெதுவாக கீழே இறங்குகிறது. நீர் கடல் மட்டத்துக்கு வந்ததும் மூன்றாம் அணையின் முன்கதவு திறக்கிறது. கப்பல் மெதுமெதுவாக வெளியே வலித்திழுக்கப்பட்டுக் கடலுள் விடப்படுகிறது.

கால்வாயுள் பிரவேசிப்பதிலிருந்து கடலுள் விடப்படும் வரை அதற்கான விசேஷ அனுபவம் வாய்ந்த ஒரு துறைமுக கப்ரனின் கட்டுப்பாட்டிலேயே கப்பல் இருக்கின்றது. பிறகு கப்பல் கப்ரனிடம் கையளித்துவிட்டு பூம் பூம் என கப்பலின் ஊதொலியில் சமிக்ஞை கொடுக்க பின்தொடர்ந்து வந்துகொண்டிருக்கும் *Pilot Boat* கப்பலை நெருங்கும். துறைமுக கப்ரன் இறங்கிச் செல்ல கப்பல் தன் சுயாதீன பயணத்தை மேலே தொடங்குகிறது.

அந்தக் கப்பலின் சாமான் நிறை 18000 தொன். கப்பல் நிறை 14000 தொன். ஆக மொத்தம் 32000 தொன் நிறையையும் ஒரு பொறிமுறையில் ஏற்றி இறக்கியமை பெரும் அற்புதமாக

இருந்தது கலாபனுக்கு. பொறியியல் விஞ்ஞான வளர்ச்சிகள் செய்திருக்கும் இன்னும் எத்தனை விந்தைகளைக் இந்த உலகம் காணப்போகிறதோ! மனித வரலாறானது அரசர்களினதும் தளபதிகளதும் மாவீரர்களதும் யுத்தங்களாலும் மரணங்களாலும் அழிவுகளாலும் மட்டுமானதில்லை, அது விஞ்ஞான தொழில்நுட்ப சாதனைகளாலும்தான் எழுதப்படுகின்றதென்ற உண்மையை முதன்முதலாக உணர்ந்தான் கலாபன்.

●

ஒரு கூண்டும் சில மஞ்சள் கிளிகளும்

புசான் என்கிற தென்கொரியத் துறைமுகத்தை எம்.வி. மேர்சன்ற் கிங் அடைந்தபோது நண்பகலை அண்மிக்கின்ற பொழுதாகவிருந்தது.

கடந்த ஒரு வாரமாக புசான் துறைமுகம் பற்றிய பேச்சாகவிருந்த கப்பலில், அந்த நிமிடத்திலிருந்து உற்சாகம் கரைபுரள ஆரம்பித்துவிட்டது. இரவு வேலை முடித்துவந்து படுத்த கலாபன் பதினொரு மணிபோல் உறக்கம் கலைந்து மதிய உணவை முடித்துவிட்டுக் கீழேயுள்ள மெஸ்சுக்குச் சென்றபோது, இரண்டொருவரைத் தவிர மீதிப்பேரைக் காணக்கிடைக்கவில்லை. கலாபன் தன் இலங்கை நண்பனான ரோனியின் கபினுக்குச் சென்றான்.

ஏற்கனவே அங்கே மதுரசம் சொட்டத் தொடங்கியிருந்தது. ரோனியின் பக்கத்துக் கபினில் தங்கியிருந்த ஆபிரிக்கனான எலிஜா தென்கொரியாவில் தன் முந்திய அனுபவங்களை ரோனிக்குச் சொல்லிக் கடகடத்துக்கொண்டிருந்தான். விலைமாதர் குடியிருக்கும் பகுதியை ஜெலோஹவுஸ் என்பார்களெனவும், தென்கொரியாவில் இன்சான் என அதேபோல இன்னொரு துறைமுகம் இருப்பதாகவும், அந்த இரண்டு இடங்களில் ஒன்றிலாவது சுகத்தை அனுபவிக்காதவன் கடலோடியாக இருந்து பிரயோசனமில்லையெனவும் அளந்துகொட்டினான்.

ரோனி அவனையும் குடிக்கக் கேட்டபோது, தான் சாப்பிட்டுவிட்டதாகவும், மாலையில் பார்க்கலாமென்றும் கூறிக்கொண்டு சிறிதுநேரத்தில் அங்கிருந்து வெளியேறிய கலாபன், அங்குமிங்குமாய்ச் சென்று நேரத்தைக் கடத்திக்கொண்டிருந்தான்.

அவனது வேலை நேரத்துக்கான உதவியாள் ஒருவன் அப்போது என்ஜின் றூம் கவனிப்புக்கு இருப்பான். அவசியமான போதுகளில்மட்டும் கலாபன் போனால் போதும். இரவாயினும் பகலாயினும் அந்த 12–04 மணி வேலைநேரத்தில் என்ஜின் றூமுக்கு அவன்தான் பொறுப்பு. பயணத்தில் போலவே கப்பல் நங்கூரத்தில் நிற்கும்போதும், துறைமுகத்தில் கட்டிநிற்கும் வேளையிலும் அந்தப் பொறுப்பு மாற்றம்கண்டுவிடாது.

அம்மாவின் கடிதத்தில் ஊரிலே பிரச்சினைகள் வெகுத்து விட்டன, பெடியள் பொலிஸ்நிலையங்களையும் பெற்றோல் நிலையங்களையும் தாக்கும் செயல்கள் அதிகரித்து, அத்னால் பொலிசினதும் ராணுவத்தினதும் கடற்படையினதும் கெடுபிடிகள் பெருகியதில் இயல்பு வாழ்க்கை பாதிக்கப்பட்டிருக்கிறது என்று எழுதியிருந்தது. இந்த இயல்பு நிலைப் பாதிப்பில் மனோகரி கடிதமெழுதாதிருக்கக்கூடிய சாத்தியத்தை அவனால் புரிந்துகொள்ள முடியும். ஆனால் காதலிழந்திருப்பதை எதனால் சாந்தப்படுத்த முடியும்? ஓர் அன்பான வார்த்தை, ஓர் ஆதரவான அணைப்பு எந்த உயிருக்கும் தேவையாக இருக்கிறது. உடற்சுகங்களை அவன் பணம் கொடுத்து வாங்கிவிடுவான். ஆனால் காதலை எதைக் கொடுத்து வாங்குவது?

இருண்டு வெகுநேரமாகியிருந்த ஒருபொழுதில் போதையோடு வெளியே புறப்பட்ட கலாபன், யாரையோ எந்தக் கப்பலிலோ இறக்கிவிட்டுத் திரும்பிக்கொண்டிருந்த ஒரு ராக்ஸியை மறித்தான். தான் செல்லவேண்டிய இடம் அவனுக்குத் தெரிந்திருந்தது. அவன் சொல்லியிருக்காவிட்டாலும் ராக்ஸிக்காரன் செல்லவேண்டிய இடத்துக்கு இம்மி பிசகாமல் அவனைக் கொண்டுபோய்ச் சேர்த்திருப்பான். ராக்ஸிக்காரர்களுக்கு, குறிப்பாக துறைமுகங்களில் ராக்ஸி ஓட்டுபவர்களுக்கு அந்தச் சாமர்த்தியம் அதிகம்.

புசான் அழகானது. மலைகள் சூழ்ந்த பகுதி. உயர உயரச் செல்லும் வரிசை வரிசையான வீட்டு அடுக்குகளால் மலையை அமைத்திருப்பதுபோன்ற தோற்றம். கப்பல் துறைமுகத்தை அண்மித்துக்கொண்டிருந்த வேளையில் தொலைவிலிருந்தே அவ்வழகைக் கண்டிருந்தான் கலாபன். அதிகாலையில் அந்த மெல்லிய மஞ்சள் விளக்குகள் தெரிந்த நகரம் ஒரு கனவுலமாகவே அவனுக்குத் தோன்றியிருந்தது.

கலாபன் நேரத்தைப் பார்த்தான். பன்னிரண்டு ஆகிக் கொண்டிருந்தது.

அமைதியும் அழகும் கொண்டு உறைந்துகிடந்த அந்த நகரத்தின் மஞ்சள் வீடு என அழைக்கப்பட்ட பகுதியில் ராக்ஸி நுழைந்து விட்டது என்பதை கலாபனால் ஊகிக்கக்கூடியதாகவிருந்தது. களிமக்கள் ஆடியும் தள்ளாடியும் ஆங்காங்கே நடந்தபடியிருந்தனர். ஆனாலும் ஒரு அடக்கமும் அமைதியும் நேரத்தின் அகாலம் காரணமாய் அங்கே விழுந்துகிடப்பதாகவும் தோன்றியது.

அவன் ராக்ஸிக்காரனிடம் கேட்டான்: 'நேரஞ்சென்று விட்டதோ இந்தப் பகுதிக்கு வருவதற்கு?'

ராக்ஸிக்காரன் சிரித்துவிட்டு, 'இந்தப் பகுதிக்கு எப்போதும் நேரம் சென்றுவிடுவதில்லை. பகலும் இரவும் மழையும் வெய்யிலும் இதற்கில்லை. ஆனாலும் மாலை அவரவரதும் விருப்பத்திற்கேற்ற தேர்வுக்கு நல்ல நேரமாயிருக்கும்' என்றான்.

ராக்ஸிக்காரன் இறக்கிவிட்ட இடத்தின் எதிரேயிருந்த வீட்டினுள் நுழைந்தான் கலாபன்.

உள்ளே கூடத்துள் சதுரப்பாங்கில் ஆறேழு பெண்கள் உட்கார்ந்திருந்தார்கள். சில கொரிய இளைஞர்கள் சுற்றிச்சுற்றி வந்து அவர்களைப் பார்வையிட்டுக்கொண்டிருந்தனர். கலாபன் போதையோடு செய்வதறியாது சிகரெட் எடுத்துப் புகைத்தவண்ணம் நின்றிருந்தான். பெண்களைப் பார்வையிட்டுக் கொண்டிருந்த இளைஞர்களில் இருவர் இரண்டு பெண்களைச் சுட்டிக் கையசைக்க அவர்கள் மலர்ந்த முகங்களோடு எழுந்து ஒரு பகுதியால் வெளியே வந்தனர். அப்போதுதான் தெரிந்தது கலாபனுக்கு, அவர்கள் கண்ணாடிக் கூண்டுக்குள் இருந்திருந்தார்கள் என்பது.

அப்போது அய்ந்து பெண்கள் இருந்திருந்தார்கள் கண்ணாடிக் கூண்டினுள். ஒவ்வொரு பெண்ணின் முன்னாலும் அவன் வரும்போது முட்டுக்கால் பதித்து குதிக்கால்களில் அமர்ந்திருந்த அந்தப் பெண்ணின் விழிகளில் படபடத்த ஆவல் அவனை என்னவோ செய்தது. தன்னை இவன் தேர்ந்தெடுக்கமாட்டானா என்ற ஏக்கம் அவளது கண்களில் தனியாகத் தெரிந்தது. ஒரு கெஞ்சுதலாய் அது வெடித்தெழுந்தது. அவளைத் தாண்டிச் சென்று தான் தேடும் அழகும் கவர்ச்சியுமான பெண் அவளில்லையெனக் குறிப்பில் சொல்லி அவளது யாசகத்தை நிராகரிக்கும் காரியத்தை நிறைவேற்ற அவனது மனம் பின்னின்றது. ஆனாலும் தயக்கத்துடனேனும் அதை அவன் செய்யவே வேண்டியிருந்தான்.

ஒரு பெண்ணைத் தாண்டி மற்றப் பெண்ணுக்கு முன்னால் வந்தபோது அந்தப் பெண்ணின் முகமும் அதே ஏக்கத்தை ஆவலைத் தெரிவிப்பதாய் இருந்தது.

ஒரு விலைமாது என்பவள் எந்த ஆணாலும் ஏற்கப்படுபவளாக இருக்க வேண்டும். ஏற்கப்படுவதற்கான அழகும் இளமையும் உடல்வாகும்தான் அவளது தொழிலின் மூலதனம். அவை உதாசீனப்படுத்தப்படுமானால் ஒரு விலைமாது துவண்டே போகிறாள். தன் கவர்ச்சியில் அவள் கொண்டிருந்த கர்வத்தினது சிதைவை மட்டுமல்ல, அது அவளது எதிர்காலத்தின் அச்சத்தையும் கொண்டிருக்கிறது.

ஒரு விலைமாதில், அவள் எந்த நாட்டைச் சேர்ந்தவளானாலும், ஓர் அனுதாபம் கலாபனிடத்தில் என்றும் இருந்துகொண்டே இருந்தது. தம் வாழ்நிலை காரணமாக அதை ஒரு தொழிலாக ஏற்றுக்கொண்ட பாவப்பட்ட ஜென்மங்கள் என்பதுதான் அவர்கள்பற்றி அவன் கொண்டிருந்த அபிப்பிராயம்.

ஓர் இரவு கப்பலுக்கு வந்த ஒரு விலைமாது மிகவும் மோசமான காமலீலையை மறுத்ததால், வெறிகொண்டிருந்திருந்த ஓர் எகிப்தியனிடம் உதடு பிரிய அடிவாங்கிக்கொண்டு அரையும் குறையுமாய் ஓடிவந்து அவனது கபினுக்குள் புகுந்து அபயம் கேட்டாள். அவளை உள்ளே அனுமதித்து ஆதரவளித்தான் கலாபன். ஆயினும் அவளது இரக்கமான நிலைமைக்கு அவளே காரணஸ்தி என்பதுபோல் பின்னர் அவனுக்குக் கோபம் வந்தது. 'இந்தத் தொழிலைவிட வேறு ஏதாவது தொழில்செய்து பிழைக்க உனக்குத் தெரியாதா? ஒருவேளை இந்தத் தொழில்தான் உனக்கு மிகவும் பிடித்தமான தொழிலோ?'

அவனது வார்த்தைகளில் சிதைந்துபோனவள், தன்னிடத்தில் உள்ள எந்தத் தொழில் திறமையையும்விட தன் உடம்புதான் இந்த உலகத்தில் இலகுவாக விலைபோகிறதென்று வெம்பி அழுதாள்.

அன்று அவளது பதில் அவனைச் சுட்டிருந்தது.

ஆனால் கண்ணாடிக் கூண்டுக்குள் அடைபட்டதுபோலிருந்து எவனொருவனாவது முன்னேவந்து தனது முகத்தையும், முயன்று செய்த ஆடை அலங்காரத்தினூடாக உருவரை தெரியும்படியிருந்த மார்புகளையும் நோக்குகையில், இவன்தான் இன்றைக்குத் தனக்குக் கூலிபோடும் தேவனோ என்ற ஏக்கத்தோடு நோக்கும் அந்தப் பெண்கள்மீது கலாபனுக்கு அதைவிடவும் கூடுதலான அனுதாபம் பிறந்தது.

கூண்டினுள் இருந்த நான்குபேரது நிலைமை இவ்வாறெனில், அவனை ஒருமுறை நிமிர்ந்து பார்த்துவிட்டு, தன்னைவிட அழகும் கவர்ச்சியும் மிக்க நான்குபேர்கள் இருக்க இவன் தன்னையா தேர்ந்தெடுக்கப்போகிறான் என்பதுபோல் எந்த எதிர்பார்ப்பையும் ஏக்கத்தையும் காட்டாத ஐந்தாவது ஒரு பெண் அவனது கவனத்தைக் கவர்ந்தாள்.

அவளது அந்த உள்கோட்டம் அவனை மேலும் கவனிக்கச் செய்தது.

அவள் மற்றைய பெண்களைவிட அழகானவளில்லை. மற்றையவர்களைவிடக் கவர்ச்சியானவளுமில்லை. இருந்தும் அவளில் மெல்லிய இழையாக ஊடாடியிருந்த ஏதோவொரு அம்சம் அவனது விருப்பத்தைக் கிளறிவிட்டது.

அவன் அவளுக்கு நேரே கண்ணாடியில் சுண்டினான்.

அவள் நிமிர்ந்து பார்த்தாள். பின் பழையபடி தலையைக் குனிந்துகொண்டு இருந்துவிட்டாள். அவள் எந்த நம்பிக்கையையும் எதிர்பார்ப்பையும் இழந்திருந்த நேரமாகவிருந்ததோ அது?

நேரமாயிற்று. யாரும் எழும்பவில்லை. அவன் இன்னும் தன் முன்னே நிற்பது அவளது உணர்வில் பட்டிருக்க வேண்டும். அவள் தலைநிமிர்ந்தாள். அவன் சிரித்தான். ஆயினும் அது தன்னையென நம்ப மறுத்தவள்போல் நிர்சலனமாய் அவனையே பார்த்தபடி இருந்தாள்.

அந்த உதாசீனத்தில் ஒரு சினமும் வெக்கறையும் எழுந்தாலும் அடக்கிக்கொண்டு அவன் மறுபடி கையசைத்தான்.

தன்னையேதானென நிச்சயமாகிய கணத்தில் அவள் முகம் மலர்ந்ததே, ஆயிரம் மலர்கள் ஒரேபொழுதில் தம் இதழ்கள் மலர்த்திச் சுடர்ந்தன போலிருந்தது அவனுக்கு.

அவள் எழுந்து நடந்த நடையில் காலகாலமாய் தான் அடைந்திருந்த அத்தனை இகழ்வுகளையும் நம்பிக்கையீனங்களையும் தூக்கிப்போட்டு மிதித்துக்கொண்டு செல்கின்ற ஒரு பெருமிதம் கண்டான் அவன்.

ஒரு விடிவேளையில் அவள் சிரிப்பின் முகவரி மறந்தவள் போல் இருப்பதின் காரணத்தைக் கேட்டான் கலாபன்.

அப்பொழுது அவள் சிரித்தாள். அது சிரிப்பல்ல, துயரத்தின் எறியம். தன் விதியை எழுதிய காலத்தின் கொடுங் கரங்களை நோக்கி அது. பிறகு சொன்னாள்: 'நான் இந்தத் தென்கொரியாவிலே அநாதை. எனக்கு அம்மா, அப்பா எல்லோரும் இருக்கத்தான்

செய்தார்கள். ஆனால் நோயிலும் விபத்திலுமாய் ஒருவர் பின் ஒருவராய்ப் போய்ச் சேர்ந்துவிட்டார்கள். அந்தக் கரையிலே, வடகொரியாவிலே, எனக்கு இன்னும் உறவுகள் இருக்கின்றன. என் தாத்தா, பாட்டி, மாமன் மாமிகள் எல்லாம் அங்கே இருக்கிறார்கள். ஆனால் ஒரு தொடர்புகூடக் கிடையாது. அவர்கள் இங்கே வரவோ, நான் அங்கே போவதோகூட நடவாத காரியம். முயற்சித்தால் எல்லையில் வைத்து அவர்களைக் காண எனக்கு முடியலாம். ஆனால் அதைச் செய்யவும் வசதியில்லாதிருக்கிறேன். உயிர்வாழ உடலை விற்றுக்கொண்டிருக்கிறவள் நான். கொஞ்சக் காலம் எப்படியோ வாழ்ந்துவிடலாம்தான். பிறகு..? இத்தனை நிச்சயமற்ற வாழ்க்கையின் வலிகளோடும் வதைகளோடும் யாராவது சிரிக்க முடியுமா?'

அவளைச் சிரித்தபடி வாழவைக்க வேண்டும் போன்ற ஓர் ஆராமை எழுந்தது அவனில். அவன் அதைச் சொன்னான். அவள் அதுபோன்ற உன்மத்த கணங்களின் ஆயிரம் வார்த்தைகளைக் கேட்டிருக்க முடியும். அவனை அவள் நம்பினாளோ இல்லையோ, அவனது மார்புக்குள் இணக்கமாய் அடங்கினாள்.

மறுநாள் அதிகாலையில் கப்பலுக்குப் புறப்பட்டபோது, ஏதோ கேட்க நினைத்து தயங்குவதுபோல் அவள் நின்றிருக்க அவன், 'என்ன?' என்றான். அவள் மெல்ல, 'இரவுக்கு வருவாயா?' என்றாள். அவன், 'கண்டிப்பாக' என்றுவிட்டு நடந்தான்.

கப்பலில் மாலை எப்போது ஆகும் என்றிருந்தது கலாபனுக்கு. தன் உணர்ச்சி கிளர்ந்து எரிமலைபோல் வெடித்தடங்கிய தருணங்களில் அவளது நகங்கள் கிழித்த இளங்கோடுகள் இன்னும் முதுகில் இனிய எரிவினை அவனுக்குச் செய்துகொண்டிருந்தன.

இருட்டிவந்தபோது விறுவிறுவென ராக்ஸி எடுத்து மஞ்சள்வீடு பகுதிக்குச் சென்றான். இறங்கி ராக்ஸியை அனுப்பிவிட்டுச் சுற்றிவர நோட்டமிட்டான். அவன் நேற்று வந்திருந்த பகுதியா அது? தெரு அதுதானா? வீடு எது? அவனது சம்யா எங்கே இருக்கிறாள்?

முதல்நாள் வந்த வீட்டை அவனால் அந்தத் தெருக்களில் காணவே முடியவில்லை. இரவு ஒரு மணி இரண்டு மணிவரை தெருத்தெருவாக அலைந்தான். வேறெங்கு செல்லவும் மனம் பிடிக்கவில்லை. களைத்துப்போன ஒரு நேரத்தில் மறுநாளைய நம்பிக்கையோடு கப்பலுக்குத் திரும்பினான்.

மூன்று நாட்களாக வீடுவீடாக ஏறி இறங்கினான் கலாபன். வெட்கத்தைவிட்டு அந்தப் பகுதியிலுள்ள சிறிய கடைக்காரர்களிடம், 'சம்யாவென்ற பெண்ணைத் தெரியுமா?

மெலிந்து உயரமாய் இருப்பாள்' என்றுகூட விசாரிக்கச் செய்தான். கேட்ட இளங்கொரியர்கள் சிரித்தார்கள்.

முதல்நாள் கொண்டுவந்து சேர்த்த ராக்ஸி ட்றைவரிடம் விசாரிக்க எதிர்ப்படும் ராக்ஸிகளையெல்லாம் ஆவலோடு ஊடுருவிப் பார்த்தான். வெகுநேரமாக... வெகுநேரமாக... தேடினான்; அலைந்தான். ராக்ஸிக்காரனும் கிடைக்கவில்லை. சம்யாவையும் கண்டுபிடிக்க முடியவில்லை.

அடுத்த நாள் மதியத்தில் கப்பல் துறைமுகத்தைவிட்டுப் புறப்பட்டது. அது அவனது வேலைநேரமாக இருந்தது. தயாராயிருத்தல் நிலையிலிருந்து கப்பல் மிகமெதுவாக பின்னே நகர்வதற்கான கட்டளை மணி அடித்தவேளை, எந்திரத்தை கலாபன் இயக்கினான். அப்போதும் அவனது கண்களில் சம்யா நின்றுகொண்டிருந்தாள்.

●

நாற்பது டொலர்களும் மார்க்வெய்ஸ் கதைகளும்

சமுத்திரம் எழுப்பிய நெடுந் திரைகளில் எழுந்தும் விழுந்தும் பிளந்துமாகச் சரக்கேற்றி யிராத எம்.வி. மேர்சன்ற் கிங், ஆகக் கூடுதலான அலைக்கழிப்புடன் புயல் வியாபித்திருந்த கடல் பரப்பைக் கடந்து தென்அமெரிக்காவின் மேலைக் கரையை ஒரு மாலை இருள் கவிகிற நேரத்தில் சென்று சேர்ந்தது.

லைபீரியாவில் பதிவாகியிருந்த கப்பலின் பின்னணியத்திலுள்ள, வெள்ளையில் சிவப்புக் கோடுகளும் மூலையிலுள்ள சதுர நீலத்தில் நட்சத்திர அடையாளமும்கொண்ட கொடி நைந்துபோய் படபடத்தபடி பறந்துகொண்டிருந்தது.

காற்று பலமாகவே வீசிக்கொண்டு இருந் திருப்பினும் கப்பல் கடந்து வந்த கடல்வழியின் கடூரத்தில் கால் பங்காய்க்கூட அங்கே இருக்கவில்லை.

கலாபன் சிகரெட் புகைத்தான். கப்பலின் பின் அணியம் காற்று வளத்தில் தூரவிருந்த கொலம்பியா நாட்டின் புவனவெந்துரா துறைமுக நகரைநோக்கித் திரும்பி நின்றுகொண்டிருந்தது.

கரையெங்கும் வெள்ளை வெளிச்சப் புள்ளிகள். சில சிவப்பு வெளிச்சங்களும் அவ்வப் போது தெரிந்தன. அவை நீண்ட நாள் கடல்

பயணத்திலிருந்துவிட்டுக் கரையைச் சமீபிக்கும் ஒரு கடலோடிக்கு மிகுந்த கிளுகிளுப்பை ஊட்டவல்லவை. ஆயினும் அதை விஞ்சிய உணர்வின் தெறிப்புகளில் அவனது நினைப்பு நகர்ந்து சென்றுகொண்டிருந்தது.

அது நிஜமாக நடந்ததென்பதை நினைக்கவே ஒரு அமானுஷ்யமான பரவசம் மனத்தில் திகைந்தெழுந்தது கலாபனுக்கு.

ஏறக்குறைய நான்கய்ந்து வருஷங்களாக கலாபன் கப்பலில் வேலை செய்கிறான். அவனே கதறித் தூக்கத்திலிருந்து எழும்படிக்கு முந்தாநாள் காலையில் அலையொன்றில் ஏறி மூஞ்சி குப்புற தாழ்ந்த கப்பல், நிமிர முடியாமல் முன்னணியத்தில் நீர் கோலிக்கொண்டு இருந்துவிட்டது. பொருட்கள் விழுந்து உருண்டும், நொருங்கியுமான சத்தங்கள் இன்னும் அச்சத்தை அதிகரிப்பித்தன. 'பிள்ளையாரப்பா...' என ஏதோவொன்று அவன் கதறலில் வெளிவந்திருந்ததாய் பின்னர் ஞாபகமானது.

காலைச் சூரியன் உறைப்பாகத்தான் எறித்துக்கொண்டிருந்தது. கதிர்கள் குத்துமாப்போல்தான் வீசிக்கொண்டிருந்தன. இருந்தும் ஒரு முழு நிமிஷத்துக்கு கப்பல் மொத்தமுமாய் சமுத்திரத்துள் ஆழும் ஸ்திதியில் நின்றிருந்தது. பின்னால் ப்ரொபெலர் நீர் மட்டத்துக்கு மேலே நின்று தண்ணீரைத் தீற்றியபடி உதறியதில் கப்பல் நடுங்கியது. அவனுக்கு உடல் பதறத் தொடங்கிவிட்டது.

தீ பிடித்தால்கூட அது எரிந்து அபாய நிலையை எட்ட மணித்தியால அவகாசம் இருக்கும். ஆனால் அதன் இறுதிக்கு, நிமிஷங்கள்கூட அப்போது அவகாசமாயில்லை. ஒரு அலைப் பாளம் கீழே அமிழ்ந்து வந்து கப்பலை அப்படியே சிறிது மிதத்தும் அதிசயம் நடக்காவிட்டால் அது அப்படியே இருபத்தாறு பேர்களுடனும் மூழ்கிச் சமாதியாகுவதைத் தடுக்கவே முடியாது.

ஆனால் அடுத்த நிமிஷத்தில் அந்த அதிசயம் நடந்தது.

அமிழ்ந்துவந்த ஒரு அலை அந்த இடத்தின் அலைகளில் வீறுடன் மோதி உதைக்க, கப்பலின் முன்னணியம் மெதுவாக மேழுந்தது. அதேவேளை பின்னணியம் பதிந்து ப்ரொபெலர் நீரை உந்தியதும் கப்பல் நகர்ந்து அந்த நீர்ச் சுழலிலிருந்து விடுபட்டது.

கீழே வந்த இரண்டாவது பொறியாளர் சொன்ன பிறகுதான், அது வெறும் கப்பலாக வந்து சமுத்திரத்தில் ஆடாத சதுராட்டம் ஆடி தின்ன, குடிக்க, தூங்க முடியாத நிலையை ஏற்படுத்தியிருந்ததைத் திட்டித் தீர்த்துக்கொண்டிருந்த கலாபன்

உண்மை அறிந்தான். வெறும் கப்பலாக வந்திருந்ததே அந்த சுழலில் அது ஆழ்ந்துபோகாது தப்பித்ததற்கான சாத்தியத்தை உருவாக்கியிருந்ததாம்.

மறுநாள் மதியம் தாண்டி கப்பல் துறைமுகத்துள் பிரவேசித்தது. மேடையில் கப்பல் கட்டிமுடிக்க ஐந்து மணியாகிவிட்டது. கலாபன் குளித்துவிட்டு வர, சேகர் வெளியே செல்லத் தயாராக நின்றிருந்தான். 'நீ போறதெண்டால் போ, சேகர், நான் வர கொஞ்ச நேரஞ்செல்லும்' என்றுவிட்டு கலாபன் கடிதங்களை எதிர்பார்த்துக் கப்பல் முதன்மை அலுவலரின் கபினுக்குச் சென்றான்.

கடிதமெதுவும் சஞ்சலம்கொண்ட செய்திகளைத் தாங்கி வந்திருக்கவில்லை. அவனது நண்பன் சண்முகம்மட்டும் நீண்டநாட்களாக அவன் கடிதமெழுதவில்லையெனக் குறைப்பட்டிருந்தான். மூன்று நாட்கள் கப்பல் துறைமுகத்தில் நிற்கவிருந்தது. வீட்டுக்கு எழுதுகிறபோதே சண்முகத்துக்கும் எழுதிவிடவேண்டுமென கலாபன் நிச்சயித்துக்கொண்டான்.

நீண்ட காலமாய் உள்ளிருந்து கொழுத்த தசையுணர்வு உடனேயே புறப்பட்டு ஓடத்தான் சொல்லிக்கொண்டிருந்தது. ஆனாலும் கொலம்பியாவுக்கு அவனது வருகை முதல்தரமானதால் அந்த நாட்டுக்காரர் யாரையாவது விசாரித்து நகரின் போக்குகளை மட்டுக்கட்டியிடாமல் செல்ல கலாபன் விரும்பவில்லை.

மேற்கத்திய நாடுகளில்கூட அந்தந்த இடங்களுக்கேற்ற பொய்யும் திருட்டும் ஏமாற்றும் இருக்கவே செய்கிறது. சட்ட ஒழுங்குகள் இறுக்கமாக இருக்கிறவகையில் கிளப்கள், பார்கள், டிஸ்கோக்கள் இருக்கிற ஒரு தெருவானாலும் இரவு பெரும்பாலும் ஆபத்து விளைப்பதாய் இருப்பதில்லை. தென்னமெரிக்க நாடுகளின் சட்டவொழுங்கின் இறுக்கம்பற்றிய சந்தேகம் அவன் மனத்தில் எப்போதும் இருந்துகொண்டே இருந்தது.

கடைசியில் ஒரு துறைமுக ஊழியரிடமே அவைபற்றிய விபரங்களைக் கேட்டறிந்துகொண்டு செல்ல ஏழு மணியாகிவிட்டது.

பஸ்ஸிலேகூட செல்லமுடியுமென்று சொல்லியிருந்தார் அந்த ஊழியர். ஆனாலும் ராக்ஸியிலேயே நகர மய்யத்தை சென்றடைந்தான் அவன்.

பெரிய கடைவீதியல்ல அது. இரண்டு நெடுவீதிகள் குறுக்காய் வெட்டிய ஒரு சந்தியில் ஒவ்வொரு பக்கத்திலும் நான்கைந்து கடைகள், மூன்று நான்கு றெஸ்ரோறன்ற்கள்,

இரண்டு மூன்று பார்கள் இருந்திருந்தன. வீதிகளே ஒருவகை மந்தத் தனத்துடன்தான் இருந்தன.

'வந்தன மேரா' என்றொரு ஸ்பானிய நடனப் பாடல் பலமாக இசைத்துக்கொண்டிருந்த ஒரு பாருக்குள் கலாபன் சென்றான். வெளியிலிருந்த பச்சை, நீலம், சிவப்பு நிறச் சிமிட்டு விளக்குகளுக்கும், ஒலித்துக்கொண்டிருந்த பலமான இசைக்கும் பொருத்தமற்றதாய் உள்ளே அது வெறிச்சோடிக் கிடந்தது. சேகரும் அங்கேதான் இருந்து சலித்துக்கொண்டிருந்தான். கலாபன் சென்று அவனெதிரில் அமர்ந்தான்.

சுமார் ஒரு மணி நேரத்தின் பின் மேலும் அங்கேயிருப்பதில் பிரயோசனமில்லையென, இருவரும் வேறு வீதிகளில் இருக்கக்கூடிய 'நல்ல' பார் எதையாவது தேடிச் செல்ல தீர்மானித்தனர்.

யாரையேனும் கேட்டு அறியலாமேயென சேகர் அபிப்பிராயம் சொன்னான். பார் பக்கத்தில் நிறுத்தப்பட்டிருந்த ராக்ஸி ட்ரைவரிடம் சென்று விசாரித்தான். அதற்கு ராக்ஸி ட்ரைவர், 'மாலை இன்னும் இளமையாகவே இருக்கிறது. பெரும்பாலும் வாழைத் தோட்டக் கூலிகள் குடியிருக்கிற பகுதி இது. இன்று வெள்ளிக்கிழமையானதால் பத்து மணியளவில்தான் இங்கே கூட்டம் சேரும். கேளிக்கைகளைப் பொறுத்தவரை பார்த்தால் இந்த ரவுணிலேயே சிறந்த இடம் எந்த நாளிலும் இதுதான்' என்றான்.

சரி, வீதிகளில் சுற்றி சிறிதுநேரத்தைப் போக்காட்டிவிட்டு திரும்பி வரலாமென இருவரும் தொடர்ந்து நடந்தார்கள்.

அவர்களையே கவனித்தபடி எதிரே வீதியில் வந்து கொண்டிருந்த ஒரு முதியவர் கிட்ட வந்ததும் அவர்களுடன் பேச்சுக் கொடுத்தார். மிகவும் இனிய சுபாவமுடையவராய்த் தோன்றியதால் மட்டுமன்றி, அவர்களுக்கும் நேரத்தைக் கடத்துவதே முதன்மையான நோக்கமாக இருந்ததில் அவர் பேச்சை நின்று சுவாரஸ்யமாகவே கேட்டார்கள். மிகவும் பவ்யமாக ஒரு சிகரெட்டை அவர்களிடம் கேட்டுவாங்கிப் புகைத்துக்கொண்டு கொலம்பியாவின் வரலாறு, பூகோளம் எல்லாவற்றையுமே சொல்லத் தொடங்கிவிட்டார் அவர்.

அவற்றுள் கலாபனுக்கு முக்கியமாகப் பட்டது, அவர் அந்த புவனவெந்துரா நகரைப்பற்றிச் சொல்லியவைதான்.

முதியவர் சிறிதுநேரத்தில் விடைபெற்றுச் சென்றார்.

கலாபன் கதை 97

அவர் விட்டுச்சென்ற சரித்திரம் மனத்துள்ளிருந்து ஒரு பரவசத்தைச் செய்துகொண்டிருந்தது கலாபனுக்கு. நடந்துகொண்டிருந்த பொழுதில் பெரிதாக வேறு விஷயங்களை சேகரும் பேசாததில் அவன் வேறொரு பரவசத்தின் நினைப்பில் மூழ்கிக்கொண்டிருப்பதாக கலாபன் நினைத்துக்கொண்டான்.

காடுகளும் மலைகளும் கொண்ட பெருநாடு கொலம்பியா. வடகிழக்கே வெனிசுவேலாவையும், தென்மேற்கே எக்குவாடோரையும் கொலம்பியாவினூடாக இணைத்துக்கொண்டு கிடந்தது அமெரிக்க கண்டத்திலேயே மிகப் பெரியதான அன்டீஸ் மலைத்தொடர். கொலம்பியாவின் பசுபிக் சமுத்திரப் பகுதியில் புவனவெந்துரா பெரிய துறைமுகமேயெனினும், அதன் நகர் ஜனப்பெருக்கமற்று இருப்பதற்கு ஒரு மதில்போல் உயர்ந்தெழுந்து நின்றிருந்த அம்மலைத்தொடரே காரணம். புவனவெந்துராவும் சதுப்பு நிலங்களும் காடுகளும் கொண்டுதான் கிடந்தது. அதன் மக்களின் வாழ்நிலை விவசாயத்திலும், வாழைத் தோட்ட உழைப்பிலுமாய் ஏழ்மையிலுள்ளதுதான்.

ஆறு ஏழு மணியாகிறது வாழைத் தோட்ட வேலையாட்களின் வேலை முடிய. எட்டு மணியாவது ஆகிறது அவர்கள் வீடு சென்றுசேர. ஒன்பது மணிக்குத்தான் இரவுணவு தயாரிக்கிறார்கள். பத்து மணியாகிறது அவர்கள் வாரத்தில் ஓரிரு நாள்களை மதுவும் நடனமும் இசையுமாய் கழிக்கவென வருகிறபோது.

அமெரிக்கக் கண்டத்திலேயே இருந்தாலும் கொலம்பியாவின் கலாச்சாரம் ஐக்கிய அமெரிக்க நாட்டினது போன்றதல்ல. அது இசையை வெகுவாக உள்வாங்கிய கலாச்சாரமுடையது. இசையும் நடனமும் தவிர்க்கமுடியா அம்சங்கள் அந்த மக்களின் வாழ்வியலில். அது நிறைந்த கதைசொல்லிகளையும் இசை நடனக் கலைஞர்களையும் கொண்டதும்கூட.

பெண்கள் தொழிலாளராகவும் விவசாயக் கூலிகளாகவும் இருந்தவகையில் ஒருவகையான சுயாதீனத்தை அனுபவித்தார்களென்று சொல்லமுடியும். இந்தவகையில் அமெரிக்க ஐக்கிய நாடுகளின் சமூக நிலையை ஓரளவு ஒத்திருப்பினும், காமம் இங்கே கட்டவிழ்த்து விட்டதாயில்லை. அது விற்பனைக்காயும் இருக்கவில்லை. இங்கே கதையும் கவிதையும் காதலும் காமமும் எங்கத்தையைவிடவும் வித்தியாசமானவை.

பார்களில் ஒரு பெண் பெரும்பாலும் காசினாலன்றி காதலினாலேயே கவரப்படுகிறாள். அந்தக் காதல் எவ்வளவு சொற்ப நேரத்துக்கானதெனினும் அதுதான் உண்மை. பெண்கள் இங்கே வெண்ணிறம், பொதுநிறம், கருமைநிறம் ஆகிய

மூன்று நிறங்களிலும் அழகாகவே இருக்கிறார்கள். அவர்கள் மொழியும்விதமும் அம்மொழிபோலவே அற்புதமாயிருக்கும்.

இவ்வாறெல்லாம் கூறிய அம் முதியவர் கடைசியில், 'உங்களுக்கு அதிர்ஷ்டமுண்டாகட்டும்! உங்கள் கப்பல் புறப்படும் வரையாவது இந்த மண்ணை, இந்த மண்ணின் ஜீவனை ரசிக்கும்படியான வாய்ப்பு உங்களுக்குக் கிடைக்கட்டும்!' என்று வாழ்த்தியிருந்தார்.

தொடர் தொடராக கலாபனின் மனத்திரையில் ஓடியது அன்டீஸ் மலை. தூரத்தில் தெரிந்த கருமையே அன்டீஸாகும் பிரமை. அத்துடன் வெண்ணிறத்திலும் பொதுநிறத்திலும் கருநிறத்திலுமான பெண்களின் நளினமான களி நடனங்களும் சுழித்தெழுந்தன.

பத்து மணி வாக்கில் அவர்கள் திரும்ப பாரை அடைந்தபோது அவர்கள் ஆச்சரியப்படும்படிக்கு அது நிரம்பியிருந்தது. கப்பலிலிருந்து மேலும் பலர் வந்திருந்தார்கள். சிகரெட் புகை ஒரு நீல மென்திரையாய் விரிந்து கிடந்தது. மேசைகளில் பெண்களும் ஆண்களும் குடியும் சிரிப்பும் பேச்சும் சேஷ்டையுமாய்.

கலாபனும் சேகரும் ஒரு மேசையில் சென்றமர்ந்தனர். சேகர் ஒரு பியரும், கலாபன் இரண்டு பெக் விஸ்கியும் சொன்னார்கள். கொஞ்சம் வெறிக்காவிட்டால் காரியமாகாது என்று கலாபனுக்குத் தெரிந்திருந்தது.

சேகர் நடனமாடினான். இரண்டாவது தடவையாக அவன் நடனமாடிவிட்டு வந்தபோது கூடவே ஒரு வெள்ளைப்பெண்ணையும் மேசைக்கு அழைத்துவர முடிந் திருந்தான். கலாபனுக்கும் அந்தளவில் பக்கத்து மேசையில் தன் நண்பர்களோடிருந்த ஒரு மாநிறப் பெண் பியர் பரிமாறிக்கொள்ளுமளவு ராசியாகிவிட்டிருந்தாள்.

நால்வரும் அந்த பெருஞ்சத்தமிருந்த பாரிலிருந்து சில வார்த்தைகளையும் சமிக்ஞைகளையும் பகிர்ந்துகொண்டனர். கலாபனுடன் அமர்ந்திருந்த பெண் நேரடியாகவே கேட்டு விட்டாள், தனக்கு நாற்பது அமெரிக்க டொலர் தரமுடியுமாவென. சேகரது நிலையை விசாரிக்க, அவன் சொன்னான், நாற்பது கேட்டதாகவும், முப்பது டொலருக்கு சம்மதித்துள்ளதாகவும். கலாபன் பேரத்தில் இறங்கவில்லை. ஆனாலும் மாலையில் சந்தித்த அந்த முதியவரை ஒருமுறை நினைத்து மனத்துக்குள்ளாய்ச் சிரிக்க அப்போது அவன் செய்தான். பார்களில் ஒரு பெண் பெரும்பாலும் காசினாலன்றி காதலினாலேயே கவரப்படுகிறாள் என அவர் சொல்லியிருந்த வாசகம் மனத்தில் அழிந்தது.

அப்போது ஒரு வயதானவர் வந்து 'மரியா... மரியா'வென கலாபனுடனிருந்த பெண்ணை அழைத்தார். மரியா கலாபனிடம் நாற்பது டொலரையும் வாங்கிப்போய், எவ்வளவு கொடுத்தாளோ, அவருக்குப் பணம் கொடுத்தாள். பின் அவரை அனுப்பிவிட்டு வந்து கலாபனருகே அமர்ந்துகொண்டு, வந்தது தனது தந்தை என்றாள். 'அவரும் உல்லாசிதான்.'

கலாபனுக்கு நடனத்தில் விருப்பமிருக்கவில்லை. ஆனால் மரியா விடவில்லை. வற்புறுத்தி அவனை இழுத்துச்சென்று ஆடினாள்.

இசைக்கு இசைவாய் இழைந்த அவளது அற்புதமான உடலழகை கலாபன் ஆசையோடு ரசித்தான். கட்டான உடலின் உரசல்கள் ஏக்கம் பிடிக்கவைத்தன. ஸ்பானிய இசை மிக்க இனிமையானதாய் தோன்றியது அன்று கலாபனுக்கு.

ஒரு மணியளவில் கலாபனும் மரியாவும் புறப்பட்டனர்.

அவர்கள் ராக்ஸியில் அவளது வீடு வந்து சேர்ந்தபோது அதிகாலை ஒன்றரை மணி.

உயரமான நெடுந்தெருவிலிருந்து சரிவாய் இறங்கிய ஒரு கிரவல் தெருவில் சென்று அடர்ந்த ஒரு மரக்கூடலுள் இருந்த ஒரு வீட்டின் முன்னால் நின்றாள் மரியா.

அந்த வீட்டுக்கு மின்சாரமிருந்தது. ஒரு குமிழ் விளக்கு வாசல் மேல் எரிந்துகொண்டிருந்தது. ஆனாலும் ஒரு இருண்மையையே கலாபனால் உணரமுடிந்தது சூழலில்.

நிலமும் தூண்களும் சீமெந்தினாலும், கூரை தகரத்திலும், பக்கச் சுவர்கள் பலகைகளினாலும் அமைந்திருந்ததை முதல் பார்வையிலேயே அவன் கண்டுகொண்டான்.

மரியா கதவைத் திறந்துகொண்டு உள்ளே நுழைந்தாள்.

வெளியில் தென்பட்ட இருண்மையான தோற்றம் உள்ளே இருக்காததை அவன் அதிசயத்தோடு காணலுற்றான். இரண்டு சோபாக்களும், படிக்கும் மேசையும், அதன்மேல் அழகான ஒரு மேசைவிளக்கும் மட்டுமே அவர்கள் கொண்டிருந்த ஆகக்கூடிய வசதிகளாயிருந்தன. இரண்டு சின்னச் சின்ன அறைகள். அதிலொன்றில் யாரோவின் சிறிய உருவமொன்று தூங்கிக்கொண்டிருந்ததை மின் விசிறி அலைத்த நிலைத் திரைச் சேலை காட்டியது. வேறு இளம்பெண் யாரும் அங்கில்லாததில் மரியாவின் குழந்தையாய் இருக்கலாமென கலாபன் எண்ணிக்கொண்டான்.

ஒரு பக்க சுவரோரத்தில் கதவுகளற்ற பெரிய அலுமாரித் தட்டுகளில் நிறைய நூல்கள் அடுக்கப்பட்டிருந்தன. ஒரு பக்கமாயிருந்த ஜன்னலின் இருபுறங்களிலும் இரண்டு சட்டங்களில் நிறைய போட்டோக்கள் இருந்தன. குடும்பப் படங்களாயிருக்க வேண்டுமென கலாபன் கணித்தான். ஜன்னலின் மேலே சே குவாராவின் அழகிய ஒரு பெரிய படம். மொத்த வீட்டுக்குமே ஒரு கம்பீரத்தைக் கொடுத்தது அந்தப் படம்தான் என்று தோன்றியது. அதன் எதிர்ப்புறத்தில் பெண்டுலமுள்ள ஒரு பெரிய மணிக்கூடு.

புத்தக அலுமாரியை அணுகியவன் ஒரு நூலை எடுத்துப் பிரித்தான். ஸ்பானிய மொழியிலிருந்தது அது. பின்புறத்தில் ஆசிரியரின் படமிருந்தது. அந்தப் படத்தை அவன் முன்பும் சில தடவைகள் கண்டிருக்கிறான். சிறந்த ஸ்பானிய மொழி எழுத்தாளர் என்பதும் தெரிந்திருந்தது. ஆனால் பெயர் மட்டும் அப்போது ஞாபகம் வரவில்லை.

'இவை யார் வாசிக்கிற புத்தகங்கள்?' என்று ஒரு பேச்சுக்காகக் கேட்டுவைத்தான் கலாபன்.

'நாங்கள் எல்லோரும்தான். நான், அப்பா, அம்மா எல்லோரும் வாசிப்போம். நீ கையிலே வைத்திருக்கிற புத்தகம் யார் எழுதியது தெரியுமா?'

அவன் தயக்கத்தோடு தெரியாதென்று தலையசைக்க, 'மிகப் பிரபலமான ஒரு கொலம்பிய படைப்பாளியினுடையது. நீ கேள்விப்பட்டிருக்கிறாயா காபோ... கப்ரியேல் கார்ஸியா மார்க்வெய்ஸ்... என்று? உலகத்தின் தலைசிறந்த எழுத்தாளன். கொலம்பியாவுக்கே, ஏன் ஸ்பானிய மொழிக்கே பெருமை தேடித் தந்தவன். என்னமாதிரி வசீகரமானதொரு எழுத்து அவனது! ராபெல் பொம்ப், ராபெல் எஸ்கலோனா, ஜெர்மென் எஸ்பினோசா போன்ற சிறந்த கவிஞர்களும் கொலம்பியர்தான். ஆனாலும் மார்க்வெய்ஸின் எழுத்துக்கள்போல் இல்லை. 'ஒரு நூற்றாண்டுத் தனிமை'யென்பது மார்க்வெய்ஸின் நாவல். உலகப் பிரசித்தமானது. உலகின் இருபத்தைந்து முப்பது மொழிகளில் இதை மொழிபெயர்த்திருக்கிறார்களென்று நினைக்கிறேன். என்னைக் கேட்டால், மார்க்வெய்ஸின் நாவல்களையோ கதைகளையோ வேறு மொழிகளில் மொழிபெயர்க்கக்கூடாது என்றே சொல்வேன். மார்க்வெய்ஸின் எழுத்துக்களைப் படிக்க அவர்கள் ஸ்பானிய மொழியைக் கற்று வர வேண்டும்' என்று சொல்லிவிட்டு அந்த அகாலத்திலும் கடகடவெனச் சிரித்தாள் மரியா.

பின், 'பிள்ளை எழுந்துவிடப் போகிறாள்' என நாக்கைக் கடித்தவள், 'இரு வருகிறேன்' என்றுவிட்டு இரண்டாவது

அறைக்குள் சென்றாள். திரும்பிவந்தபோது அவளது கையிலே ஒரு கொலம்பியன் விஸ்கி போத்தல் இருந்தது. குறையாகத்தான். ‘அப்பாவினுடையது. நாளைக்கு வாங்கி வைத்துவிடலாம்.’

சோபாவில் அமர்ந்திருந்தவன் போத்தலை வாங்கி தனக்கும் அவளுக்குமாக, அவள் கண்ணாடிப் பெட்டியொன்றிலிருந்து எடுத்துக்கொடுத்த கிளாஸ்களில் ஊற்றினான்.

அவள் குனிந்து கிளாஸை எடுத்தபோதே அவனை அணுகி அவனது கன்னத்தில் ஒரு நிறை முத்தமிட்டாள்.

குளிர்ந்து போனவன் நிமிர்ந்து அவளைப் பார்த்தான் பெரிய எதிர்பார்ப்புடன்.

அவளோ புத்தக அலுமாரியில் கண் பதித்திருந்தாள்.

திடீரென ஒரு புத்தகத்தை எடுத்துப் புரட்டினாள். ‘இதுவும் காபோவின் நூல்தான். ஒரு நூற்றாண்டுத் தனிமைக்கு அடுத்ததாக முக்கியமான நூலென்று நான் நினைப்பது இந்த சிறுகதைத் தொகுப்பைத்தான். இதிலேதான் ஈவா அவளுடைய பூனையின் உள்ளே இருக்கிறாள், கண்ணாடியுடனான உரையாடல், மரணத்தின் மறுபக்கம், மாபெரும் இறக்கைகளையுடைய மிகவும் வயதானவன் ஆகிய கதைகள் இருக்கின்றன.’

அவள் ஒரு பரவசத்தில் இருந்திருந்தாள். அவள் போதையும் ஏறிக்கொண்டிருந்ததில் அந்தப் பரவசம் ஒரு மூர்க்கத்தில் வெளிப்படுவதுபோல் தோன்றிக்கொண்டிருந்தது.

அவையெல்லாம் ஆங்கில மொழிபெயர்ப்பில் உள்ளனவே, அந்தக் கதையைப் படித்திருக்கிறாயா . . . இந்தக் கதையைப் படித்திருக்கிறாயா என்று கேட்டுக் கேட்டுப் பெரும்பாலும் அத்தனை கதைகளையும் அவள் சொல்லியே விட்டாள்.

விஸ்கி கிளாஸை எடுக்கும்போது அவ்வப்போது அவனை முத்தமிட்டதுகூட, உடல் கிளர்ச்சியினாலன்றி அவனும் அக் கதைகளை ரசித்துக் கேட்கிறானேயென்ற உவப்பிலானதாகவே அவனுக்குப் பட்டது.

அவனுக்குள் அந்த ஒவ்வா நிலைமையிலும் கதைகேட்கும் ஆர்வம் வந்திருந்தது அதிசயமாகவே தோன்றியது. அவளே திறம் வாய்ந்த ஒரு கதைசொல்லியாக இருந்தாள். அவன் அப்போது சோபாவில் படுத்திருந்தான். அவள் நிலத்தில் கால்நீட்டி உட்கார்ந்து எதிர்த்த சோபாவில் முதுகைச் சாய்த்து அவனைப் பார்த்தபடியிருந்து தூங்கிவிழுந்த அவனைத் தட்டித்தட்டி எழுப்பி கதைசொன்னாள்.

ஒரு தருணத்தில் அவனே ஒரு பரவசத்தில் ஆழ்ந்துபோனான். மாபெரும் இறக்கைகளையுடைய மிகவும் வயதானவன் என்ற கதை அவனையே மாயவுலகுக்கு அழைத்துச் சென்றிருந்தது. அந்த இறக்கைகளின் படபடப்பைக்கூட அவன் கேட்பதாகத் தோன்றியது. ஊர் கூடிவந்து அந்த மாயமனிதனைப் பார்த்தபோது, ஊரின் சலனத்தை அவன் உணர்ந்தான். அதன் குசுகுசுப்பை அவன் கேட்டான்.

மார்க்வெய்ஸைப்பற்றி பேச நீண்டகாலம் யாரும் அகப்படாத தவனத்தில் இருந்திருப்பாளோ? அல்லது கதை சொல்லலே அவளது பொழுதுபோக்கும் ரசனையுமோ?

கதை சொல்லி முடித்து ஒரு சமயம் அவனைநோக்கித் திரும்பியபோதில்தான் மரியா கண்டாள் அவன் தூங்கிக் கொண்டிருப்பது.

'நிரம்பவும் குடித்துவிட்டாயோ? சரிசரி, படு' என்றுவிட்டு அவளும் மற்ற சோபாவில் ஏறிப் படுத்துக்கொண்டாள்.

தூக்க மயக்கத்தில் அழுந்திக்கொண்டிருந்த வேளையில் மெல்லவாய், நிரம்பவும் குடித்துவிட்டாயோ? சரிசரி, படு என்ற அவளின் முனக்கம் அவனுக்கும் கேட்டது. ஆனால் உடம்பு எல்லாவற்றையும் அயர்த்திருந்தது. அப்போது ஐந்து மணி அடித்தது.

ஏழு மணியளவில் அவன் எழும்பியபோது ஏற்கனவே மரியா எழுந்துவிட்டிருந்தாள். பாத்ரூம் போய் முகம்கழுவி அவன் அவசரமாக வந்தபோது மரியாவின் அம்மா காபி கொடுத்தாள். வேண்டாவெறுப்பாக நின்ற நிலையிலேயே குடித்துக்கொண்டிருந்தபோது, மரியாவை தன் சிவந்த கண்களால் அவன் சலனமற்றுப் பார்த்தான். அந்த இரவின் சுக இழப்புக்குத் தானே வருந்துவதுபோல் அவனை ஏறிட்டு நோக்கிக்கொண் டிருந்தாள் அவள். ஏதோ சொல்ல முயல்வதுபோலும் தோன்றியது.

அவளது அந்த நிலைமை அவனுக்கு விசித்திரமாக இருந்தது. ஆனாலும் அவனது ஏமாற்றம் கனதியாக இருந்தது. சுகத்தின் ஏமாற்றம் ஒரு பங்கு எனின், ஏமாறிவிட்டோமே என்பதே தனியொரு உணர்வாய்க் கொதித்துக்கொண்டிருந்தது.

அவன் சொல்லிக்கொண்டு வெளியே வந்தான். வாசல் வரையில் சென்றவேளை மரியா பின்னால் ஓடிவந்தாள். அவன் அந்த நெடுந்தெருவில் நின்றே ராக்ஸி எடுக்கமுடியுமென்றாள்.

அவன் நடக்கத் தொடங்க அவளும் கூடவந்தாள்.

நேர்தெருவில் ஒரு ராக்ஸி வந்துகொண்டிருந்தது. அவன் நிறுத்தி ஏறுகிறபோது அவள் குனிந்து அவனது செவியில் கிசுகிசுத்தாள்: 'உன்போல் எனக்கும் இந்த இரவு ஏமாற்றம்தான். நான் நினைத்தே செய்யவில்லை, என்னை மன்னித்துக்கொள்.'

அவளது கண்கள் கலங்கியிருந்தன.

கலாபன் திகைத்தான். அப்படி உருகக்கூடியவள், திட்டமிட்டே அவனை ஏமாற்றியிருக்க முடியாதுதான். கள்ளுடன் சேர்ந்த கதைசொல்லியின் வேட்கைதான் அவளைத் திசை மாற்றியிருக்கிறது. அவன் மெல்ல சிரித்தான்.

காமத்தின் ருசியைவிட அந்தக் குற்ற உணர்கையில் பிறந்த அவளின் கண்ணீரின் அருமையை அவனால் வெகுவாக விரும்பமுடியும்.

கலாபன் கப்பலுக்கு வந்துவிட்டான்.

'கொலம்பியாவின் அந்தத் துறைமுகத்துக்கு இப்போதுதான் முதன்முறையாக வந்திருந்தேன். வேட்கை உடலுள் தகித்துக்கொண்டிருந்தது. அதுவும் மரணதேவனிடமிருந்து தப்பித்த பிறகு வரும் அந்த வேட்கை மிக்க தகிப்பினை உடையது. ஆனாலும், கூடிச்சென்ற பெண் சொன்ன கதைகளைக் கேட்டபடி தூங்கிவிட்டுக் காலையிலெழுந்து கப்பலுக்கு வந்து சேர்ந்தேன். எங்கேயாவது, எப்போதாவது நாற்பது டொலருக்கு மார்க்வெய்ஸின் கதைகளை விடியவிடியக் கேட்டுக்கொண்டிருந்த கடலோடிபற்றி நீ கேள்விப்பட்டிருக்கிறாயா, சண்முகம்?'

அன்றிரவு மனைவிக்கு எழுதவேண்டிய கடிதத்தை முடித்துவிட்டு, தன் நண்பன் சண்முகத்துக்குத் தொடங்கிய கடிதத்தில் இந்த வரிகளை எழுதியபோது, கலாபனின் முகம் வெகுவாகப் பொலிந்துபோய்க் கிடந்தது.

●

கப்பல் – சமுத்திரம் – பெண்

எழுபதுகளின் இறுதியைக் கப்பற்றொழில் படுமோசமாக வீழ்ச்சியடையத் தொடங்கிய காலமாகச் சொல்லமுடியும். தானியம் ஏற்றிச் செல்வதற்கும், எண்ணெய் ஏற்றிச் செல்வதற்கும், உதிரிச் சாமான்களை கென்டெயினர் எனப்படும் பெரும் உலோகப் பெட்டிகளில் போட்டு நூறு நூறாக ஏற்றிச் செல்வதற்குமான மிகப்பெரும் கப்பல்கள் கட்டப்பட்ட காலமது.

புதியவொரு கப்பலுக்குப் பழைய கப்பலின் மாலுமிகளில் பாதிப் பேர் போதுமாகவும் இருந்தது. பெரும் மல்லர்கள்போல் உறுதியான உடல் படைத்தவர்களே மாலுமிகளாக முடியுமென்ற நிலையிலிருந்து, ஆரோக்கியமான உடல்நிலை கொண்டவர்கள் யாருமே மாலுமியாக முடியுமென்ற புதிய நிலையும் நவீன எந்திரங்களினதும் தொழில்நுட்ப உபகரணங்களினதும் வருகையால் உருவாகிற்று. மட்டுமில்லை. கடற் பயணக் காலமும் முக்கால் பங்காகக் குறைந்தது.

அதனால் கப்பல் தொழிலில் ஈடுபடுத்தப் பட்டிருந்த பன்னூற்றுக் கணக்கான பழைய கப்பல்கள் தொழிலிழந்தன. பல கப்பல்கள் இரும்பு விலைக்கு விற்கப்பட்டன. நடுத்தரப் புதிதான கப்பல்களே ஏற்றிச் செல்லச் சரக்குகளின்றித் துறைமுகங்களுக்கு முன்னால் நங்கூரங்களில் தூங்கிக் கிடந்தன. ஒரு காலத்தில் கப்பற்றொழிலில் ஏக சக்கராதிபத்தியம் செலுத்திவந்த கிரேக்கம்கூட ஆட்டம் கண்டது.

அப்போது நடுத்தரப் புதிதான எம்.வி. ஸீபேர்ட் என்ற ஒரு கிரேக்கக் கப்பலில் வேலைசெய்து கொண்டிருந்தான் கலாபன். அதுவரையான கப்பற்றொழில் காலத்தில் அவன் அலுப்படைந்திருந்தது அந்தக் கப்பலில் சேர்ந்த அந்த முதல் ஆறு மாத காலத்தில்தான். ஒரு நாட்டை அடையவோ, அதன் பின் துறைமுகத்துள் நுழையவோ, நுழைந்த பின்னர் சாமான்களை ஏற்றவும் இறக்கவுமோ அது அவசரமே காட்டியதில்லை. சரக்கை இறக்கிய பின்னாலும் ஏற்றுவதற்குச் சரக்கில்லாததில் துறைமுகத்துக்கு வெளியே நங்கூரத்தில் மாதக் கணக்காக அது காத்துக் கிடக்கும். அந்த ஆறு மாத காலத்தில் மொத்தம் மூன்று துறைமுகங்களையே கண்டிருந்தது அக் கப்பல்.

அய்க்கிய அமெரிக்காவின் சியாட்டில் துறைமுகத்துக்கு முன்னால் நங்கூரத்தில் நின்று மூன்றாவது வாரமாக அலைகளில் ஆடிக்கொண்டிருந்தது எம்.வி. ஸீபேர்ட்.

மாலுமிகள் உற்சாகம் இழந்திருந்ததோடு சிலருக்கு இன்னொருவகை ஏக்கமும் இருந்தது. ஓராண்டுப் பூர்த்தியின் முன்னரே, திரும்பக் கூப்பிடுவதாகச் சொல்லி கம்பெனி சிலரை வீட்டுக்கு அனுப்பியிருந்தது. தமக்கான தருணம் எப்போதெனச் சிலர் அதனால் மனவுளைச்சல் பட்டுக்கொண்டிருந்தனர்.

கலாபனைப் பொறுத்தவரை அந்தக் கவலையில்லை. ஆனாலும் சோர்வுதட்டிப்போனது. அடுத்த துறைமுகத்தைநோக்கிப் பயணப்படும்போதிருக்கும் உற்சாகம் பயணமேயின்றிக் காத்துக் கிடக்கையில் ஏற்படாதுதான். காலம் கல்லைக்கட்டி விட்டதுபோல் நகர மறுத்துக் கிடந்தது.

போனதடவை சியாட்டில் துறைமுகத்தை கப்பல் அடைந்ததும் மாலுமிகள் சங்கத்தைநோக்கி அந்தக் கோடை பிறந்திருந்த அந்திவேளையில் அவசரமெல்லாம் அழிந்து நடந்துகொண்டிருந்த கலாபனுக்கு, தானாகவே முன்வந்து தன் வாகனத்தில் இடமளித்து, முதலில் ஒரு டிஸ்கோவுக்கும், பின் தன் வீட்டுக்குமாய் அழைத்துச்சென்று ஒரு காமோத்சவத்தை நடத்திக்காட்டிய வித்தகி மார்க்கரெட்டின் வாசனை நினைவில் மறந்தும் நாளாகிவிட்டது.

இரண்டாவது கப்பல் பொறியாளன் நிக்கலஸ் மனைவியோடு கப்பல் அதிகாரிகளின் தளத்துக்கும் மேலே, கப்ரினதும் பிரதம பொறியாளரதும் அறைகளுக்குச் சமாந்திரமான தளத்ததுக் கபினொன்றில் தங்கியிருந்தான். தூங்குகிற நேரத்துக்குத் தவிர மற்ற நேரமெல்லாம் மாலுமிகளினதும் அதிகாரிகளதும் சாப்பாட்டறைகளிலும், கப்பலைச் சுற்றியுள்ள

நடைபாதைகளிலுமே காணப்பட்டுக்கொண்டிருந்தாள் அவனது மனைவி. சரளமாகவே எல்லோருடனும் பழகினாள். எப்போதும் சிரித்துக்கொண்டிருக்கும் முகம் அவளுக்கு. 'எல்ஸி ... எல்ஸி' என்று கத்தியழைத்தபடி அவ்வப்போது கணவன் நிக்கோ அவளைக் கப்பலெங்கும் தேடித் திரிவான்.

சிலபோது ஒரு வேதனையோடு எல்ஸி சிகரெட் புகைத்தபடி வெளி நடைபாதையில் தன்னை மறந்த நிலையில் நின்றுகொண்டிருப்பதை கலாபன் கனதரம் கண்டிருக்கிறான். அழகான எல்ஸியின் முகம் அந்த நேரத்தில் சோகம், ஏமாற்றம், வேதனை, துயரமென வரையறுப்புச் செய்ய முடியாத ஒரு கருந்திரைக்குள் அழுந்திக் கிடந்திருக்கும். அவளது சதா சிரிப்பும் கலகலப்பும்கொண்ட மேற்படைக்குள் கிடந்த உணர்வு அவ்வேளைகளில் வெளித்தெரிந்து ஆச்சரியத்தையே கலாபனுக்கு விளைவித்திருக்கிறது. விருப்பமில்லாதவளைக் கொண்டுவந்து நிக்கோ கப்பலில் வைத்திருக்கிறானோ என்றுகூட அவன் யோசித்திருக்கிறான். நிக்கோவைவிட அதிகமான வேளைகளிலும் அவள் பிறரோடு அல்லது தனியனாய்க் காணப்பட்டதை அவன் அவ்வாறுதான் விளங்கினான்.

துயரம் தாளாமுடியாது 'கலா' என அழுதபடி தன்னைநோக்கி எல்ஸி கைகளை விரித்தபடி ஓடிவரும் காட்சிகள் கலாபன் கனவிலெழ ஆரம்பித்திருந்தன. அவனைத் தனிமையில் காணுகையில் 'கலா'வென அவள் அழைக்கும்போது அவளது கண்களில் சுழிக்கும் குறும்பு அவனுக்கு அவ்வகைக் கனவுகள் தோன்றக் காரணயிருக்கலாம். 'கலா' என்ற கிரேக்கச் சொல்லுக்கு நல்லது என்று அர்த்தம். கலா என்ற ஒலியைக் கேள்விபோல் தொனிக்கவைத்தால் நலமா என அர்த்தமாகும். அப்போது மிகவும் நல்லது என்று பொருள்பட 'பொலி கலா'வென பதிலிறுப்பார்கள் கிரேக்க மொழி தெரிந்தவர்கள். அவனைக் கண்டால், 'கலா' என்பாள் எல்ஸி. விளிப்பு அல்லது விசாரிப்பு என்ற பிரிகை தெரியாது பேசி அவள் அவனோடு தாமாஷ் செய்பவள். அவளை அந்தளவுக்கு மேல் அவனால் நினைத்துவிடவும் முடியாது.

குடியும் படுக்கையுமாகக் காலம் நகர்ந்துகொண்டிருந்தது.

ஒருநாள் காலை கப்பலில் ஏக தடல்புடல். கப்பல் கொம்பனியின் உரிமையாளரது மகனும், கம்பெனிப் பொறியாளரும் கப்பலுக்கு வந்திருந்தார்கள். கம்பெனி பொறியாளர் கப்பல் முதன்மைப் பொறியாளரோடு எந்திர அறை சென்று எந்திரத்தின் நிலைபற்றி நன்கு பரிசீலித்தார். கூடநின்றிருந்த கலாபனுக்கு விஷயம் விளங்கிவிட்டது. அவர்களது பேச்சிலிருந்து கப்பல் அய்க்கிய அமெரிக்காவுக்கும்

ஜப்பானுக்குமிடையே ஒரு குறிப்பிட்ட காலத்துக்கு ஒப்பந்தப் பயணங்களை மேற்கொள்ளப்போகிறது.

பயணம் தொடங்கப்போகிறது என்பது மகிழ்ச்சியாக இருந்தாலும், அந்தமாதிரியான ஒப்பந்தப் பயணம் அவனுக்குப் பிடித்தமாக இருக்கவில்லை. அதுபோல் ஒப்பந்தப் பயணம் மேற்கொண்ட கப்பல்களில் அவன் வேலை செய்திருக்காவிட்டாலும், அந்தவகைப் பயணத்தின் பிரதிகூலங்களை அவன் நண்பர்கள்மூலம் அறிந்திருக்கிறான். ஒப்பந்தப் பயணமென்பது ஆங்கிலத்தில் 'Time Chatter' எனப்படும். சரக்கினை ஒரு துறைமுகத்தில் இன்ன நாளில் இன்ன நேரத்தில் ஏற்ற வேண்டும் என்பதும், அதுபோல் அதை இன்ன நாளில் இன்ன நேரத்தில் இன்னொரு துறைமுகத்தில் இறக்க வேண்டும் என்பதும்தான் இதன் முக்கியமான அம்சம்.

இது தவறுகிறபட்சத்தில் ஒவ்வொரு நாளுக்கும் கப்பல் கம்பெனி துறைமுகத்துக்கும் சரக்கை ஏற்றியவர்களுக்கும் நட்டஈடு கட்டவேண்டியிருக்கும். அதனால் புயலானாலும்கூட கப்பல் குறிப்பிட்ட திகதியில் குறிப்பிட்ட நேரத்தில் குறிப்பிட்ட துறைமுகத்தை அடைந்தேயாக வேண்டும். இயந்திரக் கோளாறு காரணமான தாமதமென கொம்பனிக்குச் சுலபமாக எதையாவது சொல்லித் தப்பித்துவிட முடியாது. பொறியாளர்கள் பொறுப்புக்கூற வேண்டியிருக்கும். அதனால் பயணத்தில், பயணத் தயாரிப்புகளில் அதிகூடிய கவனம் அவர்களிடத்தில் எதிர்பார்க்கப்பட்டது.

எப்படியோ மறுநாள் காலை ஜப்பானின் நாகோயா துறைமுகம் நோக்கிய பயணம் என்பது நிச்சயமாயிற்று. மாலுமிகள் முகத்தில் இழந்திருந்த களை மறுபடி பொலிந்தது.

அன்று அதிகாலை துறைமுகத்துள் சென்று குடிநீரும் உணவும் எண்ணெயும் எடுத்துக்கொண்டு கப்பல் புறப்பட்டபோது, வேலை முடிந்து மேலே வந்த கலாபன் கப்பலின் பின் தளத்தில் நின்றுகொண்டிருந்தான். சாமான்கள் எதுவும் ஏற்றாத வெறும் கப்பல் தன் குறைந்தளவு அடிப்பாகத்தைத் தண்ணீருள் ஆழ்த்திவிட்டு மெல்ல ஆடியபடி நகர்ந்துகொண்டிருந்தது. மெல்ல மெல்ல அது வேகமதிகரித்து சீரான வேகத்தில் செல்ல ஆரம்பித்தவேளையில் கலாபன் தன் அறைக்குத் திரும்பினான்.

மெயின் என்ஜின் இயங்கக்கூடிய ஆகக்கூடுதலான பதினெட்டு கடல்மைல் வேகத்தைவிடச் சற்றுக்கூடுதலான கதியிலேயே கப்பல் விரட்டப்பட்டுக்கொண்டிருந்தது. ஒரு கோடை முடிவில் தொடங்கிய அந்த ஒப்பந்தப் பயணத்தின்

முதல் நாளிலேயே எந்திர அறை கொண்டிருந்த சூட்டில் அது தன் இயல்புக்குமீறிய கதியில் செல்லவைக்கப்பட்டுக் கொண்டிருப்பதை கலாபன் உணர்ந்துகொண்டான். ஆனாலும் அவனால் எதுவும் செய்துவிட முடியாது.

நாகோயா சென்ற கப்பல் ஏறக்குறைய இரண்டாயிரம் கார்களை ஒருநாளிலேயே, சரியாக முப்பத்தாறு மணி நேரத்தில், ஏற்றிக்கொண்டு அய்க்கிய அமெரிக்காவுக்கு மறுபடி திரும்பியது. அந்தமுறை அதன் பயணத்தின் குறி லொஸ் ஏன்ஜெலஸ்ஸாக இருந்தது.

அந்தக் கப்பல் கார் ஏற்றுவதற்கான நவீனவசதிகள் பொருந்திய கப்பலல்ல. காரேற்றும் கப்பல்களில் கார்களை ஓட்டிச்சென்று கப்பலினுள்ளே அடுக்கடுக்காக நிறுத்திவைக்க முடியும். எம்.வி. ஸீபேர்ட் உண்மையில் பலநோக்கக் கப்பல்தான். அதன் சரக்கேற்றும் ஐந்து தளங்களிலும் கார்களை கிறேன்மூலம் உள்ளே இறக்கி அவை நகர்ந்துவிடாதவாறு பிணைப்புகள் போட்டு தடுப்புகள் வைப்பார்கள். அது கார்களுக்குச் சேதத்தை ஒருபோது ஏற்படுத்தக்கூடிய வாய்ப்பினைக்கொண்டிருந்தது. ஆனாலும் அதுமாதிரி பொதுவாக நடந்துவிடுவதில்லை.

கப்பலில் விசேஷமான ஓர் அம்சம் என்னவெனில் மெயின் என்ஜினைத் தவிர மற்ற எந்த எந்திரமும் மேலதிகமாக ஒன்றினைக் கொண்டிருக்கும். ஒரு மோட்டர் அல்லது எந்திரம் பழுதானால் அதன் இன்னொரு தயார்நிலை மோட்டரை இயக்கிவிட முடியும். ஆனால் அந்தப் பழுதான எந்திரம் உடனடியாகத் திருத்தப்பட்டு மறுபடி வேலைசெய்யும் தயார்நிலையில் வைக்கப்பட்டாக வேண்டும். இரண்டாம் பொறியாளன் நிக்கோ அது காரணமாய் அநேகமான பொழுதுகளையும் என்ஜின் அறைலேயே கழிக்கவேண்டிய நிலையிலிருந்தான். கலாபனுக்கும் நாளொன்றுக்கு நான்கு அல்லது ஐந்து மணிநேர மேலதிக வேலைநேரம் கிடைத்தது. கடலிலே மேலதிக வேலைக்கு இரண்டு மடங்கு கூலி.

வெளியில் தாராளமான செலவும், வீட்டுக்கு தாராளமான பணம் அனுப்புகையுமாக இருந்தது கலாபனுக்கு. செலவை அமெரிக்கத் துறைமுகத்திலேதான் செய்ய முடிந்திருந்தது. ஜப்பானில் வீட்டுக்கு, நண்பர்களுக்கு சாமான்களாக வாங்கிக்கொண்டார்கள். அங்கே விலைமாதர்களைச் சாதாரண ஊழியர்கள் அணுகிவிட முடியாது. ஆகக் குறைந்த தொகை மூவாயிரம் யென்னாக இருந்தது. ஆனால் அங்கே ஒரு *2 in 1* சோனி அல்லது நாஷனல் பனசோனிக் செற் இரண்டாயிரத்து அய்ந்நூறு யென்தான். யாருக்கு மனம் வரும், ஒரு சோனி

றேடியோ ரிக்கார்டரை ஒருநேர காமசுகத்துக்காகக் கடலுக்குள் தூக்கியெறிய?

தனது நான்காவது பயணத்தை நியூயார்க் நகருக்குக் கிட்டவுள்ள நியூவாக் என்ற துறைமுகத்திலிருந்து கப்பல் தொடங்கிய சமயத்தில், குளிர்காலம் ஆரம்பித்திருந்தது. முதல் பயணத்தில் வெறும் கப்பலாகப் புறப்பட்டதுபோலன்றி, மற்றைய பயணங்களில் யு.எஸ்.ஸிலிருந்து பருத்திப்பொதிகளை ஏற்றிச் செல்வதற்கான வாய்ப்புக் கிடைத்திருந்தது கம்பெனிக்கு. அவற்றின் சேரிடம் தென்கொரியாவாக இருந்தது. தென்கொரியா சுகத்துக்கு வாசியான இடம்தானெனினும் வெளியே சென்றுவர போதுமான நேரம் இருப்பதில்லை. அவ்வாறான சூழ்நிலைகளில் பெண்களே உள்ளே வந்தால்தான் எதுவுமுண்டு.

நியூவாக்கிலிருந்து புறப்பட்டபோதே கப்பலின் உச்சியில் முடிபோன்ற புகைபோக்கியிலிருந்து கரிய புகை போகத் தொடங்கியிருந்ததைக் கண்டுவிட்டு நிக்கோவிடம் முறையிட்டிருந்தான் கலாபன். அது கப்பலின் அடுத்த துறைமுக நுழைவைத் தடுக்கும் அல்லது ஏற்கனவேயுள்ள எந்திரக் குறைபாட்டை மிகுப்பித்துப் பயணத்தைத் தாமதப்படுத்தும்.

வலுத்த காற்று வடமேற்கு மூலையிலிருந்து வீசிக்கொண்டிருந்தது. மணிக்கு மணி காற்றின் உக்கிரம் வலுத்தது. கப்பல் சன்னதம் கொள்ள ஆரம்பித்தது. சாமான்கள் கவிழ்ந்து விழுந்தன. சமையல் பகுதியில் சமைக்கவே முடியவில்லை. எல்லோருக்கும் பாணும் சூப்பும்தான் இரண்டு நாளாக உணவு. வேறு உணவானாலும் சாப்பிட்டிருக்க முடியாது. பல வருஷ அனுபவம் வாய்ந்த மாலுமிகளே கடல்வருத்தத்தில் வாந்தியெடுத்து அவஸ்தைப்பட்டனர்.

மேலும் ஒரு நாள் கடந்த பின்னர்தான் தெரிந்தது அவர்கள் திசையில் மிகுவேகமான புயலொன்று நகர்ந்து வந்துகொண்டிருப்பது.

இன்னும் பன்னிரண்டு நாட்கள் இருந்தன கப்பல் நாகோயாவை அடைவதற்கு. முன்னர் ஒருபோது எம்.வி. சந்திர குப்த என்ற இந்தியக் கப்பலுக்கு நேர்ந்த கதியை எண்ணுகையில் கலாபனுக்கு உடம்பே விறைத்தது.

துணிவை வரவழைக்கவே பலர் குடித்தனர். மரணத்தை எண்ணுவதிலிருந்து தப்பிக்க இன்னும் சிலர் ஏதேதோ பேச்சுக்களைப் பேசினர். ஒருபோது ஒரு மாலுமி சொன்னான், எல்ஸி கடந்த இரண்டு மூன்று தினங்களாகக் காணப்படாதிருப்பதாக.

மெய்தான். அவளை யாரும் அந்த இரண்டு மூன்று தினங்களாகப் பார்த்திருக்கவில்லை. மார்க் என்ற முதன்மைச் சமையல்காரர் அப்போது வேடிக்கையாக, மிகவும் முரட்டுத்தனமும் பெருத்த ஆகிருதியும் கொண்ட ஓர் ஆபிரிக்கனைக் கேட்டார், 'மோஸே, நீ அவளை இழுத்துக்கொண்டுபோய் கடலுக்குள் வீசவில்லையே?' என்று.

எல்லோரும் சிரித்தனர். மோஸேயும் சிரித்தான். ஆனால் அவரது பேச்சில் ஏதோவோர் உண்மை இருப்பது அறிந்து கலாபன் அவரைப் பின்பொருதரம் சந்தித்தவேளை கேட்டபோது, மார்க் சொன்ன தகவல் அவனை அப்படியே அதிரவைத்துவிட்டது.

அவர் சொன்னார்: 'மெய்தான், கலாபா. இதுபோல் பழைய காலத்திலே நடந்திருக்கிறது. கப்பலில் பெண்கள் செல்லும் வழக்கம் ஆரம்ப காலத்தில் இருந்திருக்கவில்லை. அப்போது பாய்மரக் கப்பல்களே வணிகத்தில் ஈடுபட்டிருந்தன. பெண்கள் கப்பலில் இருந்தால் கடல் கொந்தளிக்கும், கப்பலையே மூழ்கடித்துவிடுமென்ற மூடநம்பிக்கை இருந்த காலமது. ஒருபோது கப்ரன் ஒருவன் மனைவியோடு கப்பலிலிருந்த சமயத்தில் கடல் கொந்தளித்துப் பெரிய ஆர்ப்பரிப்புச் செய்யத் தொடங்கிவிட்டது. கப்ரனின் மனைவி கப்பலில் இருப்பதாலேயே அந்த உயிராபத்தான நிலை தமக்கு ஏற்பட்டதெனெ மாலுமிகள் கூடிப் பேசியிருக்கிறார்கள். பின்னால் எப்படியோ இரண்டொரு நாளில் கடல் சாந்தம் கொண்டுவிட்டது. எல்லோருக்கும் திருப்தி. ஆனால் கப்ரன் மட்டும் பயித்தியம் பிடித்தவன்போல் கப்பலின் பாதுகாப்புக் கருதி வைத்திருக்க அனுமதிக்கப்பட்ட கைத்துப்பாக்கியுடன் கப்பலெங்கும் அலைந்து திரிந்தான். பின்னர்தான் தெரிந்தது கப்ரனின் மனைவியைக் காணவில்லையென்று. எல்லோரும் தேடினார்கள். அவள் மறுபடி காணப்படவேயில்லை. கப்ரன் உடனில்லாத வேளையில் யாரோ அவனது கபினுக்குச் சென்று அவனது மனைவியை இழுத்துப்போய் கடலினுள் வீசிவிட்டிருக்கிறார்கள் கடலின் சாந்தத்தை வேண்டி. அதைத் தவிர அவள் காணாமற்போனதற்கு வேறு காரணம் என்ன இருக்கமுடியும்? இதுபோல பல கதைகளை என் கடலனுபவத்தில் கேட்டிருக்கிறேன். உனக்கு ஒன்று தெரியுமா, கலாபன், உலகத்திலேயே ஆகக்கூடுதலான மூடநம்பிக்கையுள்ளவர்கள் கடலோடிகள்தானெனச் சொல்லப்படுகிறது.'

அதன் பின்னர் இரண்டு மூன்று நாளாக மோஸே என்ற பயங்கர ஆகிருதி எல்ஸியை கதறக் கதற இழுத்துப்போய் கடலினுள் வீசுவதாகக் கனவில் வந்துகொண்டிருந்தது கலாபனுக்கு.

ஓர் அதிகாலை நான்கு மணிக்கு தன் வேலையை முடித்து வெளியே வந்த கலாபன் சிகரட் எடுத்துப் பற்றவைத்துக்கொண்டு மெஸ்ஸிலே அமர்ந்திருந்தான். அப்போதுதான் அதன் கண்ணாடி ஜன்னல்களுக்கூடாக புகைபோக்கியிலிருந்து வெளியே நெருப்புப் பொறிகள் பறந்துகொண்டிருப்பதை அவன் கவனித்தது. அவன் உடனடியாக அறைக்குச் சென்று ஜொனி வோக்கரை குளிருக்கான துணையாக உள்ளிறக்கிக்கொண்டு பின்தளம் வந்தான். மேல்தளம் ஏறினான். புகைபோக்கியிலிருந்து தீக் கங்குகள் பறந்துகொண்டிருந்தன. புகைபோக்கியின் வாயில் நெருப்பு கனிந்திருந்ததுபோலவும் தெரிந்தது. அது சாதாரண நிலைமையில்லை. அவன் தாமதிக்காமல் முதன்மைப் பொறியாளரை எழுப்பி நிலைமையை விளக்கினான். முதன்மைப் பொறியாளர் பார்த்துவிட்டு வந்து கப்ரனை எழுப்பினார்.

அந்தளவிலேயே நிலைமை மோசம் என்பது கலாபனுக்குப் புரிந்தது. நான்கு அழுத்த வளையங்களும், ஒரு எண்ணெய் வளையமும் கொண்ட மெயின் என்ஜின் பிஸ்டன்களில் ஒன்றோ சிலவோ வளையங்கள் உடைந்துவிட்டிருக் கின்றன. எந்திரம் உடனடியாக பழுதுபார்க்கப்பட்டாக வேண்டும். ஆனால் நடுக்கடலில் அந்தப் புயலுக்குள் கப்பலை நிறுத்துவதும் சாத்தியமான விஷயமல்ல.

கப்பல் வேகம் குறைந்ததை உணர்ந்தான் கலாபன்.

அவன் படுத்து பத்து நிமிஷம் ஆகியிருக்காது. நிக்கோ வந்து கதவைத் தட்டி, ‘காலை எட்டு மணிக்கு எழுந்து எந்திர அறைக்கு வந்துவிடு’ என்று கூறிவிட்டுப் போனான்.

ஏழே முக்காலுக்கு அலாரத்தை வைத்துவிட்டுப் படுத்த கலாபன் காலையில் எழுந்தபோது கப்பல் மவுனத்தில் மூழ்கிப்போயிருந்தது. அதன் அதிர்வுகள் அடங்கியிருந்தன. பிரதான எந்திரம் நிறுத்தப்பட்டாயிற்று என்று தெரிந்தது. இனி பழுதுபார்க்கும் வேலை முடிகிறவரையில் ஓய்வுமில்லை, உறக்கமுமில்லை.

அன்று பகல் ஒரு மணியளவில் அமுக்க வளையங்கள் மாற்றப்பட்டு முடிந்தன. இனி பிஸ்டன் இறக்கப்படவேண்டியதுதான் பிரதான வேலை. மேலே சிலிண்டர் மூடியைப் பூட்டி எண்ணெய் இன்ஜெக்ரர், அதைக் குளிரவைக்கும் நன்னீர்க் குழாய்களைப் பொருத்திவிட்டால் வேலை முடிந்தது.

வேலைகள் மனித சக்தியைமீறிய கதியில் நடந்துகொண் டிருந்தன.

பத்து மணியளவில் கப்பல் புறப்படத் தயாராகிவிடும் என்று தெரிந்தது. எட்டு மணியளவில் கலாபனை விளித்த முதன்மைப் பொறியாளர் இரவு பன்னிரண்டு மணிக்கு அவன் வேலைக்கு வரவேண்டியிருப்பதால் சென்று ஓய்வெடுக்கும்படி அனுப்பினார்.

கலாபன் குளித்துவிட்டுக் கீழ்த்தளம் வர முயன்றபோது, மேலே படியேறி வந்துகொண்டிருந்தாள் எல்ஸி. இரவு உடுப்போடு இருந்தாள். அந்தநேரத்தில் எங்கிருந்து வருகிறாளென யோசிப்பதற்குள், 'கலா, மறுபடி வாஸிங் மெசின் தொல்லை கொடுக்கிறது. நீ வந்தால்தான் எல்லாம் சரியாகும், வா' என்று கீழே திரும்பி இறங்கினாள்.

'நாளைக்குப் பார்க்கலாமே.'

'வேண்டாம், இப்பவே வா.'

கீழ்த் தளப் பின்மூலையிலிருந்தது சலவை மெசின் அறை.

இந்தமாதிரிக் கப்பல் சுழன்றடித்துக்கொண்டிருக்கும் நேரத்தில், இவளுக்கு உடுப்புத் தோயல் கேட்கிறதாவென்று மனத்துள் சினமெழுந்தாலும் கூடிச்சென்றான்.

வாஸிங் மெசினது பிழையை உடனடியாகவே கண்டுபிடித்துத் தீர்க்க கலாபனால் முடிந்துவிட்டது. ஆனாலும் எல்ஸி, 'நில், நானும் வருகிறேன்' என்றுவிட்டு முதல் தோயலில் காயப்போட்ட உருப்படிகளை ட்றையரிலிருந்து எடுத்து மடிக்க ஆரம்பித்தாள்.

கப்பலாட்டம் அவளைச் சரிந்து சரிந்து வந்து அவன்மீது விழவைத்துக்கொண்டிருந்தது. அந்தப் பொன்முடிப் பெண்ணின் மோதல்களில் தான் உணர்ச்சிவசமாவது உணர்ந்து அவன் விலகிநிற்கவே முயன்றான். ஆனாலும் அந்தப் பாழும் கப்பல் அவனிருக்கும் இடத்தைநோக்கியே அவளைத் தள்ளிக்கொண்டிருந்தது.

ஒருபோது அவள் சொன்னாள், 'சும்மா பார்த்துக் கொண்டிருக்கிறாயே, என்னைப் பிடித்துக்கொள், கலா' என்று. அவன் அவளது தோள்பட்டைகளைப் பிடித்தான். 'அப்படிப் பிடித்தால் நான் துணிகளை மடிப்பது எப்படி? கீழே பிடி' என்றாள். அவன் இடுப்பை வளைத்துப் பிடித்தான். மெல்லமெல்லத் தன் பிடி இறுக்கமாவதை அவனே உணர்ந்தான். அந்த இறுக்கத்துக்கு அவள் தன்னை விட்டுக் கொடுத்துக் கொண்டிருந்தாள். அதற்குமேல் அவள் போவாளோ என்னவோ, அவனால் முடியாது. அவனுக்குள் ஒரு தடை பண்பாட்டுக் கோலத்தில் இருக்கிறது.

எல்ஸியும் கலாபனும் வெளியே வந்தனர். கலகலப்பாய்ச் சிரித்துப் பேசியபடிதான் எல்ஸியும் வந்தாள். அவர்கள் மேல்தளம் செல்ல படிக்கட்டருகே வந்தபோது எல்ஸியை முறைத்துப் பார்த்தபடியே மேலே நின்றுகொண்டிருந்தான் நிக்கோ.

பார்வையா அது? எரித்துவிடுகிற நெருப்பு!

கலாபன் சிரிக்க முனைந்தான்.

ஒரு வார்த்தையில்லை நிக்கோவிடமிருந்து.

கலாபன் மேற்றளம் வந்ததும், தனது அறைப் பக்கம் திரும்பி நடந்தான்.

பத்து மணியளவில் கப்பல் மறுபடி புறப்பட்டது. கலாபனுக்கு அன்று காலை நான்கு மணிக்கு முடிந்த வேலையை வந்து பாரமேற்ற நிக்கோவின் முகத்தில் வடுவின் கனதி தெரிந்தது. மேலே வந்தபிறகு கலாபன் நினைத்தான், இனி கனநாளைக்கு எல்ஸி அங்கே இருக்கமாட்டாளென்று. ஒன்றில் அவளாகச் செல்ல நினைப்பாள், அல்லது நிக்கோவே அவளை அனுப்பிவைத்துவிடுவான்.

நிக்கோ இடையே ஒரு முறை ஒரு மாதமளவான விடுமுறையில் கிரேக்கம் போய்வந்தான். எல்ஸி திரும்பிவரமாட்டாள் என்றுதான் கலாபன் நினைத்திருந்தான். ஆனால் தக்கமாற்சு என்ற ஜப்பானிய தீவுத் துறைமுகத்தில் கப்பல் நின்றபோது அவசரமாக மேலே ஏறி ஓடிவந்தது முதலில் எல்ஸிதான்.

கலாபனும் தன் ஒப்பந்த காலம் முடியும்வரை அந்தக் கப்பலில் இருந்தான்.

●

கைவிடப்பட்ட கப்பல் வழக்கு

கலாபன் கப்பலிலிருந்து வீடு வந்து மூன்று மாதங்களாகிவிட்டிருந்தன. அவன் வந்தபோது கடைசியாகப் பிறந்த மூன்றாவது குழந்தைக்கு ஆறு மாதங்கள். இப்போது ஒன்பது. குழந்தை நடக்கத் துவங்கியிருந்தது. இருந்துமென்ன, நடந்து விழுந்து எழுந்தென எந்தச் செயற்பாட்டையும் உதறிவிட்டு தகப்பனின் தோளிலேயே பொழுதெல்லாம் தொங்கிக்கொண்டிருந்தது. மூன்றாவது பெண் பிறந்தால் முத்தமெல்லாம் பொன்னாகுமென்று யார் சொன்னார்களோ, கலாபன் அப்போது அதை அடிக்கடி சொல்லிக்கொண்டிருந்தான்.

வீட்டுக்கு உட்பூச்சு, வயரிங் எல்லாம் இனிமேல்தான் செய்யப்படவிருந்தன. ஜன்னல் வாசல் கதவுகள் இழைபட்டுக்கொண்டிருந்தன. பணத்தின் தட்டுப்பாட்டினாலல்ல, ஏற்ற வேலைகாரர் கிடைக்காதபடியாலேயே வீட்டு வேலைகள் மந்த கதியில் நடந்துகொண்டிருந் தன. கதவுகள் போடுவதற்கு, கூரைச் சீலிங் அடிப்பதற்கு ஆசாரியைத் தேடி அடுத்தடுத்த ஊரெல்லாம் ஆள்விட்டு விசாரித்தாள் மனோகரி. உடனடியாக வந்து வேலையைப் பாரமெடுக்கப் பொருத்தமானவர் யாரும் அகப்படவில்லை. கடைசியில் வெளிநாட்டிலிருந்து இறக்குமதி செய்வதுபோலத்தான் எங்கேயோவிருந்த தச்சன்தோப்பிலிருந்து வந்துநின்று வேலையை முடித்துத் தருவதற்கான ஒரு ஆசாரியை ஏற்பாடு செய்தார்கள். அந்த ஏற்பாட்டால் அவர்களுக்கு மூன்று வேளைச் சாப்பாட்டுக்கும் இரண்டு வேளை தேநீருக்கும் பொறுப்பெடுக்க நேர்ந்துவிட்டது.

அப்போதும் வேலை தன் கதியில் பெரிதான வேகத்தை அடைந்திடவில்லை.

காலம் எதனையும், எவரையும் மாற்றுகின்றது. கலாபனும் மாறியிருந்தான். வீட்டு நிலைமை குறித்த அவனது கரிசனை அயலவர் நண்பர்களுடனான பேச்சில் அதிகமும் அப்போது இழையோடிக்கொண்டிருந்தது. அது எல்லோருக்கும் சந்தோஷமான அதிசயமாகவிருந்தது.

பெரியகடை நியூமார்க்கெற்றில் வாடகைக்கு வந்த ஒரு பாத்திரக் கடையை எடுக்க தெரிந்த சிலரோடு கொஞ்சநாள் ஓடித்திரிந்தான். தாய் ஆரம்பத்திலேயே சொல்லிவிட்டாள், அவனுக்கு யாவாரம் ஒத்துவராது, அதுவும் பாத்திர யாவாரம் துண்டாய் ஒத்துவராதென. மனோகரியின் அபிப்பிராயமும் அதுவாகவே இருந்தது.

காலம் ஓடிக்கொண்டிருந்ததே தவிர தன்னை ஊரில் ஒரு நிலைமைக்குக் கொண்டுவர அவனெடுத்து முயற்சியெதுவுமே வேர்விடவில்லை. மூன்றாம் மாதம் முடிகிற அளவில் கலாபன் மீண்டும் கப்பலெடுக்கத் தீர்மானித்தான்.

'கொழும்புக்குப் போறன்; கப்பல் வேலையெடுக்கிறது முந்தியப்போல இப்ப ஈஸியில்லை; ஏஜன்ருக்கு காசு கட்டிற நிலைமையை அங்க வரப்பண்ணியிட்டாங்கள் எங்கட தமிழ்ப் பெடியள். கொழும்பில ஒரு மாசம் நிண்டு பாப்பன்; ஏலாமப்போனா பம்பாய் போயிடுவன்; பம்பாய் கொஞ்சம் பழக்கமான இடம்; அங்கயும் என்ஜினியர் வேலைதான் வேணுமெண்டு காத்திருக்க மாட்டன்; என்ஜின் றூம் வேலை எதுவெண்டாலும் ஏறியிடுவன். துடைக்கிற *(Wipper)* வேலை கிடைச்சாலும் சரிதான்' என்று மனோகரியிடம் சொல்லிவிட்டுச் சென்றவன், ஒரு மாதத்திலேயே பம்பாய் சென்றுவிட்டதாகத் தகவலனுப்பினான்.

மாதுங்காவிலுள்ள அஷ்டலட்சுமி கோவில்பற்றியும், புகழ்பெற்ற செம்பூர் முருகன் கோவில்பற்றியும், விலைமாதரின் திருவிளையாட்டுக்குப் பதிலாக அந்தமுறை சண்முகத்துக்கு எழுதியிருந்தான்.

கலாபன் பம்பாயில் அதிக நாட்கள் காத்திருந்தானென்று சொல்லமுடியாது. பம்பாயை அடைந்த மூன்றாவது கிழமையில் அவனுக்காகவேபோல் எம்.வி. சென் கப்ரியேல் என்ற கப்பல் தன் புகைபோக்கியிலிருந்து தடித்த கரும்புகையினைக் கக்கியபடியே துறைமுகம் வந்துசேர்ந்தது.

திலீப்சிங் என்று அவனுக்கு அண்மையில் அறிமுகமாகியிருந்த குஜராத்திக்காரன் ஒருவன் துறைமுகத்திலே பைலட்டுகளுக்கான

எந்திரப் படகு ஓட்டுகிறவனாய் இருந்தான். ஆறு மணியளவில் எம்.வி. சென் கப்பரியேல் துறை சேர்ந்த செய்தியை கலாபனுக்குச் சொன்னது அவன்தான். மறுநாள் எட்டு மணியளவில் உள்நுழைய சிரமமிருக்கும் துறைமுக வாசல்வழியே அறிமுகங்களின் துணையோடு உள்ளே சென்ற கலாபன், கப்பலில் ஏறி மேலேயுள்ள கப்ரனுடைய கபினுக்கு விறுவிறுவெனச் சென்றான். கப்பல் கம்பெனி, சரக்கு ஏற்றவிருந்த கம்பெனி முகவர்களென மேலே தடல்புடலாக இருந்தது.

கப்ரன் கபின் வாசலில் நின்றிருந்தான். கிரேக்கனாய் இருக்கவேண்டுமென கலாபன் அனுமானித்தான். ஆனால் அவன் முன்னால் நின்று கிரேக்கமும் ஆங்கிலமுமாகப் பொழிந்து தள்ளிக்கொண்டிருந்த அந்த மாநிற மனிதர் எங்கத்தையவர் என்பதை அவனால் அனுமானம்செய்ய முடியவில்லை.

அவன் காத்திருந்த அந்தச் சிறியவேளையில், 'பொருத்தமான ஆள் அகப்படவில்லையென்றால் அவன் இல்லாமல்கூட அடுத்த துறைமுகம் சேரும்வரை என்ஜின் கண்காணிப்பைச் செய்ய என்னால் முடியும். இங்கேயே அவனைத் தூக்கு. இல்லாவிட்டால் நான் இறங்குகிறேன்' எனச் சொல்லிவிட்டு விறுவிறுவெனக் கப்பல் பிரதம பொறியாளரெனக் கதவிலே பொறிக்கப்பட்டிருந்த பித்தளை பெயர்த் தகடிருந்த அறைக்குள் நுழைந்தார் அந்த மனிதர்.

உசிதமற்ற வேளையில் வந்துவிட்டதால் போய்விட்டு சிறிதுநேரத்தில் திரும்பிவரலாமோவென கலாபன் எண்ணிய வேளையில், கப்ரனின் முகத்தைப் பார்த்தான். அதில் கோபமே இல்லை. பிரதம பொறியாளனின் கோபத்தைத் தன்னால் புரிந்துகொள்ள முடியவில்லையென்ற ஒருவகையான இளஞ் சிரிப்புத்தான் இருந்துகொண்டிருந்தது.

அது அவன் திரும்பிச் செல்லவேண்டிய வேளையில்லை. அவன் தாமதித்தான்.

கலாபனைக் கண்ட கப்ரன் என்னவெனத் தலையசைப்பில் வினவினான். விரைந்து கப்பரனை அணுகிய கலாபன், தான் வேலை தேடிக்கொண்டிருக்கும் விபரத்தைக் கூறினான். தனது கப்பல் அனுபவங்களையும் விறுவிறுவென கிரேக்க மொழியிலேயே சொன்னான். அவன் காட்டிய கப்பலோட்டியின் அடையாளப் புத்தகம், தகுதிச் சான்றிதழ்களைப் பாராமலே, அவனது கிரேக்க மொழிப் பேச்சு அவனது அனுபவத்தைச் சொல்லப் போதுமானதெனத் துணிந்ததுபோல, 'நான் அனுப்பியதாக சீஃப் என்ஜினியரை சென்று பார்' எனக்கூறி அனுப்பினான்.

மிகுந்த நம்பிக்கையோடு கலாபன் பிரதம பொறியாளரின் அறையை அணுகினான். கதவு திறந்திருந்தது. உள்ளே நின்றிருந்த பிரதம பொறியாளர் திரும்பி அவனைப் பார்த்தார். ‘யார்?’ என்றார். கப்ரன் அனுப்பியதாகக் கூறி தனது சான்றிதழ்களைக் கொடுத்தான். மேசையில் அவற்றை வைத்துவிட்டு, ஒரு கையில் மதுக் கிளாசுடன் இருந்தவர் மறு கையினால் அசிரத்தையாக அவற்றைப் புரட்ட ஆரம்பித்தார். பின்னர் மதுக் கிளாஸை மேசையில் வைத்துவிட்டு சிரத்தையுடன் கையிலெடுத்துக் கவனித்தார். ‘தேர்ட் என்ஜினியராய் ஆறு வருஷம் வேலை செய்திருக்கிறீரா?’ என்றார். அவரது தமிழ் அவனுக்கு அடுத்த ஆச்சரியமாயிருந்தது. சர்வதேசக் கடலில் ஓடும் சில கப்பல்களில் சில இலங்கையர் பிரதம பொறியாளர்களாக வேலைசெய்வதை அவன் கேள்விப்பட்டிருந்தான். சிலர் கப்பரனாகக்கூட வேலை செய்தார்கள். ஆனாலும் இப்போதுதான் நேரில் சந்திக்கிறான். ஆச்சரியம் முகத்தில் விகாசம் காட்ட, ‘யெஸ், சீஃப்’ என்றான்.

தொடர்ந்து, அது பழைய கப்பலானதால் வேலை அதிகமென்றும், அந்தச் சிறிய கப்பல் கொம்பனியில் மூன்றாம் நிலைப் பொறியாளருக்கு வழங்கப்படும் சம்பளம்கூட குறைவானதுதானென்றும் பல விஷயங்களைப் பிரதம பொறியாளர் அவனுக்கு எடுத்துரைத்தார். ஆனாலும் அதைத் தீர்மானிப்பது கப்ரனின் கையில்தான் இருக்கிறது என்பதையும் சொன்னார்.

அப்போது உள்ளே வந்த கப்ரன் தனியாகப் பிரதம பொறியாளருடன் கதைத்துவிட்டு கலாபனிடம் கூறினான்: ‘உனக்கு வேலை தருகிறேன். பெரும்பாலும் நாளை மதியம்வரை உனது கபின் வெற்றிடமாக வராது. நாளைக்கு மாலையில் வா. நமது முகவருடன் பேசி மற்றவைகளை ஏற்பாடு செய்யலாம்.’

பதினாறு நாட்களின் பின் எம்.வி. சென் கப்ரியேல் பம்பாய்த் துறைமுகத்தைவிட்டு சிங்கப்பூருக்குக் கிளம்பியபோது, மூன்றாம் நிலைப் பொறியாளனாக கலாபன் அதில் வேலைசெய்துகொண்டிருந்தான்.

அந்த பதினாறு நாட்களில் கலாபன் செய்த வேலை மற்றைய கப்பல்களில் ஒரு வருஷத்தில் செய்யும் வேலையில் பாதியளவாக இருந்தது. ஒரு ஜெனரேட்டர் முழுவதையுமே கழற்றிப் பூட்ட வேண்டியிருந்தது. அவன் களைத்துப் போனான். அவன் மட்டுமில்லை, என்ஜின் றூமில் வேலைசெய்த அனைவருமே ஒரு களைப்போடுதான் பம்பாயைவிட்டு நீங்கியிருந்தனர்.

தரையிலோடும் வாகனங்களுக்குப் போலவே கடலிலோடும் கப்பல்களுக்கும் விதிகள் உண்டு. இச் சர்வதேச விதிகள்

அனுசரிக்கப்பட்டாக வேண்டும். அது வெளியிடும் புகை சுற்றுச் சூழலை மாசுபடுத்தாத அளவுக்கும், '*Bilge*' எனப்படும் கப்பலின் எந்திரப் பகுதிக் கிடங்குகளிலிருந்து அவ்வப்போது வெளியேற்றப்படவேண்டிய கழிவுநீர், எண்ணெய் மாசற்றதாய் கடல் வளங்களை அழித்துவிடாதபடியும் இருக்க வேண்டும். மேலும் கடலோடிகளின் பாதுகாப்புக்கான உயிர்தப்பிக்கும் படகுகள், நீரில் மிதப்பதற்கான உபகரணங்களென யாவும் உபயோகிக்கும் தரத்திலும் தயார்நிலையிலும் இருக்க வேண்டும். பம்பாய்த் துறைமுகத்துள் அந்தளவு கரும்புகையை வெளியேற்றியபடி நுழைய முடிந்த எம்.வி. சென் கப்ரியேலினால் சிங்கப்பூர்த் துறைமுகத்துள் நுழைந்துவிடவே முடியாது. அதைச் சரிசெய்வது அத்தனை சுலபத்தில் முடியக்கூடியதில்லையெனினும் அவர்களுக்கு அதைச் செய்யவேண்டியிருந்தது. சாமான்கள் ஏற்றி முடிப்பதற்கான கால எல்லைக்குள் அதைச் செய்யவேண்டி இருந்ததுதான் அவர்களை முறித்துப்போட்டது.

சிங்கப்பூர் கேளிக்கைகளுக்கு ஏற்ற நாடல்ல. ஆனாலும் அங்கேயும் குடி, நடனம், அனுமதியுள்ள விபச்சாரமென இருக்கவே செய்தன.

இரண்டாண்டுகளுக்கு முன்பு பாங்கொக்கிலிருந்து சொரியல் தானியமாக நெல்லை ஏற்றிவந்தபோது, *Fumification* என ஆங்கிலத்தில் சொல்லப்படும் தானியப் பூச்சி நீக்கத்தின் மருந்துப் புகை அடிப்பதற்காக அப்போது அவன் வேலைசெய்துகொண்டிருந்த கப்பல் சிங்கப்பூரில் ஒரு தனித்த துறைமுகப் பகுதியில் கட்டப்பட்டது. கப்பலில் வேலை செய்த அனைவரும் ஹோட்டல் ஒன்றில் தங்கவைக்கப்பட்டார்கள்.

நித்திரை வரும்வரை வெளியே உலவிவிட்டு வரலாமென வெளியே சென்ற கலாபன் திரும்பி வந்தபோது நள்ளிரவு கடந்திருந்தது. அனுமதியின்றியோ அனுமதியுடனோ இயங்கும் சில விபச்சார வீடுகள் சிங்கப்பூரின் புறநகர்களில் இயங்கின. அங்கெல்லாம் விலைமாது யாரும் இருந்துவிடமாட்டாள். சென்ற வாடிக்கையாளருக்கு ஒரு புகைப்பட அல்பத்தைக் காட்டுவார்கள். அதிலுள்ள பெண்களின் படங்களைப் பார்த்து ஒருவர் தனது தேர்வைச் செய்துகொள்ள வேண்டும். அந்தப் பெண் தொலைபேசியில் அழைக்கப்படுவாள். அன்றைக்கு அந்தச் சுகமும் அனுபவமும் நூற்றைம்பது சிங்கப்பூர் வெள்ளி செலவில் அவனுக்குக் கிடைத்திருந்தது.

ஆனால் அன்றைக்கு அவ்வாறான எண்ணமேதும் கலாபன் மனத்தில் தோன்றவில்லை. கப்பலிலிருந்துகொண்டு தூரத்தே தெரிந்த சிங்கப்பூரின் இரவு வெளிச்சங்களைப் பார்த்தபடியிருந்தான். மூன்று நாட்கள் சிங்கப்பூரில் தங்கிய

கப்பல் அய்க்கிய அரபு அமீரகத்திலுள்ள ஷார்ஜாவை நோக்கிப் புறப்பட்டது.

அய்க்கிய அரபு அமீரகத்தின் இன்னொரு நாடான துபாய்போலத்தான் ஷார்ஜாவும். ஆனாலும் துறைமுகம்மட்டும் துபாய்போன்று பெரிதானதில்லை. எம்.வி. சென் கப்ரியேல் ஷார்ஜாவைச் சென்ற சமயம் வளைகுடாவில் மையம் கொண்டிருந்த புயல் கடலைப் புரட்டிக்கொண்டிருந்தது. சரக்கை இறக்கிய எம்.வி. சென் கப்ரியேல் மறுபடி புசேர் என்கிற ஈரான் நாட்டுத் துறைமுகத்தை நோக்கிப் புறப்பட்டது.

பாரசீக வளைகுடாவில் அது இன்னும் மூர்க்கமாயிருந்தது. அனுபவமுள்ளவர்கள் வளைகுடாவில் கப்பல்களே நொறுங்கிய கதைகளைச் சொன்னார்கள். கடலிலிருந்து புசேர் துறைமுகத்தை அரண்செய்த தடுப்பணையில் அலைகள் மோதியதில் நீர் அய்ம்பது அறுபது அடி உயரத்துக்கு எழுந்து விழுந்துகொண்டிருந்தது. துறைமுகத்திலும் ஏற்றுமதி இறக்குமதி தாமதம். அதனால் வந்த கப்பல்கள் தமது முறைக்காகக் காத்து துறைமுகத்துக்கு வெளியே நங்கூரமிட்டிருந்தன. எம்.வி. சென் கப்ரியேலும் காத்திருந்தது.

சிறிதுநேரம் பிரதம பொறியாளரின் அறையிலிருந்து உரையாடிப் பொழுதைக் கழித்த கலாபன், தனது அறைக்குத் திரும்பியபோது, பதினொரு மணி. தொலைக்காட்சியில் ஒரு அராபிய மாதுவின் கிறங்கவைக்கும் காதல் சோககீதமொன்றில் லயித்துக்கொண்டே போதையேறிக்கொண்டிருந்தான்.

வெளியே ஆக்ரோஷமான அலைகள் கப்பலை மோதிக்கொண்டிருந்தன. அவ்வப்போது அறையின் கண்ணாடி ஜன்னல்வரை வந்த கருநீர்ப் பாளங்கள், அறைவெளிச்சத்தில் வெள்ளியலையாகி விட்டு மீண்டுகொண்டிருந்தன. கப்பல் சரிவதும் நிமிர்வதுமாயிருந்தது. கப்பல் நங்கூரத்தில் நின்று நாலுபுறமும் நிலையின்றிச் சுழன்றுகொண்டிருந்தது. இருபத்தேழாயிரம் முப்பத்தாறாயிரம் தொன் மொத்த எடையுள்ள கப்பலிலும் கலாபன் வேலை செய்திருக்கிறான். அந்தக் கப்பல்களையே அல்லாட வைத்திருக்கிறது சினம்கொண்ட கடல். இதன் மொத்த நிறையே மூவாயிரம் தொன். நடுக்கடலானால் அலை தூக்கி எறிந்துவிடும். கரையானதால் சரித்துச் சரித்துவிட்டுத் திரும்பிப் போய்க்கொண்டிருந்தது.

அப்போது வெளியே முதன்மைப் பொறியாளர் வந்துநின்றார். 'கலாபன், காலநிலை சரியில்லை. இந்தப் புயல் காத்தில நங்கூரத்தையும் இழுத்துக் கொண்டுபோய் கப்பல் வேற கப்பலோடயோ இல்லாட்டி பாறையிலயோ மோதியிடுமெண்டு கப்ரன் பயப்பிடுறான். கரைதட்டவும் வாய்ப்பிருக்கு. அதால

புயல் ஓயுமட்டும் என்ஜினை ஸ்ராண்ட்பையில வைச்சிருக்கச் சொல்லுறான். நீ கீழ போய் தேவையானதைச் செய்திட்டு ஸ்ராண்ட்பையில இரு' என்றுவிட்டுச் சென்றார்.

கீழே இறங்கி என்ஜினைத் தயார்நிலையில் வைத்துவிட்டுத் திரும்பிய கலாபன் மெஸ்ஸில் தொலைக்காட்சியைப் பார்த்தபடி பொழுதைப் போக்கிக்கொண்டிருந்தான். நான்கு மணியானது. எதுவித அசம்பாவிதமும் சம்பவிக்கவில்லை. கலாபன் படுக்கை சென்றான்.

ஏழு மணியளவில் மீண்டும் கதவு தட்டப்பட்டுக் கேட்டது. கலாபன் எழுந்து வந்து கதவைத் திறந்தான். பிரதம பொறியாளர்தான். 'எதுவும் பிரச்சினையோ?' என்று அவசரமாய்க் கேட்டான் கலாபன். 'பிரச்சினைதான். ஆனா எங்களுக்கில்லை; எங்கட கொம்பனியின்ர இன்னொரு கப்பலுக்கு. அதுவும் நேற்றுத்தான் இஞ்ச வந்திருக்கு. ஆனா, நங்கூரத்தில நிண்ட கப்பல் எப்பிடியோ ஒதுங்கிப்போய் கரையேறியிட்டுது. வெளிக்கிட்டு என்ர கபினுக்கு வா, எல்லாம் சொல்லுறன்' என்றுவிட்டுச் சென்றார்.

பிரதம பொறியாளரின் முகத்திலிருந்த யோசனை, கொம்பனியின் கப்பல்களில் ஒன்று கரையிலேறிவிட்டதால் ஏற்பட்டது மட்டுமானதாய் கலாபனுக்குத் தோன்றவில்லை. அவன் விரைந்து பிரதம பொறியாளரின் கபினுக்குச் சென்றான்.

கப்ரனின் அறை திறந்திருந்தது. கப்ரனைக் காணவில்லை. மேலே சுக்கான் தளத்தில் நின்றிருக்கக்கூடுமென கலாபன் எண்ணினான்.

பிரதம பொறியாளரின் அறைக்கு வந்தான். 'இரு' என்றார். கலாபன் எதிரே அமர்ந்ததும் சொன்னார்: 'அரை மைல் தூரத்துக்கு மேல கப்பலை இழுத்துப் போயிருக்கு காத்து. ஒருதரும் கவனிக்கேல்ல. இப்ப கப்பல் பின்புறமாய் கரையில ஏறி நிக்குதாம்.'

'என்ன செய்யப்போகினம்? ட்றக் போர்ட்டால இழுத்தெடுக்க ஏலாதோ?'

'ஏலும். ஆனா அதை கொம்பனி விரும்பேல்லை. அதால எங்களை இழுத்துவிட கேட்டிருக்கினம்.'

'ஏலுமோ? நாங்களே சாமானோட நிக்கிறம். அந்தக் கப்பலும் சாமானோடதான் நிக்கும்.'

'சாமானில்லாமல்தான் நிக்குது. ஆனா அதை நாங்கள் செய்யக்கூடாது. அது எங்களுக்கு ஆபத்து. கப்பலை இழுக்கிற

முயற்சியில ரண்டும் மோதுப்பட்டுச் சேதமடையிற வாய்ப்பிருக்கு. அதோட இதுவே கரைதட்டுற அபாயமும் சிலவேளை வந்திடும்.'

'கப்ரன் என்னவாம்?'

'கப்ரனுக்கும் விருப்பமில்லை. ஒரு ஆபத்து அந்த முயற்சியால கப்பலுக்கு வந்தா... அது கப்ரனுக்கு பிளாக் மார்க். ஆனா செய்யச்சொல்லி அழுத்தம் கொம்பனியிலயிருந்து வந்துகொண்டிருக்கு. துபாயில கொம்பனியின்ர போர்ட் கப்ரனாய் ஒரு அமெரிக்கன் இருக்கிறான். அவன் இப்ப இஞ்ச வாறதாயிருக்கு. கப்பல் லொக்புக்கில, கப்பலுக்கு எதாவது ஆபத்து வந்தா கொம்பனி அதைப் பொறப்பெடுக்கிறதாய் எழுதி கையெழுத்து வைக்கவேணுமெண்டு போர்ட் கப்ரனிட்ட கேக்கச்சொல்லி எங்கட கப்ரனிட்ட சொல்லியிருக்கிறன்.'

புயல் தணிந்திருந்தது. ஆனாலும் சிறிய ஒரு கப்பலுக்கு அது இடைஞ்சல் செய்யப் போதுமானதுதான்.

ஒரு இழுவைப் படகில் போர்ட் கப்ரன் பத்து மணியளவில் வந்துசேர்ந்தான்.

அவனது எந்தக் கோரிக்கையும் கப்ரனிடமோ, பிரதம பொறியாளரிடமோ பலிதமாகவில்லை. கடைசியில் கப்ரன் கேட்டபடியே லொக்புக்கில் எழுதி கையெழுத்திட்டான் ஜோன் பலரோனி என்ற அந்த போர்ட் கப்ரன்.

எம்.வி. சென் கப்ரியேல் தன் சகோதரக் கப்பலை கடலுள் இழுத்துவிடக் காலை பதினொரு மணியளவில் புறப்பட்டது. கலாபன் தன் கடமையைப் பொறுப்பெடுத்து ஒரு மணத்தியாலத்துக்கிடையிலேயே எல்லாம் முடிவடைந்துவிட்டது.

எதிர்பார்த்ததுபோல் பெரிய சிரமங்கள் ஏதுமின்றி எம்.வி. ஸ்மூத்வேவ் என்ற கம்பெனியின் மற்றக் கப்பல் கடலுள் இழுத்துவிடப்பட்டாயிற்று. எம்.வி. சென் கப்ரியேல் அதற்கு அடுத்தநாள் துறைமுகத்துக்குள் புகுந்தது.

இரண்டு நாட்களாக கப்ரனுக்கும், பிரதம பொறியாளருக்கு மிடையே மிகவும் தணிந்த குரலிலான பேச்சுக்கள் நடந்து கொண்டிருந்தன. கலாபன் சென்ற வேளைகளிலெல்லாம் அறை, ஒன்றில் வெறுமையாக இருந்தது; இல்லையேல் பிரதம பொறியாளரையும் கப்ரனையும் ஒன்றாகக் கொண்டிருந்தது.

புசேரைவிட்டுப் புறப்பட்ட கப்பல் பாஹ்ரினை அடைந்தது. கப்பல் துறைமுகத்தை அடைந்த மறுநாள் சீஃப் ஒஃபீசரையும்

இரண்டாவது என்ஜினியரையும் பொறுப்பாக வைத்துவிட்டு கப்ரனும் பிரதம பொறியாளரும் தத்தமது தூதுவராலய அலுவலாக ஒருமுறை வெளியே சென்றுவந்தார்கள்.

எல்லாம் சுமுகமான நிலையில் காலம் ஓடிக்கொண்டிருந்தது.

முதலில் பிரதம பொறியாளர் தனது ஒப்பந்த காலம் முடிந்து வீடு சென்றார். கொழும்பு வாட் பிளேஸில் உள்ள தனது வீட்டு முகவரி கொடுத்து அடுத்தடுத்த மாதமளவில் ஒப்பந்தம் முடியவிருந்த அவனை இலங்கை வந்ததும் சந்திக்கக் கேட்டார்.

நிறைய பங்களாதேஷிய, பாகிஸ்தானிய, இந்தோனிஷிய மாலுமிகளாக இருந்த அந்தக் கப்பலில் ஏதோவொரு காரணத்தைச் சுட்டி எப்போதும் சண்டைகள் நடந்துகொண்டிருந்தன. கலாபனுக்கு முன்னர் மூன்றாவது பொறியாளனாக இருந்த பாகிஸ்தான்காரனின் பிரதம பொறியாளருடனான வாக்குவாதமும் சரீரத் தாக்குதல் அளவுக்கான முனைப்புமே அவனை பம்பாயில் இறக்கிவிட வைத்தது. இவ்வாறு ஒரு சுமுகமற்ற நிலையிலேயே கப்பல் தொடர்ந்து இருந்துவந்தது.

கலாபனே முந்திய மூன்றாம் பொறியாளனான தனது நண்பன் வேலையிழக்கக் காரணம் என்பதுபோல் இன்னொரு பாகிஸ்தான்காரன் கொஞ்சக் காலம் அவனோடு முறுகல் காட்டிக்கொண்டு திரிந்தான். இவை காரணங்களாய் நீண்டகாலம் அந்தக் கப்பலில் வேலைசெய்ய கலாபனும் பிரியமிழந்திருந்தான். ஒரு சித்திரைப் புத்தாண்டுக்கு வீட்டில் நிற்கிற உத்தேசத்தோடு தனது விடுப்பை கப்ரனிடம் கோரினான் கலாபன்.

அதன்படி 1981ஆம் ஆண்டு சித்திரையில் அவன் தன் வீட்டிலிருந்தான்.

பின்னர்தான் தனது பழைய பிரதம பொறியாளரைச் சந்திக்க அவன் கொழும்பு பயணமானது.

முந்திய கப்பலின் பிரதம பொறியாளர் சொன்ன தகவல்கள் அவனைத் தூக்கியெறிந்துவிட்டன. கரையேறிய ஒரு கப்பலை இன்னொரு கப்பலோ இழுவைப்படகோ இழுத்து கடலில் விடுகிறபட்சத்தில், அந்த ஆபத்துக்குள்ளான கப்பலின் பெறுமதியினதும் அதிலுள்ள சாமான்களின் பெறுமதியினதும் பாதியை உதவிசெய்த கப்பல் கோரிக்கொள்ள சர்வதேச கடற்சட்டப்படி உரிமையுண்டென்பது அவன் இதுவரை கேள்விப்படாத விஷயமாயிருந்தது. பாஹ்ரினை கப்பல் அடைந்ததும் தூதுவராலய அலுவல்கள் இருப்பதாகச்

சொல்லிக்கொண்டு தானும் கப்ரனும் வெளியே சென்றது கப்பல் லொக்புக்கை பிரிட்டிஷ் தூதுவராலயத்தில் சமர்ப்பித்து பதிவுகளை உறுதிசெய்துகொள்வதற்காகவே என்றும் அவர் விளங்கப்படுத்தினார்.

மேலும் எம்.வி. சென் கப்ரியேல் கரைதட்டிய கப்பலைக் கடலில் இழுத்துவிட்ட சமயத்திலிருந்த அத்தனை பேருக்குமே அந்தத் தொகையில் பங்கு உண்டென்றும், அவனது பதவியைப் பொறுத்து அவனுக்கும் ரூபா இருபது லட்சங்கள்வரை கிடைப்பதற்கான வாய்ப்பு உண்டென்றும் அவர் சொன்னபோது கலாபன் திகைத்துப்போனான்.

எத்தனை நாட்கள் அவன் கொழும்பில் நிற்பானென அவர் கேட்டதற்கு அவன், ‘ரண்டு மூண்டு நாளில திரும்புற எண்ணத்தோடதான் வந்தன். தேவையெண்டா இன்னும் கொஞ்ச நாள் கூட நிக்கலாம்’ என்றான்.

‘அது போதும். எங்கட பழைய கப்ரனிட்டயிருந்து தகவலை எதிர்பார்த்துக்கொண்டிருக்கிறன். இந்த ஈட்டுக் கோரலை அவர்தான் முன்னெடுக்க வேணும். எவ்வளவோ ஆர்வமாக இருந்த அவரிட்டயிருந்து ஒரு தகவலுமில்லை. அவரிட்டயிருந்து அப்பிடி தகவலெதுகும் வராட்டி நானே இந்த முயற்சியைத் தொடரலாமெண்டிருக்கிறன். அதற்கான ஆதாரங்கள் என்னிட்டயும் இருக்கு. லொக்புக்கின்ர ஒரு பிரதியெடுத்து அதையும் பிரிட்டிஷ் தூதுவராலயத்தில குடுத்து உறுதிசெய்து வைச்சிருக்கிறன். லோயர்மாரோட ஆலோசிச்சதில இது போதுமெண்டு சொல்லியிருக்கினம். வழக்கில நீ ஒரு சாட்சியாய்த் தேவைவரும். அதால வழக்கு விபரம் தெரியுமட்டும் நீ கப்பலேறுற முயற்சியைப் பாக்காமலிரு. கிட்டத்தட்ட கால் கோடி ரூபா வாற நிலையில நீ வேலைக்கு அவசரப்படத் தேவையில்லையெண்டு நினைக்கிறன். அதோட இன்னுமொண்டு, அந்தக் கப்பல்ல வேலைசெய்ததுக்கான எந்த அத்தாட்சியையும் கவனமாய் வைச்சிரு’ என்றார் அவர்.

அவன் சம்மதித்தான்.

வழக்கு தொடுத்துவிட்டதாக, கலாபன் யாழ்ப்பாணம் திரும்பிய ஒரு வாரத்தில் அவரிடமிருந்து கடிதம் வந்தது. ஒரு மாதத்தில் கொழும்பு செல்லநேர்ந்த கலாபன் அவரையும் சந்தித்தான். பிரதம பொறியாளர் வெகுநம்பிக்கையோடு எல்லாம் பேசி அனுப்பினார்.

முந்திய தடவை கொழும்பிலிருந்து யாழ்ப்பாணம் திரும்பியபோது சிறிது அவநம்பிக்கையும் கலக்கமும் அவனிடத்தில்

இருந்திருந்தன. அந்த முறை அவன் அவரை முழுதாகவும் நம்பிவிட்டிருந்தான். ஒரு லட்சாதிபதி ஆகிவிட்ட மனநிலையே அவனிடம் ஏற்பட்டுவிட்டது.

வீட்டில் சிறிது உல்லாசமாகவே இருந்தான் கலாபன். உல்லாசம் அவனது சிறிய சேமிப்பையும் கொஞ்சம் கொஞ்சமாகக் கரைத்துக்கொண்டிருந்தது. பிள்ளைகளுடன் இருப்பதான மனநிறைவைத் தவிர வேறு எவற்றையும் அவன் அந்த நாட்களில் அறியவில்லை. இரண்டு மாதங்களாயின. மேலும் காலம் நகர்ந்தது. பிரதம பொறியாளரிடமிருந்து எந்தத் தகவலும் இல்லாதுபோக, கலாபனே அவரைக் காண ஒரு முறை கொழும்பு சென்றான்.

அவரது அன்றைய தகவல்கள் கலாபனது கனவுகளைச் சுக்குநூறாக நொறுக்கித் தள்ளின.

ஒரு கப்பல் கம்பனியென்பது அதன் சொந்த தேசத்தில் அத்திபாரம் கொண்டதுதான்; ஆனாலும் அதன் வியாபார வலைப்பின்னல் உலகளாவியது; தனக்கெதிரான எந்த எதிர்ப்பையும் அது அந்த வலைப்பின்னல் மூலமாகவே நிர்மூலமாக்கிவிடுகிறது எனவுரைத்த பிரதம பொறியாளர், ‘இது என்ர நாடு, எண்டாலும் என்னையும் என்ர குடும்பத்தையும் இஞ்சயே அழிச்சுவிடுவனெண்டு இஞ்சத்த ரௌடியளை வைச்சு எனக்கு எச்சரிக்கைவிடுற அளவுக்கு அதால முடியுது. என்ர ரண்டு பொம்பிளப் பிள்ளையளையும் வேசையளாக்கி றோட்டு றோட்டாய் அலையவைப்பனெண்ட எச்சரிக்கையோட நான் கலங்கிப்போனன், கலாபன். வழக்கைத் திரும்ப எடுக்கிறதத் தவிர எனக்கு வேற வழி இருக்கேல்ல’ எனத் தொடர்ந்து கூறி அந்த உரையாடலுக்கு முற்றுப் புள்ளியிட்டார்.

கலாபன் மெல்லிய சிரிப்பையாவது காட்டி தனது ஏமாற்றத்தை மறைக்க முயன்று தோற்றுக்கொண்டிருந்தான்.

வழக்கு தொடரப்பட்டதோ, பின்னர் அது கைவிடப்பட்டதோ வெளியுலகத்துக்குத் தெரியவேயில்லை. அத்தனைக்கு சர்வதேச ரௌடியிசம் வலுவானதாயே இருந்தது.

இந்தக் கைவிடப்பட்ட கப்பல் வழக்கில் வழக்காளியோ குற்றஞ்சாட்டப்பட்டவரோ யாருமே பாதிக்கப்படவில்லை. சாட்சியே பாதிக்கப்பட்டான்.

கலாபனது மனத்தில் அந்த ஏமாற்றம் நீண்டகாலமாக இருந்தது.

●

கிழக்கும் மேற்கும்

கலாபனின் மிகப்பெரும் ஏமாற்றத்தைத் தணிவித்தது கொழும்பு வந்த அவனுக்கு கால தாமதமின்றி எம்.வி. சன்றைஸ் என்ற கப்பலில் மூன்றாவது என்ஜினியராகவே வேலை கிடைத்ததுதான்.

எதிர்பாராதவிதத்தில் அது நடந்தது. அவன் கொல்பிட்டியில் சுப்பர் மார்க்கட் எதிரே போய்க்கொண்டிருக்கிறான். கலா... கலா...வென்று பின்னால் கூப்பிட்டுக் கேட்கிறது. திரும்பிப் பார்க்க அத்த ஓட்டத்தில் வந்துகொண்டிருக்கிறான். நல விசாரிப்பின் பின் கொழும்பு வந்த காரணத்தை அத்த விசாரிக்க கலாபன் தெரிவிக்கிறான். உடனடியாக லேடி மக்லறென்சுக்கு போனால் தேர்ட் என்ஜினியர் வேலைக்கு வாய்ப்புண்டு, சிறிது நேரத்துக்கு முன்னர்தான் தான் அந்த வேலையை வேண்டாமென்றுவிட்டு வந்ததாக அத்த சொல்லுகிறான்.

அவன் வேண்டாமென்றதற்கு கலாபன் காரணத்தைக் கேட்க, அந்தக் கப்பலில் சம்பளம் குறைவென்றும், ஆசியாவுக்கும் கம்யூனிச நாடு களுக்கும் இடையில் சரக்கு ஏற்றியிறக்கும் ஓடுபாதை தனக்கு விருப்பமில்லையென்றும் விளக்கினான் அத்த.

எப்படித் தெரிந்ததெனக் கேட்டதற்கு, அந்தக் கப்பலில் தன் நண்பனொருவன் வேலைசெய்வதாகச் சொன்னான் அத்த.

தனக்கு அந்த வேலையைப் பெற்றுத்தரக் கேட்டான் கலாபன். உடனேயே ஏஜன்ஸி அலுவலகம் அழைத்துச்சென்ற அத்த அவனை முகவருக்கு அறிமுகப்படுத்திவைத்தான். அன்றே ஒப்பந்தமும் நிறைவேறியது.

மூன்றாம் நாள் கொழும்பிலிருந்து புறப்பட்ட அந்தக் கப்பலின் பயணம் ருமேனியாவாக இருந்தது.

ருமேனியாவின் மிகப்பெரிய நகரான கொன்ஸ்ரன்ராவின் துறைமுகம் போர்ட் கொன்ஸ்ரன்ராவுக்கு சென்றபோது, அங்கே தன் நீண்டகால கடலோடி நண்பன் ராஜேந்திரத்தை கலாபனுக்கு சந்திக்க நேர்ந்தது.

கலாபனின் கப்பல் கட்டியிருந்த துறைமுக மேடைக்குப் பின்னாலேயே கட்டியிருந்தது ராஜேந்திரத்தின் கப்பல்.

ராஜேந்திரத்தைக் காணச் சென்றபோது கபினில் அவன் செய்துவைத்திருந்த வசதிகளில் ஆச்சரியமே வந்துவிட்டது கலாபனுக்கு. இசையை நுண்மையாய் ரசிப்பதற்கான நூறு வாட்ஸ் வலுவுள்ள கசெற் ரிக்கோடர்கள் என்ன, இசையின் பேஸ் ஒலிக்கெற்ப ஏறியிறங்கும் நிற விளக்குகள் என்ன, ஆளுயர சுவர்ப் படங்களென்ன... அற்புதமான காட்சியாகவிருந்தது அது.

மெல்ல மதுபானம் வேலைசெய்யத் தொடங்க சுவர்ப் படங்களில் கலாபன் கவனமானான். அவ்வளவும் பெரிய பெரிய தனங்களும் வாளிப்பான நீண்ட கால்களும் கொண்ட அழகிய பெண்களின் நிர்வாணப் படங்கள். மதுவும் படங்களும் மனத்தை அருட்டின.

'கபினுக்குள்ளயே ஒரு டிஸ்கோ பார் நடத்திக்கொண் டிருக்கிறாய்போல' என்று தன் ஆச்சரியத்தை வெளிப்படுத்தினான் கலாபன். 'அதுசரி, இதுகளைப் பாத்துக்கொண்டு எப்பிடியடா இருக்கிறது? கொன்ஸ்ரன்ராவில ஏதாவது வசதியிருக்கோ அதுக்கு?'

'இல்லையெண்டுதான் நெக்கிறன். ஆரையும் கேட்டாத் தெரிஞ்சிட்டுப் போகுது. ஆனா நானொண்டு சொல்லட்டோ உனக்கு; இந்தமாதிரி ஆசையள அடக்கி வைச்சிருக்கிறதுதான் எப்பவும் நல்லது. முந்தித்தான் கொணோரியா, சிபிலிஸ் எண்டு இருந்திது. இப்ப மருந்தேயில்லாத வருத்தங்கள் ஆயிரம் வந்திட்டிது' என்றான் ராஜேந்திரம்.

கலாபன் சிரித்தான். 'அப்ப கனக்க றீடேர்ஸ் டையஸ்ற் வாசிக்கிறாய்போல? நல்லதுதான். ஆனா அந்த யோசினை வாறநேரத்தில என்ன செய்வாய்?'

‘கலாபன், அந்தப் படத்தைப் பார். வாவெண்டு கூப்பிடுறமாதிரியே இருக்கெல்லே? நான் வைச்சிருக்கிற எந்தப் படத்தைப் பாத்தாலும் உயிரோடிருக்கிற மாதிரியே இருக்கும். தானாய் அடங்கிறதுக்கு இதெல்லாம் வலு வசதி கண்டியோ.’

‘அடப் பாவி!’ கலாபன் அதிர்ந்தான்.

தன்னை முழுமையாய் வெளிப்படுத்திய நண்பன்மேல் அவன் மரியாதையா வெறுப்பா கொள்வான்? அவ்வாறு நடப்பதுண்டு. ஆயினும் நண்பர்களுக்குக்கூட அந்த இருண்ட பகுதியை யாரும் திறந்து காட்டுவதில்லை.

ராஜேந்திரம் எதுவித வெட்கப் பிரக்ஞையுமற்றுத் தொடர்ந்தான்: ‘வருத்தங்களை விடு, மனிஷியின்ர பக்கத்தை ஒருக்கா யோசிச்சுப் பார். நான் கப்பல்ல செய்யிறமாதிரி மனுஷி ஊரில நடக்கத் துவங்கினா..? எல்லாரும் இப்பிடியெண்டு நான் சொல்ல வரேல்ல, மச்சான். எண்டாலும் ரண்டு பக்கதத்திலயும்தான் இந்த நம்பிக்கை இருக்கவேணும்; விசுவாசமும் இருக்கவேணும்.’

‘என்னவோ செய்து துலை.’

‘அதுக்காண்டி உன்னை நான் மறிக்கமாட்டன். வேணுமெண்டாச் சொல்லு, ஹார்பரில வேலைசெய்யிற போர்மன் ஆரிட்டயும் கேக்கலாம்.’

அப்போது வெளியே கதவு தட்டிக் கேட்டது. நண்பன் எழுந்து கதவைத் திறந்தான். ஒரு ருமேனியன் நின்றுகொண்டிருந்தான். சிரித்தான் அளவுக்கு அதிகமாக. பின், ‘இங்கே துறைமுகத்தில்தான் வேலை செய்கிறேன். சரக்கேற்றும் தொழிலாளிகளின் சுப்பர்வைஸராக’ என்றான்.

‘உன்னை நான் வெளியே கண்டிருக்கிறேன்.’ நண்பன் நட்புடன் சொன்னான்.

‘நீ எங்கேயும் வெளியே போகாமல் துறைமுகத்தையே பார்த்துக்கொண்டு டெக்கில் நிற்பதை நானும் கவனித்திருக்கிறேன். கொஞ்சம் அணுக்கமாய் வரக்கூடிய முகமாய்த் தெரிந்தது. இல்லாவிட்டால் இப்படி எல்லோருடைய கபின் கதவையும் போய் தட்டிக்கொண்டு நின்றுவிட முடியாது...’

‘என்ன விஷயம்?’

‘ஒரு வெளிநாட்டு குடி... பதிலாக உனக்கு ருமேனியன் விஸ்கி வேண்டுமானால் தருகிறேன்.’

நண்பன் பதில்சொல்ல யோசித்ததுபோலிருந்தது. ‘அவனை உள்ள கூப்பிடு, மச்சான். தண்ணி காணாதெண்டா நான் என்ர கபின்லயிருந்து கொண்டாறன்’ என்றான் கலாபன். அவனிடம் விபரம் பிடுங்குகிற எண்ணம் அவனுக்கு.

‘இல்லை, என்னிட்டயே இருக்கு’ என்ற நண்பன் ருமேனியனை உள்ளே அழைத்தான்.

அமர்வதற்கு முன் சுவரைப் பார்த்துவிட்டு, ‘வாவ்’ என்று குரலெழுப்பிச் சிரித்த அவன் தன்னை டிமித்ரியென்று அறிமுகப்படுத்திக்கொண்டான். இலங்கை நண்பர்களும் தம்மை ராஜாவென்றும், கலாபனென்றும் அறிமுகப்படுத்தினார்கள்.

மூவரும் குடிக்க ஆரம்பித்தனர்.

கப்பல் எப்போது திரும்பும், இரவில் குளிர் எவ்வளவு கடுமையாக இருக்கும் போன்ற பொதுவான விஷயங்களாகப் பேச்சின் ஆரம்பம் இருந்தது. பேச்சைத் திசைதிருப்பி கலாபன் ஒருபோது கேட்டான்: ‘நீ இந்த நாட்டு அரசியலை விரும்புகிறாயா?’

டிமித்ரி அவ்வாறான ஒரு கேள்வியை எதிர்பார்த்திருக்க மாட்டான். அவனிடமிருந்து ஒரு முழு நிமிட நேரத்துக்குச் சத்தமே வரவில்லை. ‘தண்ணி’ தருகிறவர்கள் என்பதற்காக மனத்தில்பட்டதை அப்படியே சொல்லாமல் விட்டுவிட டிமித்ரி தயாராக இருக்கவில்லையென்பதை அவனது பதில் நிரூபித்தது.

‘என்ன கேள்வி இது? முட்டாள்தனமாய் இருக்கிறதே! நான் என் நாட்டை எவரும் தம் நாட்டை விரும்புவதுபோல்தான் விரும்புகிறேன். எங்கள் அரசியலை மேற்கு நாடுகள் விரும்பவில்லையென்பது எனக்குத் தெரியும். மேற்கு நாடுகளின் கருத்துகளைக் கொண்டவர்களுக்கும் விருப்பமில்லாது போக வாய்ப்பிருக்கிறது. ஆனால் நான் இங்கே பிறந்து, இங்கே ஓடியாடி விளையாடி, இங்கே கல்விகற்று வளர்ந்தவன். கடந்த இரண்டு உலகப் போர்களினாலும் இங்கே விளைந்திருந்த வறுமையையும் பசியையும் மானுட வெறுமையையும் இந்த அரசியலால்தான் தீர்த்துவைக்க முடிந்தது.

‘கட்சியின் மேலாண்மையும் அதன் நடத்தைகளும் இங்கே பலருக்கும் விருப்பமில்லாதிருக்கிறது என்றபோதிலும், மேற்கின் செல்வாக்கு இங்கே மேலோங்குவதைவிடக் கட்சியின் மேலாண்மை மேலென்பதுதான் அவர்களின் அபிப்பிராயமும். அதற்காக பல எழுத்தாளர்களும் கவிஞர்களும் இந்த நாட்டைவிட்டு ஓடியிருக்கிறார்கள். ஓடிப்போய் எழுத்தாளர்களாயும் கவிஞர்களாயும் பிரபலமானவர்கள்தான்

அவர்களில் அதிகம். ஆனால் அவர்கள் சொன்ன காரணங்கள் பொய்யானவை; ஒப்புக்கொள்ள முடியாதவை. இங்கிருந்து பெரும்பான்மையினர் ஐக்கிய அமெரிக்காவுக்கும் கனடாவுக்கும் இங்கிலாந்துக்கும்தான் ஓடியிருக்கிறார்கள். அண்டை நாடுகளான டென்மார்க்கிலோ நோர்வேயிலோ சுவீடனிலோகூட யாரும் சென்று தஞ்சமடையவில்லை. இதைக்கொண்டு என்ன முடிவுக்கு உங்களால் வரமுடிகிறது, தோழர்களே. ஓடியவர்கள் ஜனநாயக விரும்பிகளாயல்ல, பணநாயக விரும்பிகளாயும் உல்லாச விரும்பிகளாயும் இருந்தார்கள் என்பதுதானே.'

வாயடைத்திருந்த நண்பர்களில் கலாபன் ஒருவாறு தெளிந்து நிலைமையைச் சமாளிக்க முயன்றான். 'மன்னிக்க வேண்டும், நண்பரே. நான் அரசியல் பேசியிருக்கக்கூடாது.'

'நீங்கள் பேசியிருக்கலாம். ஆனால் உண்மையைத் தெரிந்துகொண்டு பேசியிருக்க வேண்டும்' என்றான் டிமித்ரி.

அவனது கோபம் மாறியிருந்தும், அவன் சிரிக்க நெடுநேரமானது.

இயல்புநிலை திரும்பிய ஒருபோதில் கலாபன் சொன்னான்: 'உங்கள் கருத்துக்கள் மேற்கின் கருத்துக்களுக்கு மாறானவைதான். ஆனாலும் இத்தகைய ஒரு அரசாங்கத்தை நீங்களே விரும்புகிறபோது யாரும் எதுவும் சொல்லிவிட முடியாது. எங்கள் நாட்டைப்பற்றிக் கேள்விப்பட்டிருப்பீர்கள் ஸ்ரீலங்காவென்று.'

'சிறிலங்கா...?'

'முந்தி அதன் பெயர் சிலோன்.'

'ஓ... சீலோன்! இப்ப எனக்கு ஞாபகம் வருகிறது. அது தேயிலைக்கு மிகவும் பெயர்போனது, இல்லையா?'

'அதேதான். அங்குதான் இப்போது இன ஒடுக்குமுறைக்கான ஆயுதப் போராட்டம் ஆரம்பித்திருக்கிறது. எவ்வாறு இது முடியுமென்றெல்லாம் இப்போதே எங்களால் சொல்லமுடியாது. ஆனாலும் நாளுக்குநாள் மேற்குலகுக்கான ஓட்டம் அங்கே அதிகரித்துக்கொண்டுதான் இருக்கிறது. அவ்வாறு மேற்குலகைநோக்கி ஓடுகிற விஷயத்தில் நாங்களும் நிறைய யோசிக்கவேண்டுமென்று எனக்கும் இப்போதுதான் தோன்றுகிறது.'

'செய்யுங்கள். முக்கியமான விஷயமது' என்றான் டிமித்ரி.

பேச்சு பல விஷயங்களில் மேலே பற்றிப்படர்ந்தது.

கலாபன் கேட்டான், 'இங்கே நகரத்து உணவு விடுதிகள், நடன விடுதிகள் எப்படி? சனி அல்லது ஞாயிறுகளில் அவற்றின் விசேஷம் என்ன?' என்று.

டிமித்ரி சிரித்தான். 'உனது விருப்பம் எனக்குப் புரிகிறது, தோழர்! உங்களை அழைத்துச் சென்று காட்டமுடியாத நிலையிலிருக்கிறேன் நான். அவை எமது கலாச்சாரத்துக்கு இயைந்தவைதானெனினும் கேளிக்கைகளுக்கு இங்கே பெருமளவு இடமில்லை. நாங்கள் மேற்குடன் மாறுபடுகிற இடங்களில் இதுவும் ஒன்று. அதற்காக இங்கே யாரும் காதலிப்பதே இல்லையென்றோ, திருமணத்தை மீறிய உடலுறவுகள் கொள்வதில்லையென்றோ அர்த்தமில்லை. ஒரு முழு பைக்கற் மல்பரோ சிகரெட்டுக்கோ, வின்ஸ்ரன் சிகரெட்டுக்கோ அவசர அவசரமாய்ப் போய் தன்னை ஒரு இருண்டு மூலையில் கொடுக்கிற பெண் இங்கே... இதே துறைமுகத்திலேயே ... இருக்கிறாள். உலகின் எல்லா இடங்களும், எல்லா மனிதர்களும் ஒரேமாதிரி உணர்வுகளும் சபலங்களும் கொண்டவர்கள்தான். ஒரு நாட்டில் சட்டபூர்வமாகச் செய்யக்கூடிய ஒன்று, அது சட்டபூர்வமில்லாத இன்னொரு நாட்டில் களவில் கிடைக்கவே செய்யும். அதிலொரு சந்தேகமும் வேண்டாம்.'

மேலே பேச்சில் சுவாரஸ்யம் ஏறியது.

ஆனாலும் கலாபன் அதுபற்றி விபரமாகப் பேச முனைப்பெடுக்கும் ஒவ்வொரு சந்தர்ப்பத்திலும் அதை அநாயாசமாகக் கடந்து போய்க்கொண்டிருந்தான் டிமித்ரி.

தன் நாட்டைத் தானே காட்டிக்கொடுக்க அவன் தயாராகவில்லை என்பதை அவர்கள் புரிந்தனர்.

பன்னிரண்டு மணியளவில் அவர்கள் பிரிந்தபோது, தானே சென்று நகரத்தை, மக்களது இயக்கத்தை மறுநாள் கண்டுகொள்ளவேண்டுமென கலாபன் எண்ணிக்கொண்டான்.

மறுநாள் மாலை நான்கு மணியளவில் தனியாகவே புறப்பட்டான். ஒரு வாசல் பகுதியைநோக்கி நடந்து சென்றவன் தொழிலாளர் கூடியிருந்த ஒரு இடத்தில் நின்று ராக்ஸி ஏதாவது வருகிறதாவெனக் கவனித்தான். பஸ்தான் வந்தது. அவனால் துறைமுகவாசல்வரை நடந்தே போய்விடமுடியாது. அது ஏறக்குறைய முப்பது மைல் பரப்பளவுகொண்ட பெரிய துறைமுகம். ஆனாலும் அது துறைமுகத் தொழிலாளருக்கான பஸ் என்பது புரிந்து அவன் பின்னிற்க, அவனும் அந்த பஸ்ஸிலேயே துறைமுக வாசல்வரை செல்லலாமென ஒரு பெண் சொன்னாள். கையிலே புத்தகமொன்றை வைத்திருந்தாள்.

அது பலபேரிடம் அவன் அங்கே கண்டது. தன் நாட்டைவிட தொழிலாளர்களிடையேயுள்ள வாசிப்புப் பழக்கத்தை அவன் அறிந்துகொண்டான்.

கலாபன் ஏறினான். பணமே கொடுக்கவேண்டியிருக்கவில்லை. தொழிலாளருக்காகவும், கப்பலில் வருபவர்களுக்காகவும் இலவசமாக இயங்கும் அரசுப் பேருந்து அது.

ஒரு தரிப்பிடத்தில் இன்னும் சில தொழிலாளர் ஏறினர். அவனருகே இடமின்றி நின்றிருந்த ஒரு முதியவரைக் கண்டு எழுந்து தன்னிடத்தைக் கொடுக்க முன்வந்தான் கலாபன். அவர் சிரித்துக்கொண்டே, தான் இன்னுமே ஒரு வேலைசெய்யும் தொழிலாளியென்றும், அவனைச் சிரமப்பட வேண்டாமென்றும் கூறி அடக்கமாய் மறுத்தார். சிலர் அவரின் வார்த்தையைக் கேட்டுச் சிரித்த மெல்லொலி கலாபனை சிறிது வெட்க வைத்தது. ஆயினும் முதியவரில் அவனுக்குக் கவுரவமே பிறந்தது.

இருக்கையில் மறுபடி அமர்ந்தவன், அதைச் சொல்லும்போது அந்த முதியவர் முகத்தில் தென்பட்ட கர்வத்தை நினைத்தான்.

அவ்வாறான ஒரு கர்வத்தைக் கொண்டிருக்கக்கூடிய ஒரு வாழ்முறை எதுதான் இல்லாத போதும் டிமித்ரி சொன்னதுபோல செழிப்பான வாழ்க்கையே என்பதை அவனுக்கு ஒத்துக்கொள்ளவேண்டியே இருந்தது. ஒருவேளை மேற்கின் பல நாடுகளிலில்லாத செல்வம் அதுதானென்றும் நினைத்தான்.

அவனுக்கு அப்போது வேறொரு சம்பவம் ஞாபகத்துக்கு வந்தது.

ஒரு இந்தியன் வேலைசெய்த ஒரு கப்பலிலே கூட வேலை செய்யும் ஒரு கிரேக்க மாலுமி அவனிடம் இவ்வாறு சொல்லி ஒருமுறை கேலிபண்ணினான்: 'நீ பம்பாயா... கல்கத்தாவா? ஓ... நான் பம்பாய்க்கு, கல்கத்தாவுக்கு எல்லாம் போயிருக்கிறேன். அந்த இடங்களிலெல்லாம் நாத்தம் மூக்கைத் துளைத்துவிடும். மாடுகள் மனிதர்களோடேயே அசைந்து திரிந்துகொண்டிருக்கும். வீதிகளில் அவதானமாகக் காலடி வைக்காவிட்டால் சாணியிலோ மலத்திலோ மிதித்து நாத்தத்தைச் சுமந்து திரியவேண்டிவரும்.'

அதற்கு அந்த இந்தியன், 'நான் பம்பாய்க்காரன்தான். நீ பம்பாயிலே எந்தெந்த இடங்களுக்குப் போயிருக்கிறாய்? கடைத் தெருவுக்கா? என்ன சாமான் வாங்க?' என்று நிதானமாகக் கேட்டான்.

கிரேக்கன் சிரித்துக்கொண்டே கோழிவாடா, காமாட்டிபுர, நம்பர் ஹவுஸ் என இடங்களைச் சொன்னான்.

அதற்கு அந்த இந்தியன் சொன்னான்: 'நீ போன இடமே நாத்தம் பிடித்த இடம். அந்த இடத்துக்கு நல்ல மனிதன் போகமாட்டான். நீ கேவலத்தைத் தேடிப் போய்விட்டு மாடு அங்கே திரிகிறது, சாணி போடுகிறது என்று புலம்புகிறாய். நீ நல்லதைத் தேடிப் போயிருந்தால் நல்ல இடங்களைக் கண்டிருப்பாய்.'

கிரேக்கனின் மூஞ்சை கோணிப்போனது.

டிமித்ரி என்ன காரணத்தாலோ தான் விரும்பிய இடத்துக்குத் தன்னை அழைத்துப் போக விரும்பாததை எண்ணியபோது அந்தச் சம்பவமும் கலாபனுக்கு ஞாபகமாயிற்று.

●

காதல் வெறித்த நகர்

கலாபனுக்கு முன்பே தெரிந்திருந்தது, அங்கிருந்து கப்பல் சீனத் துறைமுகம் ஒன்றுக்குச் செல்லவிருப்பதாக.

சீனத் துறைமுகங்களுக்குச் சென்றிருந்த கடலோடிகள் அந்தக் கப்பலில் இருந்திருந்தார்கள். காமம் காய்ந்தவர்களாய் சீனத்துப் பெண்கள் இருப்பதுபற்றிய வர்ணிப்பு கப்பல் சீனாவுக்குச் செல்வதாகத் தெரியவந்ததோடு கப்பலில் எல்லாரிடத்திலும் பேச்சாகிவிட்டது.

கடல் கொந்தளிப்புக் கூடிய காலமாயினும், வடமேற்குப் பருவப் பெயர்ச்சிக் காலத்ததுபோல் இந்து சமுத்திரம் மாதிரம் குலுங்கப் பொங்கிக்கொண்டு அப்போது இருக்கவில்லை. ஒன்பதினாயிரம் தொன் யூரியா பசளையை ஏற்றியிருந்த கப்பல் பெரிய பயணச் சிரமமின்றி இருபத்தியேழு நாட்களின் பின் சீனாவின் கீழ்ப்பகுதியில் மஞ்சள் கடல் குடாவிலிருந்த ஜிங்தாவோ துறைமுகத்தைச் சென்று சேர்ந்தது.

மதியத்தின் மேல் இரண்டு மணியளவில் நகரைப் பார்த்துவரலாமென கலாபன் தனியாகப் புறப்பட்டான்.

துறைமுகத்துக்குத் திரும்ப பகலில் சிரம மிருக்காது என்பதால் செல்லும் திசைகுறித்த கரிசனமேதும் அவனிடத்தில் இருக்கவில்லை. சீனப் பெருஞ்சுவர்பற்றி ஆரம்பத்தில் அறிந்திருந்த பள்ளிப் பாட விஷயங்கள் தவிர, பின்னாளில் அழகிய

தாளில், அழகிய அச்சில், அழகிய வர்ணப் படங்களுடன் சீனப் பெருநிலம்பற்றிய இலவச தமிழ்ச் சஞ்சிகையை அவன் மாதம் மாதம் பெற்ற காலமொன்று சுமார் பத்தாண்டுகளுக்கு முன்னால் இலங்கையிலிருந்தது. வறுமையும் கொடிய நோய்களும் மலிந்த அந்த தேசத்தை கம்யூனிச ஆட்சி எவ்வாறு அடியோடு மாற்றிவைத்துள்ளதென அறிந்த கலாபன் பலமுறையும் வியந்திருக்கிறான். அந்த வியத்தகு நாட்டைத் தரிசிப்பது ஒன்றே அப்போதைய அவனது எண்ணத்தில் இருந்துகொண்டிருந்தது.

இருபத்துநான்கு, முப்பத்தாறு சில்லுகள் பொருத்திய பெரும்பெரும் பாரவண்டிகள் துறைமுகத்துக்கும் துறைமுகத்திலிருந்து நெடுஞ்சாலைக்குமாகப் பறந்துகொண் டிருந்தன. அதை லாவகமாக ஓட்டிச் சென்றவர்கள் பெரும்பாலும் பெண்களாகவே இருப்பதை அவர்களின் பின்னால் தொங்கிய பின்னலிலிருந்து கண்டு பெரும் அதிசயப்பட்டான் அவன்.

அந்த நேரம்வரைக்கும் ஒரு கார் கண்ணில்படாத விந்தையும் அவன் கவனத்தில் பதிந்தது. மக்கள் பெரும்பாலும் நடந்தே வீதியில் திரிந்தனர். ஏதாவது அலுவலாகச் செல்வோர் குடுகுடுவென்ற ஓட்டநடையில் இருந்தார்கள். பஸ்கள் அவ்வப்போது கடந்து ஓடின. சைக்கிள்கள் கிணுகிணுத்தோடின. வீதிப் போக்குவரத்து ஜிங்தாவோவைப் பொறுத்தவரை அவ்வளவுதான்.

ஆங்காங்கே மக்கள் குடும்பம் குடும்பமாக, அன்றேல் சிறிய சிறிய குழுக்களாக அமர்ந்தும் உலவியும் கொண்டிருந்த ஒரு வெளியை அவன் அடைந்தபோதுதான் தெரிந்தது பெரிய அரங்கமாக ஒரு செங்கட்டடம் இருந்தமை. யாரையும் கேட்காமலே அதுதான் அப்பகுதியின் செஞ்சதுக்கம் என்பதை கலாபன் ஊகித்துக்கொண்டான். சீனத்தின் மக்கள் கலாச்சாரத்தின் மையம் அது.

அங்கு சிறிதுநேரத்தைக் கழித்துவிட்டு வேறோரு திசையில் இன்னும் போக்குவரத்துக் குறைந்த தெருவழியே நடையைத் தொடர்ந்தான். வீதியின் இருமருங்குமிருந்த அகன்ற நடைபாதைகளிலே கயிற்றுக் கட்டிலைப் போட்டு தத்தம் சிறிய வீடுகளுக்கு முன்னால் வயதானவர்கள் விசிறியும் கையுமாகப் படுத்து ஓய்வெடுத்துக்கொண்டிருந்தார்கள். சிலர் இலையான்களை அடிப்பதற்கான நீண்ட கைகொண்ட தட்டையும் ஏந்தியிருந்தனர். இலையானை அடிப்பதற்கு ஒரு லாவகம் வேண்டும். குறிவைத்து அடிக்கிறபோதும் ஒரு விரைவுதான் அதைச் செய்துகொண்டு இருந்ததென்பதை நடந்துகொண்டெறிந்த கடைக்கண் பார்வைகளில் கலாபன் விளங்கிக்கொண்டான். ஒவ்வொரு வீட்டின் முன்பும் காணக்கூடிய

சராசரிக் காட்சியாக இருந்தது அது. நோயில்லை, பசியில்லை, ஓய்வும் மகிழ்ச்சியுமாய் வாழ்வின் அந்தத்தை அனுபவிப்பதற்கான ஒரு வாழ்முறைதானே அனைத்து மனிதவுயிர்களினதும் காலகாலமான தீரா விழைவாக இருந்துவருகிறது. அதை நிறைவாகக் கொடுத்திருந்தது மாவோவின் ஆட்சியென்பதை மானசீகமாக நம்பினான் கலாபன்.

விசித்திரம் என்பது நிறைவற்ற மனத்தில் எரிச்சலை உண்டாக்குகின்ற வேளையில், ஒரு திருப்திப்பட்ட மனத்தில் அது ஆனந்தத்தை விளைக்கிறது. அதைக் கண்கூடாய் சீனத்து மக்களின் கண்களில் தெறித்த உணர்வலைகளால் தெரிந்தான் அவன். ஆயிரம் மைல் நடந்து அறியவேண்டியதைத் தனியனாய்ப் புறப்பட்ட அந்தச் சிறுபயணத்தில் அடைந்திருந்த திருப்தி இழையோட மாலை ஏழு மணியளவில் துறைமுகத்துக்குத் திரும்பிக்கொண்டிருக்கும் வழியில் ‘கடலோடிகளுக்கும் வெளிநாட்டவர்க்கும் மட்டு’மென ஆங்கிலத்திலும் சீன மொழியிலும் எழுதப்பட்டிருந்த ஒரு பெரிய கட்டடத்தை கலாபன் எதிர்ப்பட்டான்.

நீண்ட நடைக் களைப்பும் பசியும் அவனை உள்ளே நுழைய உந்தின.

பெரும்பாலும் உள்ளே கலை வேலைப்பாடுள்ள வட்ட வட்டமான மேசை கதிரைகள் வெறுமையாகவே இருந்தன. தூரத்தில் கணவனும் மனைவியும் பிள்ளையுமான மூன்று பேர்கொண்ட ஒரு வெள்ளைக்காரக் குடும்பம் அமர்ந்து உணவருந்திக் கொண்டிருந்தது. மேசைமேல் பியர் போத்தல்கள் இருப்பதையும் கலாபன் ஆச்சரியத்தோடு கண்டான்.

சென்று ஒரு மேசையில் அமர்ந்த சிறிதுநேரத்துக்குள்ளேயே ஒரு பெண் வந்து அவனுக்கு என்ன வேண்டுமென ஆங்கிலத்தில் கேட்டு மெனுக் கார்ட்டையும் கொடுத்தாள்.

முதலில் பியருக்கு சொன்னான். பியர் வந்ததும் மெனுவி லுள்ள ஒரு பிறைட் றைசுக்கு ஓடர் கொடுத்தான்.

அவன் பியர் குடித்துக்கொண்டிருக்கையில் தயங்கித் தயங்கி அந்த பரிசாரகி அவனது மேசையை அணுகினாள். கலாபனின் மனம் துள்ளிவிழுந்தது. வெளிநாட்டவர்க்கும் கடலோடிகளுக்கும் ‘எதுவும்’ கிடைக்கிற இடமோ அதுவென எண்ணம் மேவியது.

அவள் வந்து மேசையைச் சமீபித்து பணிவுடன் நின்றதும் திரும்பிய அவனது கண்களில் பட்டது அவளது நெஞ்சுதான். பின்னாலுள்ள பின்னலைப் பார்த்தால் தவிர சற்றுத் தூரத்தில்கூட அந்த உருவம் ஒரு பெண் என்பதை அடையாளம் கண்டுவிட

முடியாதென்று தோன்றியது. ஆனாலும் என்ன, எறும்பும் தன் கையால் எண் சாண் என்பதுபோல, அந்தக் கட்டையான சிறிய உருவங்களுக்கும் அதனதன் அளவுக்கானது இருக்கும்தானேயென எண்ணிக்கொண்டு அவளது முகத்தினைநோக்கி மலர்ச்சியோடு நிமிர்ந்தான்.

'மன்னிக்க வேண்டும். நான் உங்களோடு சிறிதுநேரம் பேசமுடியுமா, ஐயா?' என்று கேட்டாள் அவள்.

'தாராளமாக' என்றான் அவன்.

'நான் ஷாங்காய் பல்கலைக்கழகத்தில் பட்டப்படிப்பு படிக்கிற மாணவி. எனது முதன்மைப் பாடம் ஆங்கிலம். இப்போது எங்களுக்கு விடுமுறைக் காலமாதலால் ஆங்கிலத்தில் பேசிப் பயில்வதற்காக இந்த இடத்தில் வேலைசெய்ய ஏற்பாடு செய்திருக்கிறார்கள். எங்கள் மாபெரும் தலைவர் மாசே துங்கின் தலைமையில் மாணவர்களுக்கு எதுவிதமான கஷ்டங்களும் இங்கேயில்லை. விடுமுறைகளில் வேலைசெய்துதான் பட்டப் படிப்பினை முடிக்கவேண்டுமென்ற நிலை இல்லாவிடினும், நாங்கள் இதுபோல வெளிநாட்டவர் வந்து செல்லும் இடங்களில் வேலைசெய்வது ஆங்கிலத்தைப் பேசிப் பழகுவதற்காகவே.'

இவ்வாறு அவள் கூறியதும் ஒரு விநாடியில் அவனுள் முளைவிட்ட தசைத் தினவு சரிந்து வீழ்ந்தது. உணர்வுகளை அடக்கிக்கொண்டு, 'என்ன கேட்கப்போகிறீர்கள்?' என்றான் கலாபன். 'முதலில் நீங்கள் உட்கார்ந்துகொள்ளுங்கள் இப்படி. நீங்கள் பியர் அருந்துவீர்களா? ஒரு போத்தல் பியர் கொண்டுவாருங்கள் என் கணக்கில்.'

'நன்றி, ஐயா. நான் குடிப்பதில்லை. மேலும் நாங்கள் வாடிக்கையாளர்களோடு உட்கார்ந்து பேசவும்கூடாது.'

'அப்படியானால் சரி. என்ன கேட்க விரும்புகிறீர்கள்?'

அவளது முதல் கேள்வியே அவனை ஆச்சரியப்படுத்தும்படி ஒரு சிறுபிள்ளையினுடையதுபோல் இருந்தது. 'உங்களுடைய பெயர் என்ன?'

அவன் சொன்னான்.

'உங்களுடைய அப்பா, அம்மாவினுடைய பெயரென்ன?'

அதையும் சொன்னான்.

'நீங்கள் எத்தனை ஆண்டுகள் படித்திருக்கிறீர்கள்?'

'க.பொ.த. உயர்தரம்வரை. பன்னிரண்டு ஆண்டுகள்.'

‘அந்த எழுத்துக்கள் சுட்டி நிற்கின்ற படிப்பு என்ன, அய்யா?’

விளங்கப்படுத்தினான்.

‘எதற்காக இப்போது செஞ்சீனம் வந்திருக்கிறீர்கள்?’

‘நான் கப்பலில் வேலை செய்கிறேன். கப்பல் இங்கே சரக்கை இறக்குவதற்காக வந்திருக்கிறது.’

‘செஞ்சீனத்தை உங்களுக்குப் பிடித்திருக்கிறதா?’

‘நிறைய இடங்களைப் பார்க்க என்னால் முடியவில்லை. பார்த்த அளவில் பிடித்திருக்கிறது.’

அவன் சாப்பிட்டு முடிகிறவரையில் மேலும் பத்துப் பன்னிரண்டு கேள்விகள் கேட்டு நிறுத்தினாள் பரிசாரகி.

பின், ‘நன்றி, ஐயா. மிகவும் நன்றி. நான் கேட்டது சொன்னது எல்லாவற்றினையும் உங்களால் சிரமமின்றிப் புரிந்துகொள்ள முடிந்ததா?’

‘புரிய முடிந்தது. ஆனாலும்...’

‘எனக்கு விளங்குகிறது, ஐயா. எங்கள் மொழியின் ஒலியமைப்புக்கு பயின்ற எங்கள் நாக்குகள், பிற மொழிகளை சிரமத்தோடேயே உச்சரிக்கின்றன. நான் ஷேக்ஸ்பியரும் மார்க் ட்வெயினும் பல்கலைக்கழகத்திலே படிக்கிறேன். அது சார்ந்த கேள்விகளுக்கு ஆங்கிலத்தில் விடை எழுதவும் என்னால் முடியும். ஆனாலும் பேச்சொலியைப் பயில்வதுதான் சிரமமாக இருக்கின்றது. மேலும் ஒவ்வோர் இனத்தினது ஆங்கில உச்சரிப்பும்கூட வித்தியாசமாக இருக்கின்றதுதானே. நான் கவனித்திருக்கிறேன். ஒரு அமெரிக்கர்போல் ஒரு பிரிட்டிஷ்காரரும், ஒரு பிரிட்டிஷ்காரர்போல் ஒரு பிரெஞ்சுக்காரரும்கூட உச்சரிப்பதில்லை. இன்னும் ஒரு கனடியரும் ஒரு அமெரிக்கரும் உச்சரிப்பிலும் சில சொற்களின் உபயோகத்திலும் வித்தியாசமாகவே இருக்கிறார்கள். நான் இன்னும் சிறிது காலத்தில் மேலும் என் உச்சரிப்பில் முன்னேறி விடுவேன். ஒருவேளை அடுத்தமுறை நீங்கள் செஞ்சீனம் வரும்போது நான் பேசுவதைப் பார்த்து நீங்கள் ஆச்சரியம் படவும்கூடும். சிரமங்களைப் பொருட்படுத்தாமல் நமது நோக்கத்தில் நாம் உறுதியாக இருந்து கற்கவேண்டுமென எமது மகத்தான தலைவர் மாசே துங் கூறுவார். மீண்டும் உங்களுக்கு என் மனமார்ந்த நன்றி, அய்யா. உங்களுக்கு வேறேதேனும் வேண்டுமா? அல்லது கணக்கை முடிக்கலாமா?’

‘கணக்கை முடிக்கலாம்.’

அவள் ஒரு சிட்டையைக் கொண்டுவந்து கொடுத்தாள். பார்த்துவிட்டுக் கணக்கு சரியாகத்தான் இருக்கிறதா என்று அவன் கேட்டதற்கு அவள் ஆமென்றதும் அவனுக்குத் தலை சுற்றியது. ஒரு போத்தல் பியர், ஒரு பிறைட் றைஸ் ஒரு டொலரும் ஆகவில்லை.

அவன் பர்ஸில் தேடி ஒரு டொலர் நோட்டு ஒன்று கிடக்கக்கண்டு எடுத்துக் கொடுத்தான்.

அவள் மீதியைக் கொண்டுவந்து வைத்துவிட்டு பணிவுடன் நன்றிகூறி அப்பால் நகர்ந்தாள்.

மீதிக் காசை ரிப்ஸாக விட்டுவிட்டு அவன் எழுந்து நடக்கத் தொடங்கினான்.

அந்தக் கட்டடத்தின் கடைசிப் படியை அவன் கடக்கவில்லை, 'அய்யா... அய்யா' என அழைத்தபடி யாரோ ஓடிவரும் சத்தம் கேட்டு திரும்பினான்.

அவனுக்குப் பரிசாரகம் செய்த பெண்.

மூச்சு வாங்க ஓடிவந்தவள் அவனெதிரே நின்று, 'உங்கள் மீதிப் பணத்தை நீங்கள் மறந்துபோனீர்கள்' என்று சில்லறையை நீட்டினாள்.

அவன் சிரித்துக்கொண்டு, 'இது உங்களுக்கானதுதான்' என்று தொடர்ந்து நடக்க முயன்றான்.

அவள் பாய்ந்து முன்னே வந்து, 'இல்லை, ஐயா. ஊதியம் தவிர வேறெதையும் நாங்கள் எதிர்பார்ப்பதில்லை, ஒப்புக்கொள்வதுமில்லை. மன்னிக்கவும்' என்று மறுபடி ஏந்திய கையில் சில்லறையை நீட்டினாள்.

ஒரு சில விநாடிகளின் பின் அவளின் தன்மானத்துக்கான பெரிய கவுரவத்தோடு அந்தச் சில்லறையைப் பெற்றுக்கொண்டு அவளிடம் விடைபெற்றான்.

●

எழுந்து... விழுந்து...
நிமிர்ந்த கனவு

எம்.வி. சன்றைஸ் கப்பலில் ஏறாமல் நண்பன் அத்த ஏன் தவிர்த்தானென்பதை அதிலேறி ஆறு மாதங்களுக்குள்ளாகவே உணரத் துவங்கிவிட்டான் கலாபன். சன்றைஸ் அடுத்து கியூபா சென்றது. பின் லாவோஸ் போயிற்று. மறுபடி சீனாவுக்கு திரும்பியது. ஆனாலும் காலம் கடலோடிகளுக்கு நகரவேயில்லை.

கப்பலில் சேர்ந்துவிட்டால் சாதாரண கடலோடிகள் ஒரு வருஷத்தையும், அலுவலர் நிலையிலுள்ளவர்கள் ஒன்பது மாதங்களையும் கட்டாயம் பூர்த்தி செய்தேயாகவேண்டும். அப்போதும் கப்பலிலிருந்து விலக கப்ரனின் அனுசரணை தேவை. சுகவீனம் காரணமானதென்றால் கம்பெனியே தனது செலவில் அவரை அவரது சொந்த நாட்டிற்கு அனுப்பிவைக்கும். இல்லையேல் பயணச் செலவை அவரவர்களே ஏற்றுக்கொள்ள வேண்டும். அதை எண்ணியே மேலும் சில மாதங்களை கலாபன் கப்பலில் கழித்தான்.

1982 தை பிறந்ததும் தான் விலகவிருக்கிற செய்தியை கப்ரனுக்கு அறிவித்தான். ஒப்பந்த காலத்தின் பத்தாவது மாதம் கப்பல் கராச்சிக்கு வந்தபோது கலாபன் கப்பலிலிருந்து இறங்கி ஊருக்கு வந்தான்.

ஊருக்கு வந்தவன் ஒரு மாதத்திற்குச் சற்று மேலாகத்தான் வீட்டில் தங்கினான். பிறகு

மனோகரியிடம் சொல்லிக்கொண்டு கப்பலேறக் கிளம்பினான். ஏற்கனவே வீடு குடிபுகுந்து முடிந்திருந்ததில் அவளும் சந்தோஷமாக விடைகொடுத்தாள். அப்போது ரகசியம்போல் மனோகரி அவனுக்குச் சொன்னாள், தனக்கு வழக்கமான திகதியில் வரும் மாதவிலக்கு அந்தமுறை தாமதமென. நாலாவது உதயமாகிவிட்டதென நினைத்துக்கொண்டு, 'சரி, இந்தமுறை என்னமாதிரியாம்; கேட்டிட்டியோ இல்லை, இனிமேல்தானோ?' என்றான் கலாபன்.

'கேட்டிட்டன். அதிலயென்ன சந்தேகம்? பொம்பிளைதான்.'

'அஞ்சுவரை போகலாம். ஆறாவது பெண்ணாய்ப் பிறந்தாத்தான் அரசனும் ஆண்டியாகிறது, இல்லையே!'

கலாபன் சந்தோஷமான மனநிலையிலேயே பயணத்தைத் தொடங்கினான்.

கொழும்பில் நின்று முன்புபோல் காலத்தை விரயமாக்காமல் நேராக பம்பாய் செல்வதே திட்டமாக இருந்தது கலாபனுக்கு.

விசா கிடைத்த இரண்டு நாட்களில் கலாபன் விமானமெடுத்து பம்பாய் சென்றடைந்தான். ஓவியன் ராஜூவை லட்சுமி தியேட்டரில் சென்றுகண்டு தங்குவதற்கு ஒரு ஏற்பாடும் செய்து முடிந்தது.

கப்பல் ஏஜன்ற் எவரையும் அணுகுகின்ற திட்டமெதுவு மில்லை அவனுக்கு. அதனால் பம்பாய் வரும் கப்பல்களின் விபரமறிந்து நேரில் சென்று அவற்றில் வேலைகேட்க அவன் ஆரம்பித்தான். ஒரு வாரமாயிற்று. இரண்டு வாரங்கள் ஆயின. ஒருபலனும் கிடைப்பதாயில்லை. சில கப்பல்களுள் நுழையவே கஷ்ரமாயிருந்தது. அவன்போல் நிறைய வேலை தேடுவோர் பம்பாய்த் துறைமுகமெங்கும் இலங்கையராக, பங்களாதேஷிகளாக மிதந்து திரிந்தனர்.

சில கம்பெனிகளின் கப்பல்களில் ஊழியர்களையோ அதிகாரிகளையோ முகவர்கள்மூலமே பணியமர்த்துவார்கள். அந்தக் கம்பெனிக்கான ஒரு குழு அவர்களிடம் எப்போதும் தயாராகயிருப்பது காரணமாயிருக்கலாம்.

அன்றைய முயற்சியிலும் கலாபனுக்கு அதிர்ஷ்டமிருக்க வில்லை. விழுந்திருந்த நம்பிக்கை வறட்சியால் தெரிந்த சில இலங்கை நண்பர்களுடனும் ராஜூவுடனும் குடித்துவிட்டு வீதியில் கலகலத்தபடி நின்றிருந்த ஒரு நள்ளிரவாகும் வேளையில், எதிரே ஒரு ராக்ஸி வந்து நின்றது. அதிலிருந்து அவனுக்கு முன்பே நன்கு பழக்கமாகியிருந்த குட்டி இறங்கி வந்தான்.

கப்பலெடுக்க வந்து வருஷங்களை அங்கே கழித்துவிட்டு மணிக்கூடு என்றும், கமராவென்றும், கல்குலேட்டர் என்றும், ரேப் ரிகோர்டரென்றும் ஏதேதோ பொருட்களைக் கப்பலில் வாங்கி ரகசியமாக அதை வெளியே எடுத்துச்சென்று விற்றுக்கொண்டிருந்தான். அவனுக்கு அதில் நல்ல வருமானமும் கிடைத்ததாய்த் தெரிந்தது. அவனுக்குக் குடி சிகரெட்டென்று எந்தக் கெட்ட பழக்கமுமில்லை. மேலாக, அவ்வளவு சுயாதீனத்திலும் 'பெண்' விஷயங்களுக்குப் போகாதவனாகவும் இருந்தான். மாதுங்காவில் எங்கோ அறையெடுத்துத் தங்கியிருந்தான்.

கலாபன் குட்டி வந்த காரணத்தைச் சென்று விசாரிக்க, குட்டி அவனைத் தேடியே வந்ததாகக் கூறினான்.

'என்ன விஷயம்?'

'கப்பலொண்டு நாளைக்கு காலமை ஹார்பரிலயிருந்து வெளிக்கிடுகிது. அதுக்குள்ள தேர்ட் இன்ஜினியர் ஒராள் வேணுமெண்டு ஏஜன்ற் நாய்மாதிரி அலையிறான். நேற்று பின்னேரம் சந்திச்ச நேரத்தில உங்களைப்பற்றிச் சொன்னன். காலமை வெள்ளண கட்டாயம் கூட்டிக்கொண்டு வாவெண்டான். வாருங்கோ போவம்.'

'காலமைதான, குட்டி? சரியாய் எட்டு மணிக்கு நான் ஹார்பரில நிப்பன். நீ போ.'

'விடிய இன்னும் ரண்டு மணத்தியாலம்தான் இருக்கு. ராராவாய் உங்களை எங்கயெல்லாமோ தேடியிட்டு இப்ப இஞ்சவந்து கண்டுபிடிச்சிருக்கிறன். இன்னும் ஒரு கண் நித்திரை கொள்ளேல்ல. ராக்ஸியும் காத்துக்கொண்டு நிக்குது, சாட்டொண்டும் சொல்லாமல் இப்பவே என்னோட வாருங்கோ. நீங்களாயில்லாட்டி இந்தமாதிரி இடங்களுக்கு மயிரைத்தான் நான் வந்தன்,' கூறியபடி கலாபனை அழைப்பதுபோல் இழுத்துக்கொண்டுபோய் ராக்ஸியில் ஏற்றிவிட்டான் குட்டி.

குட்டியிடமிருந்து திமிற முடியாதிருந்தது கலாபனால். தள்ளாடுகிற நிலைமையில் இருந்ததால் எதிர்ப்பைவிட்டு, 'இன்னும் ரண்டு மணி நேரத்தில எப்பிடியும் நான் ஹார்பருக்கு வந்திடுறன்' என்று சொல்லிக்கொண்டிருந்தான் கலாபன். 'எட்டு மணிக்குள்ள வருவன், குட்டி. என்னை நம்பமாட்டியோ, குட்டி?' என்று கேட்டுக்கொண்டே கலாபன் வெளியே பார்த்தான். ராக்ஸி ஏற்கனவே துறைமுகத்துள் நுழைந்துவிட்டிருந்தது.

அவர்கள் சைக்கிள் ரீவாலாவிடம் ரீ வாங்கிக் குடித்தனர். கலாபன் சிகரெட் புகைத்தான்.

வானம் பலபலவென விடிந்துகொண்டிருந்தது.

பம்பாய் தன் முழுவீச்சான இயக்கத்தைத் தொடங்குகிற நேரம் அதுதான்.

அப்போது ஏஜன்ற் வந்தான்.

கலாபனின் நிலையைப் பார்த்ததுமே ஏஜன்ற் குட்டியிடம், 'குடித்திருக்கிறார் போலிருக்கே!' என்று கேட்டான். அதற்கு குட்டி, 'கப்பல்காறன் குடிச்சிருக்கிறதில என்ன பிரச்சினை, ஏஜன்ற்? அவர் நம்பர் வண் வேலைகாறன். எப்பிடியும் அவரைக் கப்பல்ல ஏத்துகிற எண்ணத்தில் இப்பிடிச் சொல்லவில்லை. இன்றைக்கில்லாவிட்டால் நாளைக்கு, நாளைக்கில்லாவிட்டால் நாளையின்றைக்கு அவருக்குக் கப்பல் கிடைக்கும். நீ கேட்டபடியால்தான் திரியாத இடமெல்லாம் திரிந்து அவரை இப்ப கூட்டிவந்திருக்கிறன். விருப்பமெண்டால் எடு, இல்லாட்டி சொல்லு, நாங்கள் போகிறோம்' என்றான்.

ஏஜன்றுக்கு ஒரு மூன்றாவது கப்பல் இன்ஜினியர் அவசியமாகவும் அவசரமாகவும் தேவைப்பட்ட நேரமது. ஒரு கப்பலுக்குத் தேவையான மொத்த மாலுமிகளையுமே கொடுத்தவனுக்கு அது இயலாததாகப் போய்விடக்கூடாது. அதையும் கப்பல் புறப்படுவதற்கு முன்பாகச் செய்தாக வேண்டும். இல்லாவிட்டால் கப்பல் கம்பெனியும் அவன் தங்கள் தேவையை நிறைவேற்றப் பொருத்தமான முகவர் அல்லவெனக் கருதக்கூடும்.

ஏஜன்ற் ஒரு ஓரமாக நின்றிருந்த கலாபனை அணுகினான். 'தயவுசெய்து சொல்லு, நீ முந்தி கப்பலில தேர்ட் என்ஜினியராய் வேலை செய்திருக்கிறாயா?'

'அங்கே நின்று என்னுடைய சிப்பிங் மினிஸ்ரி சேர்டிபிகேற்றை நீ புரட்டிப் புரட்டிப் பார்த்தாய்தானே?' என்றான் கலாபன்.

'உண்மைபோல தோன்றக்கூடிய இதுமாதிரி சேர்டிபிகேற்கள் வைத்திருக்கிற நூறு பேரை என்னால காட்ட ஏலும். ஆனா உண்மையான அனுபவமுள்ள ஆள்தான் எனக்கு வேணும். எனக்கு சேர்டிபிகேற்கூட வேண்டாம். நீ உன் வாயால் சொல்லு, எனக்கு அது போதும்.'

அவனது பரிதாப நிலையைக் கண்டே கலாபன் பொறுமையாகச் சொன்னான்: 'ஒண்டுக்கும் யோசிக்காதே. எனது ஒன்பது வருஷ கப்பல் அனுபவத்தில் நான்கு வருஷங்கள் தேர்ட் என்ஜினியராக இருந்திருக்கிறேன். அதைப்பற்றி நீ யோசிக்கத் தேவையில்லை. முதலில் எனது சம்பளம் என்னவென்று சொல்லு? ஓவர்ரைம் என்னமாதிரி?'

‘இந்தக் கம்பெனியில் மேலதிக வேலை நேரமில்லை. அவசியமான திருத்த வேலைகளைத் தவிர மற்ற எல்லா வேலைகளையும் செல்லுகிற துறைமுகங்களில் கம்பெனி செய்துகொள்ளும். உனது சம்பளம் தொளாயிரம் அமெரிக்கன் டொலர்.’

‘உங்களுக்கு அனுபவமுள்ள ஆளும் தேவை, சம்பளமும் குறைவாகக் கொடுக்கவேண்டுமென்றால் எப்படி, ஏஜன்ற்? மேலதிக நேரமும் இல்லாத நிலையில் ஆயிரத்திருநூறு இல்லாவிட்டால் எனக்கு சரிவராது’ என்றான் கலாபன்.

எல்லாம் பார்த்துக்கொண்டிருந்தான் குட்டி. அவனுக்கு கலாபன் அவ்வாறு கதைத்தது விருப்பமாக இருந்ததுபோலவே தோன்றியது. வேலை தேடியலைந்து எந்தச் சம்பளத்துக்கும் வேலைசெய்ய துறைமுகத்தில் ஒரு கூட்டம் அலைந்துகொண்டிருந்த நிலையில், தனக்கான சம்பளத்துக்கு ஒருவன் இழுபறிப்படுவது அவனின் வேலைத்திறமைக்கு ஒருவகைச் சாட்சியம்.

‘இது இன்றைய சூழ்நிலையில் ஒரு மூன்றாவது இன்ஜினியருக்கான சரியான சம்பளம்தான். என்றாலும் நீ கேட்கிறபடியால் ஆயிரமாக வாங்கிக்கொள்.’

‘ஆயிரத்து இருநூறு டொலர் ஒரு நல்ல கம்பெனிக்குப் பணமே இல்லை, ஏஜன்ற். நீங்கள் தாராளமாய் அந்தச் சம்பளத்தை எனக்குத் தரலாம். அதற்காக எப்பவும் வருத்தப்படவேண்டி இருக்காது.’

கடைசியில் ஆயிரத்து இருநூறுக்கு ஒப்பந்தம் கைச்சாத் தானது துறைமுகத்தில் வைத்தே.

அடுத்த சிறிதுநேரத்தில் அவன் கப்பலுக்குக் கூட்டிச் செல்லப்பட்டான்.

கலாபன் தனக்கு ஒதுக்கப்பட்ட கபினுக்குச் சென்றான். அப்போது பிரதம பொறியாளர் வழியில் வந்தார். ஏஜன்ற் புதிய மூன்றாவது பொறியாளரென அறிமுகப்படுத்தி வைத்தான். கைகொடுத்துச் சென்றிருந்தாலும் பிரதம பொறியாளரின் முகத்தில் அவ்வளவு திருப்தியிருக்கவில்லையென்று கலாப னுக்குத் தெரிந்தது.

குட்டி சென்று அவனது சூட்கேஸை அறையிலிருந்து எடுத்துவந்து கொடுத்தான். ஏஜன்ற் கலாபனின் கடவுச் சீட்டை வாங்கிப்போய் குடியகல்வு அலுவலகத்தில் அவன் நாட்டைவிட்டு நீங்குதலின் அதிகார முத்திரையை இட்டுவந்தான்.

பகல் பத்து மணியளவில் பைலட் வர கப்பல் துறைமுகத்திலிருந்து வெளியே மெதுமெதுவாக வந்தது. எப்படியும் லஞ்சம் .கொடுக்காமல் கப்பலெடுப்தென்ற அவனது கனவு அந்தமுறையும் சாத்தியமாகிவிட்டது. பைலட் இறங்கிச்செல்ல எம்.வி. மோர்னிங் ஸ்ரார் என்ற அந்த மொன்றோவிய பதிவுக் கப்பல் சிங்கப்பூருக்கான தன் கடற்பயணத்தைச் சுயமாய்த் தொடக்கியது.

கப்பல் புறப்பட்ட நேரத்தில் அது தனது வேலைநேரமாக இல்லாதபோதும் கலாபன் என்ஜின் றூமில் நின்றிருந்தான். பழகியவர்கள், குறிப்பாக இரண்டாவது பொறியாளர் செய்த ஆயத்தங்களையெல்லாம்கூடக் கவனித்தான். கப்பல் சீரான வேகம்பெற இரண்டாவது பொறியாளரைத் தொடர்ந்து மேலே வந்த கலாபன் மெஸ்சுக்குச் சென்று மதிய உணவை முடித்தான். அவனது மண்டை இன்னும் முதல்நாளிரவின் போதையால் விண்விண்ணென்று கனத்துக்கொண்டிருந்தது. அப்போது அங்கே வந்த பிரதம பொறியாளர் தன்னைப் பார்த்த பார்வையில் முறுவல் கண்டான் கலாபன். கப்பல் புறப்படுகிற நேரத்தில் தான் அறியவேண்டிய விஷயங்கள் குறித்துக் காட்டிய அக்கறை அவரைத் திருப்திப்படுத்தியிருக்க வேண்டுமென கலாபன் எண்ணிக்கொண்டான்.

கடற் பயணத்தில் ஒருவாரம் கழிந்தது.

கப்ரன், பிரதம அலுவலர், பிரதம பொறியாளர், இரண்டாவது பொறியாளர், பிரதம மின் அலுவலர் என அந்தக் கப்பலில் ஐந்து முக்கியமான பொறுப்புகளிலுமுள்ளவர்கள் போலந்துக்காரராயிருந்தனர். கலாபனும் உணவுப்பகுதிப் பொறுப்பாளரும், குறூ மெஸ்ஸின் பரிசாரகரும் இலங்கையர். றேடியோ அலுவலரும், இரண்டாம் அலுவலரும் இந்தியர்கள். மீதி பதினேழு கடலோடிகளும் பம்பாய்த் துறைமுகத்தில் புதிதாக எடுக்கப்பட்ட பங்களாதேஷிகள். அந்த முதல் வாரத்திலேயே பிரதம அலுவலருக்கு அவர்களின் வேலைத் திறமையில் திருப்தியில்லாது போயிருந்ததை மெஸ்ஸில் நிகழ்ந்த பேச்சுக்களில் அவதானிக்க முடிந்திருந்தது கலாபனால்.

அது அவனுக்கு அக்கறையில்லாத விஷயம்.

போலந்துக்காரருக்குக் கடமை தவறுவது, அதன் உதாசீனங்கள் வெகுவாகப் பிடிப்பதில்லையென்பதை அவன் கண்டிருந்தான். ஒரு கடற்படைக் கப்பலின் இறுக்கம் அங்கே எப்போதும் இருந்துகொண்டிருந்தது. அதுபற்றியும்கூட அவனுக்கு அக்கறையில்லை. தன்னுடைய வேலைகளை ஆகக்கூடுதலான

திருப்தியேற்படும்வரை செய்வது அவனது இயல்பாகவே ஆகியிருந்தது.

வேலைக்காக கீழே இறங்குகிறபோது எந்திரத்தினுள்ளே சென்று வெளியே வரும் நீர் எண்ணெய்க் குழாய்களைத் தடவியபடியே வருவான். அவ்வாறு வெப்பமானிகளைப் பார்க்காமல் வருவதைக்கண்டு பிரதம பொறியாளர் என்ன எண்ணினாரோ, ஒருநாள் அவனிடமே அதைக் கேட்டார்: 'உனக்கு ஒரு ஃபிளாஷ் லைற் தந்திருக்கிறதுதானே? ஆனால் நீ எப்போதும் அழுத்தமானிகள் வெப்பமானிக்ளைப் பார்க்காமல் வருகிறாயே, ஏன்?'

'என் கண்ணைவிட இந்தக் கைகள்தான் அவற்றோடு அதிகமாகப் பழகுகின்றன, சீஃப். என் உடம்புபோல இந்த எந்திரம் எனக்கு. இதைத் தொட்டாலே இதன் இயல்புநிலையின் சிறிது மாற்றத்தையும் என்னால் உடனடியாக அறிந்துவிட முடியும். என் காது இதன் சத்தங்களோடு பரிச்சயமாயிருக்கிறது. இது இயங்குவது ஒரு தாளத்தில். இந்தத் தாளத்தில் ஒரு சிறிய மாற்றத்தைக்கூட நான் உடனேயே கிரகித்துவிடுகிறேன். யோசிக்காதே, என் வேலை நேரத்தில் எந்த சிரமத்தையும் நான் மற்றவர்களுக்கு விட்டுப் போகமாட்டேன்' என்றான் கலாபன்.

அந்தப் பதில் அவரை மிகவும் தொட்டிருக்க வேண்டும். 'இதுபற்றி விஞ்ஞானபூர்வமாக எனக்குச் சொல்ல இருக்கிறதுதான். ஆனாலும் உன் கரிசனையையும், நீ இந்த எந்திரத்தோடு கொண்டுள்ள உறவையும் நான் மதிக்கிறேன்' என்றார்.

சிங்கப்பூரை அடைகிறவரையில் அந்த ஆடிமாதக் காற்று தன் வேலையைக் காட்டத் தொடங்கிவிட்டது. வெறுமையான கப்பலைத் தென்மேல் பருவப்பெயர்ச்சிக் காற்று தூக்கித் தூக்கி எறிந்தது. பழக்கமானவர்கள் தப்பினார்கள். கப்பலுக்குப் புதியவர்கள்தான் பாதிக்கப்பட்டது. ஏறக்குறைய பம்பாயில் எடுக்கப்பட்ட எல்லா பங்களாதேஷிகளும் அந்தக் கொந்தளிப்பில் கடற்கிறுதியால் நடக்கவும் முடியாமல் விழுந்து கிடந்தார்கள். தனது முதல் கப்பல் அனுபவத்தை கலாபன் அப்போது நினைத்துக்கொண்டான்.

எப்படியோ மேலும் மூன்று நான்கு நாட்களில் கப்பல் சிங்கப்பூர் துறைமுகத்தை அடைந்தது.

கப்பல் துறைமுகத்தில் இரண்டு நாட்கள் தங்கிற்று. நகரைச் சுற்றிப்பார்க்க புதிய கடலோடிகளுக்குக் குறைந்தபட்ச நேர அவகாசம்கூடக் கிடைக்கவில்லை. முன்தொகையாக ஊழிய நிலையிலிருந்தவர்களுக்கு இருபது வெள்ளிகளும், அதிகாரி

நிலையிலிருந்தவர்களுக்கு ஐம்பது வெள்ளிகளும் கிடைத்தன. அதைக்கொண்டு செய்துவிட சிங்கப்பூர்போன்ற நாட்டில் பெரிதாக எதுவுமில்லை.

மூன்றாம் நாள் அதிகாலையில் என்ஜின் புறப்பட தயார்நிலையில் வைக்கப்பட்டது. எட்டு மணியளவில் அது எடுத்துவந்து அலைதாங்கி வாயில் கடந்து கடலில் விடப்பட்டது. அவ்வளவு மர்மமான ஒரு பயணத்தை கலாபன் அத்தனை வருஷகால அனுபவத்தில் எதிர்கொண்டதில்லை. கப்பல் எங்கே போகிறது? அதனுடைய அடுத்த துறைமுகம் எது? ஆசியாவா, ஐரோப்பாவா, ஆபிரிக்காவா, அமெரிக்காவா?

பூடகத்துள் பயணம் தொடர்ந்துகொண்டிருந்த வேளையில் ஒருநாள் எதிர்ப்பட்ட றேடியோ அலுவலரிடம், கலாபன் தமது அடுத்த துறைமுக விபரம் விசாரித்தான். அம்மாதிரி விஷயங்கள் வெளியே தெரியவேண்டாமென ஒருசில சமயங்களில் சில தடைகள் றேடியோ அலுவலர்களுக்கு கப்ரனால் இடப்படுவதுண்டு. அதனால் தம் தனிமையை உறுதிப்படுத்திக்கொண்டு, ‘கப்பல் கொழும்புக்குப் போகிறது. இரண்டு மிஞ்சினால் மூன்று நாட்கள் தங்கிநிற்கும். யாரிடமும் சொல்லிவிடாதே’ என மெதுவாக அவர் கூறிச் சென்றார்.

கலாபனுக்கு பெரிய அந்தரமாகப் போய்விட்டது. இந்த விஷயம் முன்னரே தெரியாமல் போய்விட்டதே! தெரிந்திருந்தால் பிள்ளைகளைக் கூட்டிக்கொண்டு கொழும்பிலுள்ள அவளின் சித்தப்பா வீட்டுக்கு வரச்சொல்லி மனோகரிக்குத் தகவல் அனுப்பியிருக்கலாமே! ஒருமுறை கூட்டிவந்து கப்பலில் ஏற்றிக் காட்டியிருந்தால் எவ்வளவு சந்தோஷப்பட்டிருப்பார்கள்!

ஒருபோதும் அவன் வேலைசெய்த எந்தக் கப்பலுமே கொழும்பு வந்ததில்லை. காலித் துறைமுகத்தைக் கடந்துபோன சமயங்களுண்டு. இரவிலானால் அதன் வெளிச்சவீட்டு விளக்கைத்தான் அவன் கண்டிருக்கிறான். குடும்பத்தைக் கூட்டிவந்து தான் வேலைசெய்யும் கப்பலைக் காட்ட ஒரு சந்தர்ப்பம் நேர்ந்தில்லையே என்ற ஒரு துக்கம் அவனுள் நீண்டகாலமாய் இருந்திருந்தது. இப்போது அவன் மூன்றாவது பொறியாளனாக வேலைசெய்யும் கப்பலே கொழும்பு வருகிறது. தவறவிட்டுவிடக் கூடாதென உறுதிகொண்டான் கலாபன். மனோகரியையும் குழந்தைகளையும் கூப்பிட ஏதேனும் ஒரு வழியைக் கண்டுபிடித்தேயாக வேண்டும்.

கப்பலின் பயணம் வரும்வழியில்போலவே சீராக இருக்கவில்லை. கடலின் கொந்தளிப்பில் பாதி சரக்கேற்றிய

கப்பல் மந்த கதியில் அலைகளோடாடியபடியே சென்று கொண்டிருந்தது. இது கப்பலின் வெளி நிலைமையென்றால், உள்ளக நிலைமை அதைவிட மோசமாக இருந்தது. புதிய கப்பலோடிகள் வரும்போது இருந்ததுபோலவே தலையைத் தொங்கப்போட்டுக்கொண்டும் வாந்தியெடுத்துக்கொண்டும் தலைச்சுற்றில் ஆங்காங்கே படுத்திருந்தார்கள்.

கப்பல் பயணவழிக் கண்காணிப்பையும் சுக்கான் பிடித்தலையும் கப்ரனிலிருந்து, அதிகாரி நிலையிலுள்ளவர்களே செய்யவேண்டி ஆகிவிட்டது. ஆனாலும் வரும்போதிருந்த நிலைபோல் யாரும் கோபமோ எரிச்சலோ பட்டுக் கொந் தளித்துக்கொண்டு இருக்கவில்லை. தமது சாப்பாடுகளைத் தயாரிக்கும் வேலைகளையும் மிகுந்த சந்தோஷத்தோடு செய்து கொண்டிருந்தார்கள். அதைக் காணமுடிந்த கலாபனுக்கு பெரும் ஆச்சரியமாக இருந்தது.

என்ஜின் றூம் வேலையில் அதையொரு அதிகாரியினால் மிகச் சுலபமாக சமாளித்துக்கொள்ள முடியும். அதனால்தான் அவ்வாறான புகார்கள் அங்கே எழாமலிருந்தன.

மூன்றாம் நாளாகியது. மனைவி பிள்ளைகளைக் கூப்பிடப் போதுமான நேரமிருக்குமாவென கலாபன் தெரியாதிருந்த ஒரு மாலை நேரத்தில் கப்பல் கொழும்புத் துறைமுகத்தினெதிரே போய் நங்கூரமிட்டது.

கலாபன் மனது துள்ளி விழுந்தது. அரும்பொட்டான நேரம்தான் இருக்கிறது. என்றாலும் எட்டு அல்லது ஒன்பது மணிக்கிடையில் ஏஜன்ற் கப்பலுக்கு வந்தாலுமோ, அவன் அனுப்பக்கூடிய தந்தி மறுநாள் காலையில் ஊரிலே கிடைத்தாலுமோ அவனது ஆசை நிறைவேற சாத்தியமிருக்கிறதுதான். மேலும் ஒருநாள் கப்பல் அந்தமாதிரியே நங்கூரத்தில் தங்கிவிட்டால், மனைவி பிள்ளைகளைக் கூட்டிவந்து கப்பலைக் காட்டும் வாய்ப்பு நிச்சயமாக அவனுக்கு ஏற்படும்.

ஒன்பது மணியானது... ஒன்பதரையானது... இன்னும் ஏஜென்றின் வள்ளம் வரவேயில்லை. கண்ணுக்கெட்டிய தூரத்தில்கூட கரையிலிருந்து எந்த வெளிச்சத்தின் நகர்வும் காணப்படவில்லை.

திடீரென தூரத்தில் ஒரு வெளிச்சப் புள்ளியின் நகர்வு. நிச்சயமாக வள்ளம்தான். அலைகளில் குதித்துக் குதித்து வந்துகொண்டிருந்தது. ஆனாலும் சுற்றிவர மூன்று கப்பல்கள் நங்கூரமிட்டு நிற்கிற நிலையில் எந்தக் கப்பலை நோக்கி அது

வந்துகொண்டிருக்கிறது என்ற தவிப்பாகிப் போனது அவனுக்கு. ஆம், அது அவர்களது கப்பலைநோக்கித்தான் வருகிறது.

வள்ளம் கப்பலை நெருங்கிய அளவில் தொங்கு படிக்கட்டு இறக்கப்பட்டது. ஒரு இளைஞன் கீழே நின்றிருக்கையிலேயே அவனைக் கண்டு கையசைத்தான். கலாபனுக்கு இப்போது நிச்சயமாகிவிட்டது, அது ஏஜென்ற்தானென்பது. தன்போலொரு காத்திருப்பைச் சில ஏஜென்றுகளால் உணரமுடிகிறதுதான். அக் கையசைப்பு சும்மா, ஹாய்! சொல்லுகிறதுக்கானதல்ல. கடிதத்திற்கோ, வேறெதற்கோ காத்திருக்கும் ஒரு உயிரின் துடிப்பை ஆறுதல்படுத்துவது. வருபவன் நல்லவனாகவும் இருப்பானென நினைத்தான் கலாபன்.

மேலே வந்த ஏஜென்ற் 'லங்காவத?' என்றதற்கு, கலாபன், 'ஒவ்' என்றான்.

ஏஜென்ற் மேலே சென்றான்.

அவன் அதிகநேரம் மேலே தாமதிக்கவில்லை. கீழே வந்தவனிடம் கலாபன் தன் அவசரத்தைச் சொல்லி, அந்தத் துண்டிலுள்ள செய்தியை அவசரத் தந்தியில் அன்றிரவே அனுப்பிவிட முடியுமா எனக் கேட்டான். ஏஜென்ற் கண்டிப்பாக அனுப்புவதாகக் கூறி அதை வாங்கிக்கொண்டு இறங்கினான்.

கலாபன் கத்திக் கேட்டான்: 'கோமத நம?'

'லால்... லால் பெரெரா.'

வள்ளம் கப்பலைவிட்டு விலகும்வரை அந்த இடத்திலேயே நின்றிருந்தான் கலாபன். ஏஜென்ற் இறங்கியதும் வள்ளம் சீறிக்கொண்டு பறந்தது.

அந்தளவு அவசரமாகப் போகிறவன் கொழும்பு தந்தித் தொலைத் தொடர்பு அலுவலகம் சென்று தனது தந்தியை அனுப்புவானாவென்று மனத்துள் குடைந்த கேள்வியுடனேயே கலாபன் படுக்கச் சென்றான்.

தூக்கம் பிடிக்காத இரவைக் கழித்துவிட்டுக் காலையில் வெளியே வந்தான் கலாபன். இயல்பிலில்லாத ஒரு தடுமாற்றத்திலும் பதற்றத்திலும் உள்ளக நிலை இருப்பதுபோல் ஒரு தோற்றம். காலையில் எதிர்ப்பட்ட முதன்மைப் பொறியாளர் மிக்க சந்தோஷமான மனநிலையில் அவனைக் கடந்து சென்றபோது காலை வந்தனம் சொன்னார். அந்தளவு சந்தோஷத்தோடு பதில் வந்தனம் சொல்லத்தான் கலாபன் நினைத்தான். வந்தனம் வந்தது. ஆனால் சந்தோஷம் வரவில்லை.

கலாபன் மெஸ்சுக்குச் சென்றான். முதன்மை அலுவலர் ஆம்லெட் போட்டுக்கொண்டிருந்தார். அவரும் அளவுக்கு மீறிய மகிழ்ச்சியோடு இருப்பதாகவே தோன்றியது கலாபனுக்கு.

அப்போதுதான் எதிரே வந்த றேடியோ அலுவலர் கலாபனிடம் சொன்னான்: 'லண்டனிலிருந்து கப்பல் கம்பெனி உரிமையாளர்களில் ஒருவரே கொழும்பு வந்திருக்கிறார். பம்பாயில் எடுத்த முழு கடலோடிகளையும் இங்கே இறக்கிவிட்டுப் புதியவர்களை எடுக்கிறார்கள். எல்லாருமே மாலைதீவுக் கடலோடிகள். ஏற்கனவே அவர்கள் கொழும்பு வந்தாகிவிட்டது.'

'உண்மையாகவா?' கலாபன் அதிர்ந்தபடி கேட்டான்.

'நூறு வீதம். நாளை மாலை நான்கு அல்லது அய்ந்து மணிக்குக் கப்பல் உள்ளே செல்லும். புதிய கடலோடிகளின் குடியகல்வுப் பகுதி வேலைகளை நாளைக்கே முடித்துவிடுவார்கள். நாளைநின்று மறுநாள் காலையில் அவர்கள் கப்பலில் ஏறிவிடுவார்கள். கப்பல் அன்று மாலையில் ஆம்ஸ்ரடாம் புறப்படுகிறது' என்றான் றேடியோ அலுவலர்.

கலாபனால் தொடர்ந்தும் அந்த இடத்தில் நிற்க முடியவில்லை. கோப்பியையும் குடிக்க முடியவில்லை. அவனுக்கு அப்போது விஸ்கி வேண்டியிருந்தது. காஃபியை அப்படியே கொண்டுபோய் ஊற்றி கப்பை அலம்பிவைத்துவிட்டு அறைக்கு வந்து விஸ்கி போத்தலை எடுத்தான்.

பம்பாயில் எடுக்கப்பட்ட கடலோடிகள் அத்தனை பேரும் கொழும்புத் துறைமுகத்தில் இறக்கப்படுகிறார்களென்றால், அவன், பெர்சர், குறூ மெஸ் பரிசாரகன் உட்பட இருபது பேர் பெட்டியைத் தூக்கவேண்டி வரப்போகிறது.

அவன் கேட்டபடி லால் பெரெரா அந்த தந்தியை நேற்றிரவே அனுப்பியிருந்தால், அன்று மாலை ஊரிலிருந்து பிள்ளைகளுடன் ரயிலோ பஸ்ஸோ எடுத்துவிடுவாள் மனோகரி. அவர்களைக் காணாது செல்வதிலுள்ள துக்கத்தைவிட, அவன் வேலையை இழந்து செல்லும் அந்தச் சந்தர்ப்பத்தில் அவர்கள் வருவது கொடுமையாகவே இருக்கும். அவர்கள் வருவது அவனை அழைத்துக்கொண்டு போவதற்குமாதிரி ஆகிவிடும்.

மருதடிப் பிள்ளையாரே, அந்தத் தந்தியை லால் பெரேரா அனுப்பாதிருக்க வேண்டும்!

கலாபன் பெரும்பாலும் அன்று முழுவதும் போதையிலேயே இருந்தான்.

இரவானது. கடல் கொந்தளிப்பு அடங்கியிருந்தது சிறிது. தூரத்தே தெரியும் ஒளிப்புள்ளிகளைக் கண்டபடி நின்றுகொண் டிருந்தான் அவன்.

ஒரு செய்தி அவனது சந்தோஷத்தைச் சிதறவைத்து விட்டதோடு, துக்கத்தையும், அவமானத்தையும்கூட சேர்த்துச் சுமத்திவிட்டதேயென நினைக்க கலாபனுக்கு கண் கலங்கியது. பம்பாயில் நிமிர்ந்த அவனது கனவு அங்கேயா, அவ்வளவு விரைவிலேயா சரிய வேண்டும்?

காலையில் சிவந்த கண்களுடன் கலாபன் கபினைவிட்டு வெளியே வந்தபோது துறைமுகத்துள் செல்ல தயாராய் கப்பல் நின்றிருந்தது.

அப்போது ஏஜென்ற் வள்ளம் வந்தது.

ஏஜென்ற் வர கலாபன் கேட்டான். 'இரவு அந்தத் தந்தியை அனுப்பிவிட்டாயா?'

'அதற்குப் பதிலுமே கிடைத்துவிட்டது. இப்போது உன்னுடைய குடும்பம் அவர்களது உறவினர் வீட்டில் இருக்கிறார்கள். உன்னிடம் சொல்லும்படி தகவல் வந்திருக்கிறது' என்றான் ஏஜென்ற்.

கலாபன் நன்றி கூறினான். அது அவன் அப்போது விரும்பியிராத ஒரு உதவிக்கானது.

ஏஜென்ற் சென்ற சிறிதுநேரத்தில் கப்பல் துறைமுகத்துள் நகர ஆரம்பித்தது.

மத்தியானமளவில் கப்பலைத் துறைமுக மேடையில் கட்டினார்கள்.

கம்பெனி உரிமையாளர் வந்தார். கப்ரனும் அவரும் மெஸ்ஸிலிருந்து பேசிக்கொண்டிருந்தனர். கலாபன் உள்ளே எதுவோ எடுத்துக்கொண்டு வெளியே வருகிறபோது, கப்ரன் மூன்றாவது பொறியாளன் என்று ஏதோ சொன்னது கேட்டது. பின் தொடர்ந்த உரையாடலில் அவன் கரிசனம் காட்டவில்லை.

வெளி நடைபாதையில் நின்று சிகரெட் புகைத்துக்கொண்டு இருக்கையில் இரண்டாவது பொறியாளர் வந்தார். 'இப்படி நிற்காதே, தேர்ட். கப்பல் கம்பெனி உரிமையாளனே வந்திருக்கிறான். நீ வேலை உடுப்பைக்கூட இன்னும் அணியாமல் நிற்கிறாய். போ... போய் உடுப்பை மாற்றிக்கொண்டு வேலை செய்வதுபோல் பாசாங்காவது செய்' என்றான் அவன்.

கலாபன் கதை

'இல்லை, செகன்ட். எனக்கு பெட்டியை அடுக்கித் தயார்செய்ய வேண்டியிருக்கிறது' என்றான் கலாபன்.

'எந்தப் பெட்டியை?'

'உடுப்புப் பெட்டியை.'

'ஏன்' என்றான் அலெக்ஸி.

கலாபனுக்கு ஆத்திரம் வந்தது. 'இரண்டு மணிக்கு இறங்கவிருக்கிறேன். அதுவரைக்கும்கூட நான் வேலை செய்யவேண்டுமா? வேண்டுமானால் கம்பெனி என் ஒருநாள் சம்பளத்தைப் பிடித்துக்கொள்ளட்டும்.'

'நீ என்ன சொல்கிறாயென்றே எனக்குப் புரியவில்லை. பெட்டியை அடுக்க வேண்டும் என்றாய்; வேலைசெய்யக் கேட்டால், ஒரு நாள் சம்பளத்தை வெட்டு என்கிறாய்; உண்மையில் உன்னுடைய பிரச்சனைதான் என்ன?' என்றான் அவன்.

அது எங்கேயோ இடிக்கிறதை கலாபன் உணர்ந்தான். மனத்தில் தெம்பு வந்தது. 'பம்பாயில் ஏறிய அத்தனை பேரையும் இங்கே இறக்குகிறார்களாமே!'

'அதற்கென்ன? புதிதாக எடுக்கப்பட்ட அத்தனைபேரும் இறக்கப்படுகிறார்கள், உன்னைத் தவிர.'

கலாபனின் மனத்தில் மகிழ்ச்சி கொடிகட்டி ஏறியது. 'என் கனவு நிமிர்ந்துவிட்டது' என்று கத்த வேண்டும் போலிருந்தது. அடக்கிக்கொண்டு, 'நிச்சயம்தானா, செகன்ட்?' என்றான்.

'நிச்சயம்தான். கப்ரனிடம் சிங்கப்பூரில் வைத்தே சொல்லிவிட்டேனே, இந்தளவு பழைய கப்பலில் உன்னைப் போலொரு வேலை தெரிந்தவன் இல்லாவிட்டால் நானும் இறங்கிவிடுவேனேன்று. ஒன்றும் யோசியாதே, நீ கீழே இறங்கு' என்றுவிட்டு அப்பால் நகர்ந்தான்.

உடனேயே கபினுக்குப் போய் ஓவரோலை அணிந்துகொண்டு கீழே இறங்கினான் கலாபன்.

அன்றைக்கு அவன் கடிதமெழுதவேண்டி இருக்கவில்லை. தன் கனவு எழுந்து–விழுந்து–நிமிர்ந்த கதையை அவன் நேரடியாகவே தன் மனைவியிடம் சொல்வான்.

●

தேவதைகளின் கூண்டும் பிசாசுகளின் வெளியும்

1983, பங்குனியில் தன் ஒன்பதாவது கப்பலையெடுக்க வீட்டிலிருந்து புறப்பட்ட கலாபனுக்கு ஞானக்கோன் ஏஜன்ஸியில் கப்பல் பொறியியலாளனாய்ப் பதிய சிரமமிருந்தாலும், முடிந்திருந்தது. இலங்கை கப்பல்துறை அமைச்சில் முன்பொரு தடவை யாருடையவோ வற்புறுத்தலில் மூன்றாவது பொறியாளனாகச் செய்முறைப் பயிற்சிச் சான்றிதழ் பெற்று வைத்திருந்தமை இப்போதெல்லாம் அதிகமாக அவனுக்கு உதவிக்கொண்டிருந்தது.

வத்தளையில் அவனோடு படித்த அவனூர் நண்பர்கள் சிலர் வீடொன்று எடுத்துத் தங்கி யிருந்தார்கள். அவர்களில் சிலர் அரசுத் துறைகளிலும், சிலர் பெயர்பெற்ற தனியார் நிறுவனங்களிலும் வேலைசெய்தனர். அவர்களோடு அடிக்கடி போய்த் தங்கி நின்றுவிட்டு வருவான்.

நண்பர்கள் கேலி பேசுவார்கள், அவன் அடிக்கடி ஊர் சென்றுவருவதைப்பற்றி. 'கலாபன், நீ வாங்கி வீட்டில விட்டிருக்கிற காரை ஒருத்தரும் தூக்கிக்கொண்டு போகமாட்டினம். அதுக்காக நீ இப்பிடி ரண்டு நாளைக்கொருக்கா ஊர் போட்டுவாறதாய் இருந்தா காரை இஞ்ச கொண்டுவந்திடு. எங்களுக்கும் பின்னேரத்தில கொழும்பைச் சுத்த வசதியாயிருக்கும்.'

கலாபன் அதற்குச் சிரித்துக்கொண்டு நினைவிலாழ்வான்.

எம்.வி. மோர்னிங் ஸ்ராரிலிருந்து விலகி வீடு வரும்போது கப்பலிலே வேலைசெய்தவர்களுக்குக் கிடைக்கவேண்டியதும், ஆனால் பல கப்பல் கம்பெனிகளில் கொடுக்கப்படாததுமான ஞாயிற்றுக் கிழமைச் சம்பளம், கலாபனுக்குக் கிடைத்தது. '*Wages of Sundays at sea*' எனப்படும் அந்தச் சம்பளம் கப்பல் பயணத்தில் அதில் வேலைசெய்தவர்களுக்குக் கொடுக்கப்படுகிற உபரித் தொகை. மனோகரியிடத்தில் அதைச் சொன்னபோது அவள்தான் தனது மனத்தில் நீண்டநாட்களாயிருந்த திட்டமென அதை முன்மொழிந்தாள்: 'நீங்கள் ஒரு கார் வாங்குங்கோ இந்தக் காசுக்கு. முந்தி ஆசைப்பட்டு வாங்கின கார்தான் தங்காமல்போச்சு. இனியொரு பிரச்சினையும் வரா, யோசிக்காமல் வாங்குங்கோ. நீங்கள் சொல்லித்தர நானும் கொஞ்சம் பழகினனெண்டா நீங்கள் கப்பலால திரும்பி வாறமட்டும் நான் அதைப் பராமரிச்சுக்கொள்ளுவன்.'

அவன் வாங்கின அந்த மொரிஸ் மைனர் காரில் அம்மா மனோகரி பிள்ளைகள் தவிர வேறுபேர் இன்னும் ஏறியதில்லை, சண்முகம்கூட. அவன் மனைவியை அழைத்துப்போய் அப்போது திருகோணமலையிலே குவாட்டேர்ஸில் தங்கியிருந்தான்.

நினைவுகளிலிருந்து விடுபட்டு கலாபன் சொன்னான்: 'காரை இஞ்ச கொண்டுவந்தா ஊர் சுத்தலாம்தான். ஆனா நான் கார் வாங்கினது மனிசி பிள்ளையள ஏத்திக்கொண்டு சுத்தவெல்லோ. அப்ப . . . காரோட மனிசி பிள்ளையளையும் இஞ்ச கூட்டிக்கொண்டு வந்திடுறன்.'

ஒருநாள் ஊரிலிருந்து வந்திருந்த சமயத்தில் ஒரு தந்தி அவன் பெயருக்கு ஞானக்கோன் ஏஜன்ஸியிலிருந்து வந்தது.

மறுநாள் காலையில் ஏஜன்ஸிக்கு சென்றான் கலாபன்.

அன்றிரவே அவன் கிளம்பி பம்பாய் துறைமுகத்தில் நின்றிருக்கும் எம்.வி. பிறீஷர் கிங் கப்பலில் சேரவேண்டுமென்று சொன்னார்கள். அங்கேயிருக்கும் இன்னொரு மூன்றாவது என்ஜினியர் இன்னும் இரண்டொரு மாதங்களில் விலகிச் செல்லும்வரை அவன் உதவி மூன்றாவது பொறியாளராகவே கடமையாற்ற வேண்டும் என்பதையும் சேர்த்தே கூறினார்கள். அவனுக்கு மூன்றாவது என்ஜினியருக்கான சம்பளமே கொடுக்கப்படுமென்றும் தெரிவிக்கப்பட்டது. மேலே அந்த வேலையை மறுக்க கலாபனுக்குக் காரணமிருக்கவில்லை. ஏஜன்ஸிக்குக் கையூட்டெதுவும் அவன் கொடுக்கவேண்டி இருக்காததில் அந்த வாய்ப்பை இழக்க கலாபன் விரும்பவில்லை.

வத்தளைக்குத் திரும்பிய கலாபன் ஏறக்குறைய எல்லாம் தயார் நிலையிலேயே இருந்ததால், மாலையில் விமானப் பயணச் சீட்டு கிடைத்ததும், நண்பர்களுக்கு அடையாள விருந்தளிப்போடு மறுநாள் அதிகாலை ஒன்றரை மணியளவில் கிளம்பவிருந்த விமானத்திலேற அன்றிரவு பத்து மணியளவில் கட்டுநாயக்க விமானநிலையத்துக்கு ஓரிரு நண்பர்களோடு புறப்பட்டான்.

குண்டுகள் வெடிக்காத, மனிதப் பேரவலம் பெரிதாக நடைபெறாத காலமாக அது இருந்தது. ஆங்காங்கே தமிழ்ப் பகுதிகளில் வங்கிக் கொள்ளைகளும், பொலிஸ் நிலைய தாக்குதல்களும், கைத்துப்பாக்கிகள் மூலமான கொலைகளும், பொலிஸ் ராணுவ அக்கிரமங்களும் நடந்துகொண்டிருந்தாலும், ஒட்டுமொத்தமான இலங்கைத் தமிழ்ச் சமூகமும் அதனால் பாதிக்கப்பட்டிருக்கவில்லை. கலாபன் கட்டுநாயக்க விமான நிலையத்தை அடைவதில் எந்தத் தடங்கலும் இருக்கவில்லை.

பம்பாய் விமான நிலையத்தில் காத்திருந்த கப்பல் முகவர் அவனை உடனடியாகவே பம்பாய் துறைமுகத்தில் நின்றிருந்த கப்பலுக்கு எட்டு மணிக்குள்ளாகக் கொண்டுபோய்ச் சேர்த்தார்.

அவனுக்கான கபின் தயாராகவிருந்தது. மதியத்துக்கு மேல் கீழே என்ஜின் றூமைப் பார்க்கச் சென்றவன் கபினுக்குத் திரும்பியபோது ஒரு தமிழ் இளைஞன் வாசலில் அவனைக் காத்துக்கொண்டு நின்றிருந்தான்.

நடா என்று பெயர்சொல்லி தன்னை அறிமுகப்படுத்திய அந்த இளைஞன், மிகுந்த சுயாதீனமெடுத்துக்கொண்டு கலாபனுடைய கபினுக்கே வந்துவிட்டான். கப்பலெடுக்க பம்பாய்க்கு வந்து மூன்று வருஷங்களென்றான். கப்பல் அனுபவத்தைத் தவிர மற்றெல்லா அனுபவங்களையும் அந்த மூன்றாண்டுகளில் சம்பாதித்துள்ளதாக ஒரு துயரச் சிரிப்போடு சொன்னான்.

அன்று மாலை கலாபன் வெளியே சென்றபோது நடராஜாவையும் அழைத்தே போனான். அவனிடமிருந்த தகவல்கள் மிகவும் வித்தியாசமானவையாக இருந்தன. அதைக் கிரகிக்க பார்போல பொருத்தமான இடம் வேறெதுவும் இருக்கமுடியாது.

கலாபனுக்கு பம்பாய் பழைய இடம். ஆனாலும் கடந்த ஓரிரு வருஷங்களாக அவன் அங்கே வந்திருக்கவில்லை. அந்த இடைக்காலத்தில் அது எவ்வளவோ மாறியிருந்தது. கட்டடங்களாலும் தன்மையாலும்.

பிரச்னையில்லாத, அதிகம் செலவு பிடிக்காத ஒரு றெஸ்ரோறன்ருக்குப் போகலாமென்றான் கலாபன்.

சற்று யோசித்த நடராஜா கேட்டான்: 'அண்ணை, ஆற்றயும் வீடாயிருந்தா பறவாயில்லையோ?'

'ஆற்றயும் வீடெண்டா..?'

'எனக்குத் தெரிஞ்ச ஒரு ஆங்கிலோ இன்டியன் குடும்பம் இஞ்ச ஹார்பருக்கு கிட்ட இருக்கு. ஒரு வயதுபோன மனுசியின்ர வீடுதான்.'

'தனியாய்த்தான் இருக்கோ..?'

'ரண்டு பொம்பிளைப் பிள்ளையளோட. ஒண்டு கலியாண மாகி புருசன் விட்டிட்டுப் போட்டான். ஒரு பிள்ளையோட இருக்கு. மற்றப் பெட்டைக்கு கலியாணமாகேல்ல.'

'அப்பிடியான இடமெண்டா பிரச்சனைதான வரும், நடா.'

'ஒண்டும் வராதண்ணை. நான் இருக்கிறன்தான.'

'போர்ட்டுக்குக் கிட்ட எண்டதால வந்து பாக்கிறன். நல்லாயில்லாட்டி வேறயிடம் பாப்பம்.'

அந்த ஆங்கிலோ – இந்தியன் குடும்பத்தின் வீட்டுக்குச் சென்றபோது வேறு இரண்டு மூன்று பேர் அங்கேயிருந்து நாட்டுச் சரக்கு அருந்தியபடியிருந்தார்கள். உள்ளே சென்றதும், இந்தியிலோ மராத்தியிலோ பெரியன்ரியை அழைத்து தமக்கு விஸ்கி வாங்கித்தரச் சொன்னான் நடராஜா.

கலாபனுக்கு அப்போதுதான் ஞாபகம் வந்தது, தன்னிடம் இந்திய ரூபாய் இல்லையென்பது. ஐம்பது டொலர் எடுத்துக்கொடுத்தான். பெரியன்ரி எதுவும் சொல்லாமல் வாங்கிக்கொண்டு வெளியே சென்றாள்.

கலாபன் அந்த வீட்டை நோட்டமிட்டான். 'ட' பட அமைந்த கூடம். இரண்டு அறைகள் இருந்தன. 'ட'வில் ஒரு பகுதியை சமையல்கூடமாகப் பாவித்தார்கள். மேடையும் எண்ணெய் அடுப்பும் சில எவர்சில்வர் பானை சட்டிகளும் இருந்தன.

கலாபனும் நடராஜாவும் சிகரெட் புகைத்தனர். அது முடிவதற்குள் பெரியன்ரி விஸ்கி போத்தலோடும், சிகரெட் பைக்கற்றோடும் வந்து சேர்ந்தாள்.

பாதி போத்தல் முடிந்தளவில் நடராஜா மிழற்றத் தொடங்கி விட்டான். அதன்மேல் பம்பாயிலிருந்த இலங்கைத் தமிழ் இளைஞர்கள்பற்றி அறிவதில் கலாபனுக்குச் சிரமமிருக்கவில்லை. இலங்கைத் தமிழரின் விடுதலைப் போராட்டம் மிகுந்த வீச்சுப்

பெற்றிராத அந்தக் காலத்தில், பெரும்பாலான இளைஞர்கள் கப்பலெடுக்கவென்றே தம் மண்ணை நீங்கினவர்கள். இலங்கைப் பொலிஸ் பிரச்சனையிலிருந்து தப்பவும் அது வழியாகவிருந்தது.

ஒருகாலத்தில் வாழ்க்கை அழைத்த பக்கங்களுக்கெல்லாம் ஓடியோடித் தமிழகத்து ஜனங்கள் மாய்ந்த வரலாற்றை ரத்தம் சொட்டச் சொட்ட கவிதையாக்கினான் ஒரு கவிஞன். பாரதி என்ற அந்த மகாகவிஞனின் கவிதைதான் தமிழகத்திலிருந்து சென்ற தமிழர் அந்தக் கண்ணற்ற தீவான அந்தமான் தீவுகளிலும் ஆபிரிக்க கண்டத்திலும் அடைந்த துயர வரலாற்றைச் சொன்னது. அடுத்து 'துன்பக்கேணி' என்றொரு கதையெழுதினான் புதுமைப்பித்தனென்ற இன்னொரு மகாகலைஞன். அதுவும் தமிழகத் தமிழர் தம் மண் பிரிந்து இலங்கையின் மலைநாடு சென்று பட்ட கொடுமைகளையும், துயரங்களையும் பேசியது. 1970களிலிருந்து இந்தியா வந்து அதன் அனைத்துத் துறைமுக நகரங்களிலும் வாழ்வைத் தொலைத்திருந்த இலங்கைத் தமிழிளைஞர்களின் கதைதான் யாரோ ஒரு மகாகலைஞனால் இனி எழுதப்படவுள்ளது என எண்ணினான் கலாபன்.

சண்முகத்தோடு நண்பனாகியதிலிருந்து அவனுக்கும் இலக்கியார்த்தமாய்ச் சிந்திக்க இப்போதெல்லாம் முடிந்திருந்தது.

நடராஜா பெரியன்ரியைக் கூப்பிட்டு முட்டை வறுத்துத் தரச்சொன்னான். முட்டை வறுவல் வர இன்னொரு அரைப் போத்தல் விஸ்கி கேட்டான். பெரியன்ரி வாங்கிவந்து கொடுத்தாள். அவன் குடிப்பதும், கதை சொல்வதுமாய்; கலாபன் குடிப்பதும் கதை கேட்பதுமாய்.

ஒருபோது ஞாபகம்வர பெரியன்ரியின் மகள்களைப்பற்றிக் கேட்டான் கலாபன். 'அவை வெளியில வரமாட்டினமோ?'

'இனித்தான் வருவினம். பிள்ளை நித்திரை கொள்ள செரின் வருவாள். பிறகு கொஞ்சத்தால ஜெஸ்மின் வருவாள்' என்ற நடராஜா, கலாபன் தூண்டாமலே திரும்ப கதைக்குள் நுழைந்தான்.

இப்போது நடராஜாவுக்கு நன்கு போதையேறியிருந்தது. இனி பெரிதாக அவனிடமிருந்து பிதற்றல் தவிர வேறெதுவும் வெளிவராதென்பதை கலாபன் உணர்ந்தான். ஆனாலும் போக மனமில்லாதிருந்தது கூண்டுக்குள்ளிருக்கும் அந்த இரண்டு கிளிகளையும் காணும்வரை.

பெரியன்ரி வெளியிலேயே அமர்ந்துகொண்டிருந்தாள். இன்னும் சிலர் வந்தார்கள் சிறிய குப்பிப் போத்தலுடன்.

சிறிதுநேரத்திலேயே குடித்துமுடித்துப் போயினர். அவர்கள் காசு கொடுத்ததைப் பார்க்க கிளாஸ்சுக்கு இத்தனை ரூபாயென்று பெரியன்ரி ஒரு தொகை வாங்குவதாக கலாபன் கருதினான்.

கலாபனுக்கு நடராஜாவிடமிருந்து இன்னும் சில விஷயங்கள் உள்ளேயிருக்கும் அந்த இரண்டு பெண்களையும்பற்றி தெரியவேண்டியிருந்தது. அவன் கேட்டான்: 'நடா, அந்த ரண்டு பிள்ளையளும் உண்மையில பெரியன்ரியின்ர பிள்ளையள்தானோ?

'எனக்குத் தெரியாதண்ணை. ஆனா அவளவையும் அன்ரியெண்டுதான் கூப்பிடுகினம். சொந்தக்காறராய் இருக்கும். அவ்வளவு நெருக்கம் அவைக்குள்ள. பெரியன்ரிக்கு தலையிடியெண்டாக்கூட அவளவை துடிச்சுப் போவாளவை. அவளவைக்கு ஒரு காச்சல், இருமலெண்டா பெரியன்ரியும் அப்பிடித்தான' என்றான் அவன்.

'அவை நல்லாக்கள்தானோ? இல்லாட்டி அப்பிடியிப்பிடியோ?'

'இப்பவே பத்தரை மணியாச்சு. இனித்தான் வெளிய வருவினமெண்டேக்கயே உங்களுக்கு விளங்கியிருக்கவேணும் அண்ணை. ஆனா ஹை றேட். கண்டபடியும் போயிட மாட்டாளவை.'

அப்போது அறைக்குள்ளிருந்து ஒரு பெண் வெளியே வந்தாள். மக்ஸி அணிந்திருந்தாள். தடிமனாக இருந்தாள். அந்த உயரத்துக்கு உருவம் பெரிதுதான். ஆனால் ஒரு பரு வந்த மறுகூட இன்றி முகம் பளீரென்று இருந்தது.

அவனது பார்வையை எதிர்ப்பட அவள் மெல்லச் சிரித்தாள். பற்கள் மின்னின. இயல்பில் சிவந்த இதழ்களுக்கிடையில் அந்த வெண் பற்கள், பாரதி சொன்னதுபோல் 'தின்பதற்கு மட்டுமல்ல, தின்னப்படுவதற்குமான பற்க'ளாய் இருந்தன. அந்த அழகு அவன் எதிர்பார்த்திராதது. தெய்வீகமான அழகு என ஏதாவதிருந்தால் அதுதான் அந்த அழகு என்பதில் கலாபனுக்கு உறுதியிருந்தது.

பெரியன்ரியுடன் அவள் கதைத்துவிட்டுத் திரும்ப நடராஜா அழைத்தான்.

வந்து அவர்களுக்கெதிரில் அமர்ந்தாள்.

இனி நடராஜாவின் உதவி கலாபனுக்குத் தேவையில்லை. அவன் அவளைப் பார்த்து குடிக்கிறாயாவென்று விஸ்கி போத்தலைக் காட்டினான். உடனே தலையிட்டு, 'நோ... நோ. . . பெரியன்ரி, ஏக் பியர் லேக்கியாவோ' என்றான் நடராஜா.

செரின் உடனே பெரியன்ரியைக் கூப்பிட்டுத் தனக்கு பியர் வேண்டாமென்றும், அன்றைக்குத் தான் விஸ்கியே குடிக்கப்போவதாகவும் சொன்னாள்.

ஒரு தடம் கலாபனை நோக்கி எறியப்பட்டாயிற்று.

செரின் கிளாஸ் எடுத்துவந்து விஸ்கி ஊற்றிக் குடிக்க ஆரம்பித்தாள். 'நடா, உனக்கு ஒன்று தெரியுமா? நான் ஆரம்பித்ததே விஸ்கியில்தான்.'

அப்போது ஜெஸ்மின் வந்தாள். மெலிந்து உயரமாக இருந்தாள். மிக இளமையாய்த் தோன்றினாள். லோங்சும் ரிசேர்ட்டும் அணிந்திருந்தாள்.

நீண்டநேரமாக ஜெஸ்மினையே கலாபன் கவனித்துக் கொண்டிருப்பது கண்ட செரின், அவளை அவன் விரும்பினால் அழைக்கலாமென்று ஊடு விடுவதுபோல் தனது கிளாஸ்சுடன் எழுந்து அங்காலே குடித்துக்கொண்டிருந்த வேறு தெரிந்த இருவரை நோக்கிச் சென்று பேசிக்கொண்டு நின்றாள்.

இந்த சூட்சுமங்களெல்லாம் தெரியாமல் இருக்க முடியாது நடராஜாவுக்கு. அவன் ஜெஸ்மினை அழைக்க முயல கலாபன் தடுத்துவிட்டான்.

சிறிதுநேரத்தில் இன்னும் இரண்டு இளைஞர்கள் வந்து பெரியன்ரியிடம் பியர் வாங்கித்தரக் கேட்டனர். கடலோடிகளாய்த் தெரிந்தது. இலங்கை இளைஞர்களாகவும் தோன்றியது. 'நேற்று இவங்கள்ல ஒருத்தன்தான் அவளோட படுத்திட்டுப் போனான்' என்று கலாபனுக்கு ரகசியத்தில் கூறினான் நடராஜா.

கலாபனின் சிந்தனை வேறொரு கோணத்தில் பறந்தது. 'திரை கடலோடியும் திரவியம் தேடு' என்ற பழமொழி ஊரிலிருக்கிறது. அது ஆயிரமாயிரமாண்டுப் பழமையான மொழியும். அவ்வளவு அர்த்தத்தோடு இலக்கியத்திலும் ஏறியுள்ளது. நானுட்பட இன்றைய இலங்கை இளைஞர்கள் இவ்வாறு மதுவிலும், மாதுவிலுமாக திரைகடலோடிச் சம்பாதித்ததைச் செலவுசெய்தால் திரவியத்தை எவ்வாறு வீடுகொண்டுபோய்ச் சேர்க்கமுடியும்? தேடத்தானே திரைகடல் ஓடுவது?

கலாபனது சிந்தனையை செரினின் பிரசன்னம் கலைத்தது. 'என்ன யோசித்துக்கொண்டிருந்தாய்? ஏதாவது முக்கியமான விஷயமோ?' அவள் கேட்டாள்.

'அப்படி எதுவுமில்லை.'

'ம்.'

அவள் விஸ்கி ஊற்றிக் குடித்தாள். சற்று நேரம்செல்லக் கேட்டாள், 'உனக்கு இன்றைக்கு இங்கே தங்குகிற எண்ண மிருக்கிறதா?' என.

'நேற்றிரவு இலங்கையிலிருந்து புறப்பட்டு இன்று காலையில்தான் கப்பலில் சேர்ந்திருக்கிறேன்.'

'பயணக் களைப்பா?

'கொஞ்சம் இருக்கிறது.'

'கப்பல் எப்போது புறப்படுகிறது?'

'நாளை மாலையில். துபாய்க்குச் செல்கிறது.'

'அங்கிருந்து எங்கே? ஏதாவது ஐரோப்பிய நாடொன்றுக்கா யிருக்கும். நீ ஏக்கப்படத் தேவையில்லை.'

'இல்லை, திரும்பவும் இங்கேதான். பம்பாய், கல்கத்தா அல்லது மங்களூரென எதுவாகவும் இருக்கும்.'

'சரி, இப்போது என்ன செய்யப்போகிறாய்?' என செரின் கேட்க, கலாபன் சிறிதுநேரம் யோசித்தான். அது தொழிலுக் கானது மட்டுமல்ல, தேவைக்கானதுமான அழைப்புத்தான். அவளோடு அன்றைய பொழுதுக்கு இன்னுமொருவன் வந்து சேரக்கூடுமானாலும், அவள் உள்ளுள்ளாய் அக்கணம் அடைந்த ஒரு துக்கத்தின் திரை முகத்தில் சட்டெனக் கவிந்து முந்திய அவளது அழகை மூடிக்கொண்டிருந்தது.

அதை அவன் அனுமதித்துவிடக்கூடாது. 'நான் தங்குகிறேன்' என்றான் கலாபன்.

அப்போது அவள் முகம் மலர்ந்தவிதத்தில் கலாபன் மனம் குளிர்ந்தது.

அவர்கள் நேரமாக ஆகத் தனியுலகமாகிப் போனார்கள். பெரியன்ரி வந்து தூங்கி விழுந்துகொண்டிருந்த நடராஜாவை எழுப்பி அவனது தங்குமிடத்துக்குச் செல்ல அனுப்பினாள். டாக்ஸியில் செல்ல கலாபனிடம் இருபது ரூபா வாங்கிக்கொண்டு அவன் வெளியேறினான்.

அப்போது நடராஜாவை இடிப்பதுபோல ஒருவன் உள்ளே வந்தான். அவனது தொனி பெரிதாக இருந்தது. ஏதோ மராத்தியில் சொன்னான். பெரியன்ரி அலுமாரியைத் திறந்து எதையோ எடுத்துவந்து அவசரமாக நீட்டினாள். ரூபாய்கள். வாங்கி எண்ணிப்பார்த்து, 'அச்சா' என்றுவிட்டு வந்த வேகத்திலேயே வெளியேறினான்.

கலாபனால் கதையொன்றை அப்போதே புனைய முடிந்தது. ஆனாலும் அதுவல்ல அவனது விருப்பம். கதையைவிடவும் முக்கியமானது அதிலுள்ள உணர்வு. அதை செரினால் மட்டுமே அந்தக் கதையில் செரிக்க முடியும்.

'யாரவன்? பெரியன்ரி பணம் கொடுத்தாளே, அவன்தா'னென செரினை வினவினான்.

'நீ கவனித்தாயா? ம்... அவன்தான் எனது விதியையும் என் தங்கையின் விதியையும் நிர்ணயித்தவன். மிசூரியில் பெற்றோர்களுடன் வாழ்ந்துகொண்டிருந்த எங்களை அவர்களிடமிருந்து பிரித்து, எங்கோ வைத்து வளர்த்து, பிறகு இங்கே கொண்டுவந்து சேர்த்தவன். விதியை எழுதியதனால் அவனே எங்கள் கடவுள்.'

அத்தனை சோகத்தை அவ்வளவு வார்த்தைகளில் ஏற்ற முடியுமா? கலாபன் அதிசயித்தான்.

கலாபனது கதையின் உயிர் அதுதான்.

●

கழற்ற முடிந்தால் வளையம்!
இறுகி இருந்தால் விலங்கு!

கடலினும் பெரிதாக இருந்தது நீலவெளி. வானினும்கூடப் பெரிதாய். நீரையும் வானையும் இணைத்து எல்லையற்றதாய் நீலமே விரிந்திருந்தது. நீலம் அவனது மனத்துள் இறங்கியது. பின் அதுவொரு அழகிய பெயராய் வடிவெடுத்தது. பிறக்கப்போகும் அவனது குழந்தைக்கு, அதுவும் பெண்குழந்தைதானென்ற மனோகரியின் சத்திய வசனங்கள் சிலநாட்களுக்கு முன்தான் கிடைத்திருந்தன, வானும் கடலும் தந்த அந்த நீலாம்பரியென்ற அழகிய பெயர் மிகப் பொருத்த மாக அமையக்கூடும். இனிவேண்டாம்; நீலாம்பரி யோடு நிறுத்திக்கொள்ளலாமென அவன் எழுதியும் விட்டான்.

தென்மேற்குப் பருவப்பெயர்ச்சிக் காற்று தொடங்கவிருந்த அந்த நேரத்தில் அலைகளின் அலைத்தலின்றி மணிக்குப் பதினெட்டுக் கடல்மைல் வேகத்தில் எம்.வி. பிறீஷர் கிங் விரைந்துகொண் டிருந்தது. ஆறு மணி ஆகிக்கொண்டிருந்தும் நாலு மணி அதிகாலையில் வேலையை முடித்தவனுக்கு இன்னும் தூக்கத்தின் அணுக்கம் கொஞ்சம்கூட இருக்கவில்லை.

பல்வேறு விஷயங்களையும் சுற்றி நினைவு படர்ந்துகொண்டிருந்தது.

கடந்த நான்கு மாதங்களாக அதே ஓட்டம்தான். ஐக்கிய அரபு அமீரகத்துக்கும்

இந்தியாவுக்கும் இடையில் அதுவரை [illegible] முடித்திருந்தது கப்பல். துபாய், சார்ஜா, [illegible]டங்களை ஐக்கிய அரபு அமீரகத் துறைமுகங்களுக்குப்போல [illegible] என்ற பம்பாய், ஜாம்நகர், கண்டிலா, மங்களூர் போன்ற[illegible]யாவில் போய்க்கொண்டிருந்ததில் மற்றைய கப்பல்களில் ஏந்குப் செலவீனம்போல் கலாபனுக்கு ஏற்படவில்லையெனின், பம்பாய் வருகிறபோதுமட்டும் அதிகமாகச் செலவுசெய்தான். அது செரினோடும் சம்பந்தப்பட்டிருந்தது.

அவள் கழற்ற முடியாத ஒரு இரும்பு வளையமாக அவன் காலில் இறுகிக்கொண்டிருந்தாள். பம்பாய் துறைமுகத்தில் முதலில் எதிர்பார்க்கும் மனைவியின் கடிதம் கிடைத்து பிள்ளைகளின் நலனை அறிந்துகொண்டானென்றால், மேலே பெரியன்ரி வீடுதான்.

துறைமுகத் தகவல் பலகையில் அவனது கப்பல் துறைமுகத்துள் நுழையும் திகதியை அச்சொட்டாக அறிந்து செரினிடம் கூறிவிடுவான் நடராஜா. அன்றைக்கு வருவானென்றிருக்கும் கலாபன் வராதுபோகிற சமயங்கள் அவளுக்கு வெகு கொடூரமானவை. தலையை விரித்தபடி கையில் ஒரு சீப்புடன் கூடத்துள் அங்குமிங்குமாய் நடந்துகொண்டிருப்பாள். அங்கே குடிப்பதற்கு எத்தனை பேர் வந்திருந்தாலும் நின்றுகூடப் பேசிவிடமாட்டாள். அவள் குளிக்கவும் செய்யாமல் அவ்வாறே அலைந்துகொண்டிருப்பது எதனாலென்று பெரியன்ரிக்குத் தெரியும். அவ்வாறான கனவுகள் அர்த்தமற்றவையென்பதை அவளே புரிந்துகொள்ளக்கூடிய வயதென்பதால் பெரியன்ரி எதுவும் சொல்லிக்கொள்வதில்லை. அவளுக்காக வருத்தம்மட்டும் பட்டுக்கொண்டாள்.

கலாபன் தாமதமாகும் சமயங்கள் செரினை அதிகமாய் வாட்டுவதன் காரணம் ஒன்றே ஒன்றாகவே இருந்தது. அந்தத் துறைமுகப் பகுதியோரம் பெண் தரகர்கள் மலிந்துபோயிருந்தனர். ஹஷிஸ் அடித்துவிட்டு தலையைத் தொங்கப்போட்டுக்கொண்டு இருக்கும் ஒரு தரகன், நடைபாதையில் வந்துகொண்டிருப்பவனின் தோற்றத்திலேயே அவனது தேடல் என்னவாக இருக்கிறதென்பதைச் சுலபமாகக் கண்டுகொள்கிறான். வீடுகளில், லாட்ஜ்களில், ஹோட்டல்களில் அழகழகான சிறியதாக, பெரியதாக, வேண்டும் ரசனைக்கேற்ற பெண்களிடம் அவர்களைச் சேர்ப்பிப்பதில் அவர்கள் வல்லவர்களும். அப்படி யாராவது ஒருவனிடம் கலாபன் அகப்பட்டுக்கொண்டானோ என்பதுவே செரினின் துடிப்பாக இருந்தது. அன்று கப்பல் துறைமுகத்துக்கு வரவில்லையென அறிகிறவரை அவள் ஓய்ந்துவிடுவதில்லை.

...றா ஒருநாள் போய்விடுவாயென்று எனக்குத் ‘நீ போகவேண்டியவனும்தான். ஆனால் நீ இங்கே தெரிய...ெல்லாமாவது நான்தான் உனக்கு மனைவியாக வரு... வேண்டும்’ என ஒரு நாள் அவள் கலாபனுக்குச் ...ல்லி அழுதிருக்கிறாள். ‘கலாபா, நீ உண்மையானவன். உன் ...னைவிக்கும்தான். அவள் வந்து சேரமுடியாத உலகத்தில்தான் நீ வேறு பெண்ணை நாடுகிறாய். அதனால் அவளுக்கும் நீ உண்மையானவனாய் இருக்கிறாயென்றே எனக்குத் தோன்றுகிறது. அவளை மறுதலிக்காமல் உன் குடும்ப நிலைமையை எனக்குக் கூறியவகையில் நீ எனக்குமே உண்மையாக இருந்தாய். நீ வருகிற நாளிலாவது அதனால் நான் உனக்காக வாழ வேண்டும்.’

அதுவே மெய். உண்மையாக இருப்பதென்பது ஒரு கடலோடிக்கு அவ்வளவாகவே இருக்க முடியும்.

அந்தமுறை பம்பாய் சேர்ந்த நாளிலேயே நடராஜா கப்பலுக்கு வந்துவிட்டான். முந்தியமுறை கப்பல் குஜராத் மாநில ஜாம்நகர் துறைமுகம் சென்றிருந்ததில் ஒரு மாதமளவாகியிருந்தது கலாபன் செரினைக் கண்டு. குஜராத் மதுவிலக்குள்ள மாநிலமாயிருந்தது. ஆனாலும் பணமிருப்பவனுக்கு அங்கே எதுவும் கிடைத்தது. ஒரு சைக்கிள் ரிக்ஷாவாலா அவனை ஒரு வீட்டுக்கு அழைத்துச் சென்றிருந்தான். அவன்தான் ஒரு தனியார் வைத்தியசாலையில் தாதியாக இருக்கும் ஒரு மலையாளப் பெண்ணை அவனுக்கு ஏற்பாடு செய்யமுடியுமென்றவன். மூன்று மணிநேரம் காத்திருந்து மறுபடி துறைமுகத்துக்கு கொண்டுவந்து சேர்க்க ரிக்ஷாவாலாவுக்கு முந்நூறு ரூபா கொடுக்கவேண்டியிருந்தது. பணமிருந்தால் எதுவும் எங்கேயும் கிடைத்துவிடுகிறதுதான்.

மகாராஷ்டிரத்தின் ஒருபகுதியாகவே நீண்டகாலமாகக் குஜராத் இருந்ததென்பதும், பல்வேறு கலகங்களுக்கும் போராட்டங்களுக்கும் பின்னர் அது தனி மாநிலமாகிற்றென்றும் கலாபன் அறிந்திருந்தான். அதனால் பம்பாயின் சுவடுகள் முற்றாக அழிந்த மாநிலமாக அது காந்திஜியே அங்கே பிறந்திருந்தாலும்கூட ஆகிவிடாதென்று அவனுக்கு நிச்சயமிருந்தது.

கலாபனோடிருந்து குடிப்பதும் சாப்பிடுவதும் மட்டுமல்ல, நடராஜா நிறைய தகவல்களும் சொல்வான். இந்தியாவில் பயிற்சி எடுத்துவிட்டு முகாங்களிலிருந்த சில இயக்க இளைஞர்கள் தப்பியோடிவந்து பம்பாயில் நிற்பதோ, அல்லது குறிப்பிட்ட சில இயக்கங்களின் வாலிபர்கள் சண்டையிட்டுக்கொண்டதோ, சித்தியென்கிற ஒரு பெண் வாழவழியற்ற பல இலங்கை இளைஞர்களை வைத்து ஹெராயின் கடத்தல் செய்வதோ, வக்கீல் எனப்படும் ஒரு வெளிநாட்டுக்கு ஆள் கடத்தும் ஏஜன்ரின்

பிரதாபங்களோ கலாபனுக்குத் தெரியவருவது அவனால்தான். அந்தவகையில் நடராஜாவினால் வரும் நஷ்டத்தை அவன் பொறுத்துக்கொண்டான்.

இதுபற்றி கலாபனே ஒருநாள் அவனிடத்தில் கேட்டிருக்கிறான்: 'நான் சாராயம் வாங்கித் தராட்டியும் நீ இந்தமாதிரி என்னிட்ட வந்து கதை சொல்லிக்கொண்டிருப்பியோ, நடா?'

'வருவனெண்டுதான் நினைக்கிறன், அண்ணை. ஒண்டு, இஞ்ச எனக்கு கனபேர் சிநேகிதமாயில்லை. மற்றது, ஏனோ உங்களோட பேசினா இருக்கிற கவலையில கொஞ்சமெண்டான்ன குறைஞ்சு மனம் அமைதியாகிறமாதிரி இருக்குது. அதுக்காண்டியாச்சும் நான் வருவன்தான்.'

இவ்விதமே செரினிடமும் ஒருநாள் கேட்டிருக்கிறான். 'நான் பார்த்துப் பார்க்காமல் காசைச் செலவளிக்கிற ஆளாய் இல்லாவிட்டாலும் நீ எனக்காக இப்படிக் காத்திருப்பாயோ, செரின்?'

அவள் கேட்டுக் கடகடவென ஒரு முழு நிமிட நேரம் சிரித்தாள். பிறகு சொன்னாள்: 'கண்டிப்பாக இருக்க மாட்டன், கலாபன். இங்கே எப்போதும் ஒரு கண் என் நடவடிக்கையெல்லாவற்றையும் கவனித்துக்கொண்டே இருக்கிறது என்பதை முதலில் நீ தெரிந்துகொள்ள வேண்டும். ஆசைவயப்பட்டோ, இல்லையேல் காதல்வயப்பட்டோ காசில்லாமல் நான் யார்கூடவும் படுக்கப்போய்விட முடியாது. காசு எனக்கு வேண்டும். ஆனாலும் நான் காசுக்காக உன்னோடு வருகிற நேரத்தில், ஆசையோடும்தான் வருகிறேன். உனக்கு ஒன்று தெரியுமா, கலாபன்? அதீதக் காம உணர்வில்லாத ஒரு பெண் வியபிசாரியாக முடியாது. அல்லது ஒரு நிர்ப்பந்தத்தில் வியபிசாரியாகிறவள் பின்னால் அதீதக் காம உணர்வை அடைந்துகொள்கிறாள். என் காமத்தை உன்னோடு தணிக்கவே இந்த நிமிஷம்வரை என் தேகம் துடித்துக்கொண்டிருக்கிறது. இந்தத் துடிப்பை எழுப்புகிற பந்தம்தான் மாதத்தில் ஒரு தடவை அல்லது இரண்டு தடவைகள் என்னை ஒரு பெண்ணாய் உன்னோடு வாழவைக்கிறது. இந்தப் பந்தம் நித்தியமில்லை. உனக்குப்போலவே எனக்கும். ஆனாலும் நீ இருக்கிறவரை அதன் அநித்தியம்பற்றி நான் நினைப்பதில்லை.'

அவளுடைய கண்கள் கலங்கியிருந்தன. கரு ஒளி சுடர்விடும் அந்தக் கண்களையே வெகுநேரம் பார்த்துக்கொண்டிருந்தான் கலாபன். அலைகள் எழுந்து அவளது கண்களுக்குள் சீறியடித்தன. சீற்றமாய் அற்ற சீறுதல். உண்மை வெளிப்படும் தருணம்

அதுபோல் சீற்றமாய்த்தான் இருக்குமோ? பின் அந்த அலை அடங்கியது மெதுமெதுவாய். காரிருட் கண்களில் அப்போது ஒரு நிறைவு தென்பட்டது. மெய்யுணர்தல் எவரிடமிருந்தெல்லாம் அடைதல் சாத்தியமாகிறது! கலாபன் ஆச்சரியப்பட்டான்.

மறுநாள் காலையில் அங்கிருந்து புறப்படு முன்னர் காசு கொடுத்தான். அதை வாங்காமலே அவள் சொன்னாள்: 'உனக்குத் தேவையானால் வைத்திரு. அடுத்தமுறை வரும்போது தரலாம்.'

'துபாயில இதை வைச்சு நானென்ன செய்ய?'வென்று சொல்லிக் கொடுத்துவிட்டு வந்தான் கலாபன்.

கப்பலின் பின் அணியத்தில் நின்றிருந்த கலாபனுக்குக் கடலினதும் வானினதும் விரிநீலம் மறைந்து, செரினது கண்களின் அடரிருள் தரிசனமாயிற்று. அவளது கண்களே தன் தூக்கத்தை இழக்கச் செய்துகொண்டிருக்கின்றன என்பதை உணர அவனுக்கு அதிகநேரம் ஆகவில்லை.

இரண்டு நாட்கள் முந்திய அந்த இரவில் காம தேவதையாகவே மாறியிருந்தாள் செரின். அவன் ஈடுகொடுத்தான். அதுதான் அவனை அலைக்கழித்துக்கொண்டிருந்தது. அவன் அவளது பிரியத்துக்குள் அமிழ்ந்துகொண்டு போகிறானா? அப்படியானால் அவன் மேலெழ வேண்டும். அவளது வாழ்க்கைக்காக அவன் இரங்கலாம். ஆனால் கைகொடுத்துவிட முடியாது. அவன் கைகொடுப்பானென்று அவளும் நினைத்திருக்கவில்லை. ஆனால் அவன் நினைக்கமாட்டானென்பதற்கு உத்தரவாதம் இல்லை. காலில் கொளுவிய வளையம் இறுகிவிட்டால் விலங்காகிவிடும்.

நன்கு விடிந்துவருவது தெரிந்து கலாபன் உள்ளே சென்றான்.

மதியம் பன்னிரண்டு மணிக்கு மறுபடி அவன் வேலைக்கு என்ஜின் றூம் இறங்கியபோது, அங்கே எழுந்துகொண்டிருந்த சத்தம் இயல்பில்லாததாய்த் தோன்றியது. வெப்பமும் இயல்பில்லாததாய்த் தெரிந்தது. மெயின் என்ஜின் மூசிமூசி வேலை செய்துகொண்டிருந்தது. கப்பல் வழமையான அதன் வேகத்துக்குச் சற்றுக் கூடுதலாகவே போய்க்கொண்டிருந்ததன் காரணமாக அது இருக்கலாம். மூன்றாவது பொறியாளனான பர்வீன்குமார் அவன் வரவை எதிர்பார்த்துக்கொண்டிருந்தான். அவன் இயந்திரங்களை நன்கு பரிசீலித்துக்கொண்டு கீழே வந்தபோது நேரம் பன்னிரண்டு மணி ஐந்து நிமிஷங்கள். கலாபன் ஐந்து நிமிஷ தாமதம் என்பதுபோல் ஒரு கறாரப் பார்வையில் நின்றிருந்தான்.

அவன் கப்பலேறிய முதல்நாளிலிருந்தே தொடங்கிய பனிப்போர் அது. கலாபன் அதைப் பொருள் செய்யவில்லை.

இரண்டு மணியளவில் பிரதான எந்திரத்தின் அருகே நின்றிருந்தபோது நாலாவது சிலிண்டருக்குள் சில உலோக நொருங்குதல்களைக் கேட்டான் கலாபன். அவ்வாறான நிலைமைகள் உடனடியாகப் பிரதம பொறியாளருக்கு அறிவிக்கப்பட வேண்டும். பர்வீன்குமாரே பொறுப்பான பொறியாளனாய் இருக்கிறவகையில் கலாபனே சென்று அதைக் கூறிவிடக் கூடாது. எனவே பர்வீன்குமாரை அழைத்து நிலைமையைச் சொன்னான். பெரிதான சத்தம் எதுவும் இல்லை, கூடுதலாகக் கேட்கும்போது பார்க்கலாமென்று அவன் சொல்லிவிட்டான். கலாபனுக்கு அதற்கு மேலே அக்கறையென்ன?

ஆனால் அது உடனடியாகக் கவனத்தைக் கோருவதும், பாரிய பாதிப்புகளை எந்திரத்துக்கும், நெருப்பு அபாயங்களை கப்பலுக்கும் ஏற்படுத்தக்கூடியதாகும். கலாபன் நான்கு மணிவரை மிகக் கவனமாகவே இருந்தான்.

நான்கு மணிக்கு இரண்டாவது பொறியாளனின் வேலை நேரம். அவன் பெரும்பாலும் கீழே வருவதில்லை. மேலே நின்று தனது ஓயிலரைப் பார்த்து எல்லாம் சரியாக இருக்கிறதா என்று பெருவிரல் நிமிர்த்திச் சமிக்ஞையில் கேட்பான். ஓயிலர் ஒன்றும் பிரச்சனையில்லையென்ற சமிக்ஞை காட்டிவிட்டால் அப்படியே பிறிட்ஜுக்குப் போய்விடுவான்.

நான்கு – எட்டு மணி வேலை தொடங்குவதற்குச் சிறிதுநேரத்துக்கு முன்பாக ஓயிலர் வந்தபோது நான்காவது சிலிண்டருக்குள் சத்தம் கேட்பதை கலாபன் அவனுக்குச் சொன்னான்.

அதை பர்வீன்குமார் நிச்சயமாக விரும்பவில்லையென்பதை அவன் மேலே செல்லும்போது பார்த்த பார்வையில் தெரிந்தான் கலாபன். அவன் பொருட்படுத்த எதுவுமில்லை. அவனுக்குக் கப்பலின் பாதுகாப்பு, அத்தோடு கூடிய தனதும் மற்றுள எல்லாக் கடலோடிகளதும் பாதுகாப்பு முக்கியமானது.

வேலை முடிந்து போய் சாப்பிட்டுப் படுத்துத் தூங்கியபின் இரவு பன்னிரண்டு மணியளவில் அவன் மீண்டும் வேலைக்கு இறங்கியபோது புகைபோக்கியின் ஒரு குறிப்பிட்ட இடத்தைச் சுட்டிக்காட்டி அதில் தீ மூளக்கூடிய சாத்தியமிருப்பதையும், இன்னும் சில மணிநேரங்களில் கப்பல் துபாயை அடைந்து விடுமாதலால் திருத்த வேலைகளுக்கு அப்போதைக்கு அவசியமில்லையெனப் பிரதம பொறியாளன் கருதுவதாகவும் சொல்லிச் சென்றான் பயில்நிலைப் பொறியாளன்.

ஓடிவந்து என்ன சொன்னானெனக் கேட்ட பர்வீன்குமாருக்குப் புகைபோக்கியின் ஒரு பொருத்தில் தீப்பிடிக்காத கவர் பிரிந்திருந்த இடத்தில் நெருப்பு கனன்றுகொண்டிருப்பதைக் காட்டினான் கலாபன். பார்த்த பர்வீன், 'ஓ... ராம்... ராம்' என்றான். பின்னால் அவனது போக்கே மாறிப்போனது. எப்போதும் நிமிர்ந்து நிமிர்ந்து அந்த இடத்தையே பார்த்துக்கொண்டிருந்தான்.

அதிகாலை மூன்று மணி ஆகியிருந்த வேளையில் திடீரெனச் சுவாலை தோன்றியது அந்த இடத்தில். அதைக் கண்ட பர்வீன்குமார் கலாபனை அங்கே நிற்கும்படியும், தான் மேலே போய்ப் பிரதம பொறியாளரிடம் விஷயத்தைக்கூறி அழைத்துவருவதாகவும் சொல்லிவிட்டு கலாபனின் பதிலுக்குக்கூடத் தாமதிக்காமல் மேலே ஓடினான்.

ஒயில் றிங் உடைந்த நிலையில் மேலே செல்லக்கூடிய எண்ணெய்க் கசிவினால் அவ்வாறான தீப்பிடிக்கும் நிலை தோன்றக்கூடும்தான். அதுவே ஆபத்தான நிலைமையில்லை. ஆனால் அது தொடர்ந்து சென்று பரவ ஆரம்பித்தால் நிச்சயமாக ஆபத்துண்டு. கையால் பாவிக்கும் தீயணைப்புக் கருவியை எடுத்து அதை அநாயாசமாக அணைத்துவிட்டு கலாபன் திரும்ப, படிகளில் இறங்கி ஓடிவந்துகொண்டிருந்தார் பிரதம பொறியியாளர். பின்னால் பருத்த தன் சரீரத்தைத் தூக்கிக்கொண்டு ஓடமுடியாத பர்வீன் தாண்டித் தாண்டி வந்துகொண்டிருந்தான்.

கலாபன் நடந்ததை விபரித்தான்.

செய்யவேண்டிய சரியான காரியம் அதுதானென கலாபனைப் பாராட்டிய பிரதம பொறியியாளர், திரும்பி பர்வீனை ஒரு பார்வை பார்த்தார். அந்தளவில் கப்ரனும் என்ஜின் றூமுக்கு வந்துவிட்டான். பின்னர்தான் கலாபனுக்குத் தெரிந்தது, பர்வீன்குமார் மேலே ஓடுவதற்கு முன் கப்ரன் கபினிலும், பிரதம பொறியாளர் கபினிலும்மட்டும் கேட்கும்படியான அபாய அழைப்பு மணியின் சுவிட்சை அழுத்திவிட்டு ஓடியிருந்தது.

பிரதம பொறியாளர் கேட்டார், 'அபாய மணியை அழுத்திய நீ பின் எதற்காக மேலே ஓடிவந்தாய்?' என. அவன் சொல்வதறியாது விழித்தான். கப்ரனுக்கும் நிலைமை புரிந்தது.

இருவரும் மேலே சென்றனர்.

கலாபனும் வேலை மாறி மேலே சென்றபோது பர்வீன் குமாரைப் பார்த்தான். அவனது முகம் அப்போதும் பேயைக் கண்டவன்போல் விறைத்துக் கிடந்தது.

கப்பல் மறுநாள் காலையில் துபாய் துறைமுகத்தை அடைந்தது.

அது சரக்கை இறக்கிவிட்டுத் திரும்பியபோது பர்வீன்குமார் பிரதம பொறியாளரின் சிப்டுக்கு மாற்றப்பட்டிருந்தான். பயில்நிலைப் பொறியாளன் மூன்றாவது பொறியாளனாக வேலை பொறுப்பெடுத்திருந்த கலாபனுக்கு உதவியாக வந்தான்.

கப்பல் பம்பாய்த் துறைமுகத்தை அடைந்தபோது, அங்கே காரில் அமர்ந்துகொண்டிருந்தான் கம்பெனியின் துறைமுகப் பொறியாளன். துபாயில் கப்பல் நின்றிருந்தபோதே தொலைபேசியில் அல்லது தொலைநகலில் விஷயத்தை பர்வீன் தெரிவித்திருப்பானென கலாபன் ஊகித்தான்.

தொங்குபடி இறங்க மேலே வந்த துறைமுகப் பொறியாளன் நேரே கப்ரன் கபினுக்குச் சென்றான். அவன் எவ்வளவு கூறியும் கப்ரன் ஏற்றுக்கொள்ளவில்லை. தான் கப்பலின் குறிப்புப் புத்தகத்தில் தீ விபத்து ஏற்படவிருந்த நிலைமையை கம்பெனி நிர்வாகிகளுக்கு அறிவித்துவிட்டதால் தன்னால் செய்யக்கூடியது ஏதுமில்லையென்று கூறி, முடிந்தால் கப்பல் உரிமையாளனிடம் கதைக்கும்படி சொன்னான். அந்த விஷயத்தில் தன்னால் செய்யமுடிந்தது, தீவிபத்து ஏற்பட்ட வேளையில் பர்வீன்குமார் நடந்துகொண்ட விதத்தைப் பதிவேட்டில் எழுதாமல்விட்டது மட்டுமேயென்றும் தெரிவித்தான். அவ்வாறு ஒரு பதிவு ஏற்பட்டால் இனி எந்தக் காலத்திலும், எந்தக் கப்பலிலும் அவனால் பொறியாளனாக வேலை பார்க்க முடியாது போயிருக்குமென்பது தெரிந்திருந்த துறைமுகப் பொறியாளன் மேலே கப்ரனை வற்புறுத்தவில்லை.

பர்வீன்குமார் கப்பலைவிட்டுச் சுவடேயின்றி வெளியேறினான்.

●

அலையும் கடல்

கோடை காலத்தில் அராபியக் கடலின் பயணம், வேறு எந்த பெருஞ் சமுத்திரங்களது பயணத்தைப்போலவும் பயங்கரமானதாகவிருக்கும். பெரும்பெரும் அலைகளாலல்ல, பாலைவனத் திசையிலிருந்து கிளம்பிவரும் மாபெரும் புழுதிப் புயல்களால் அது விளைகிறது.

ஒவ்வொரு மண்ணுக்கும் ஒரு சுகமான வாசனையுண்டு. அந்தந்த மண்ணோடு வாழ்வை இரண்டறக் கலந்தவர்களுக்குப் பெரும்பாலும் அந்த வாசனை வசமாகியிருக்கும். பாலைநில மண்ணுக்குள்ளதும் அதுபோன்ற ஒரு வாசமே யெனினும், அது கோடைகாலத்தில் வெப்பமேறிச் சுழன்று வரும்போது உயிர்கொல்லும் ராட்சதத்தனம் கொண்டுவிடும்.

பம்பாய் வழியில் ஒரு இரவு அலையடித்த கடலில் நாசிக்கொவ்வா வாசனை வீசிக்கொண்டிருந்ததை கலாபன் வேலைமுடிந்து மேலே வந்தபொழுதில் முகர்ந்திருந்தான். மூடிய பக்கக் கண்ணாடிக் கதவுகளில் குறுணிக் கற்களை அசுர கரம்கொண்டு யாரோ இடையறாது வீசிக்கொண்டிருப்பதுபோன்ற ஓசை நள்ளிரவில் எழ ஆரம்பித்திருந்ததையும் அவன் கேட்டான். வெளியே படுத்து தூங்காதவரை அந்தப் புழுதிப் புயலுக்கு அவன் அஞ்சவேண்டியதில்லை. ஆனால் அது கப்பல் எந்திரத்துக்கு ஆபத்தை விளைக்கக்கூடியது.

இயந்திரம் வேலைசெய்கையில் பிஸ்டனின் காற்றழுத்தத்தில் பீச்சப்படும் கொதி மசகெண்ணை

வெடித்து உந்துசக்தியைப் பிறப்பிக்கும்போது கிளரும் புகை, வெளியேறுவது எவ்வளவு அவசியமோ, அதேயளவான காற்று எந்திரத்தின் உள் நுழைவதும் அவசியமானதாகும். அப்போது அது ஒரு விசையோடு உள்ளிழுக்கப்படுவது நிகழும். புழுதிப் படலத்துடன் வரும் மணற்குறுணிகள் அந்த விசையோடு அரிப்பான்களையும் கடந்து உள்ளே சென்றுவிட்டால் பிஸ்டன் வளையங்களின் உடைவு, சிலிண்டரின் உட்பக்கச் சேதமெனப் பாதிப்புகள் ஏற்படுவது தவிர்க்க முடியாதபடி சம்பவிக்கும்.

சரக்கற்ற கப்பலானதால் அலைகளில் தாவித் தாவித்தான் பம்பாய்த் துறைமுகத்தை அது அடைந்தது. அது ஒரு ஆடி மாதத்து இருபத்துமூன்றாம் தேதியாகவிருந்தது.

கலாபன் எதிர்பார்த்திருந்ததுபோல் நடராஜா அன்று அவனுக்காக அங்கே காத்திருக்கவில்லை. 'என்ன நடந்தது நடாவுக்கு? ஒருவேளை கப்பலேதேனும் அகப்பட்டு ஏறிக் கொண்டானோ?' பலதும் நினைத்தபடி வி.ரி. ஸ்ரேஷனை நோக்கி கலாபன் நடந்துகொண்டிருந்தான்.

வெய்யில் தாழ்ந்த அம்மாதிரி நேரத்தில் குறுக்கே கிடந்த அந்த நெடுவீதியின் நடைபாதையில் ஏகாந்தமாய் நடந்துவர கலாபனுக்குப் பிடிக்கும். நடப்பது அந்த நடைபாதையில் சிரமம். நடைபாதைக் குடிசைகளும், குடிசை மனிதர்களின் வாழ்வியக்கமும் அந்த இடைஞ்சலை எப்போதும் செய்துகொண்டேயிருக்கும். ஆனால் அவர்கள் தமிழர்களாயிருந்த வகையில் அந்த இடத்தில் நடப்பதை அவன் விரும்பியே செய்தான்.

அந்த இடத்திலிருந்து வி.ரி. சந்திப்புக்கு ஏறக்குறைய ஒன்றரை கிலோ மீற்றர். தூரம் முழுவதும் தமிழ்நாட்டுக்காரரின் வாசஸ்தலம்தான். தார்போலின் அல்லது வெட்டி நிமிர்த்திய தார் பீப்பாய்க் கூடுகளுள் ஒரு குடும்பமே வாழும் இசை கிளர்ந்துகொண்டிருக்கும். அது நள்ளிரவுவரை அந்த இடத்தில் தொடர்ந்துகொண்டிருக்கும். சனி, ஞாயிறெனில் அந்நெடுஞ் சாலையில் வந்தும் போயும் கொண்டிருக்கும் நூற்றுக்கணக்கான சரக்கு லொறிகளும், நூற்றுக்கணக்கான ராக்ஸிகளும், சைக்கிள்களும், குறுக்கே வெட்டிப் பாயும் பாதசாரிகளுமாய் அடைந்துகொண்டு திணறும் வீதியில், அந்தத் தெருவோரக் குடிசைகளுக்குள்ளிருந்து கிளரும் வெஞ்சொற்பெருக்கு அலாதியான ரசனை தருவது. உள்ளேயிருப்பவர்கள் அப்போது கோபப்பட ஆரம்பித்திருந்தார்கள் என்பதன் அர்த்தமது. அழும் குழந்தைகளின் கூச்சல் பெரும்பாலும் அந்தநேரத்தில் பசிக்காய் இருப்பதில்லை.

கோபம், எரிச்சலாதிய உணர்வுகளெல்லாம் மெல்ல மெல்ல ஆண்–பெண் போதையேற்றத்துடன் முதிர் இரவில் சரஸமாக மாறிவிடுகிறது. நள்ளிரவுக்குமேல் போகாலாபனை ஒலிகளும் நீள்மூச்சுக்களும் அந்த இடத்தை ஆக்ரமித்திருக்கும். அதுவே அவர்களும் மனிதரென்பதினதும், அங்கே வாழ்க்கை இயங்குகிறதென்பதினதும் அடையாளமாகும்.

இந்த வழக்கமான ஒரு மாலைநேரத்துச் சூழ்நிலை அப்போது அந்த இருபக்க நடைபாதைகளிலும் தென்படவில்லையென்பது கலாபனுக்கு ஆச்சரியமாகவிருந்தது. கலகலப்பு அடங்கிமட்டுமல்ல, ஒரு சோகமும் கோபமும் கலந்த உணர்வுக் கலவையிலும் அது விளங்கியது.

நடராஜா வந்திராததும், சூழ்நிலையின் மாற்றத்திலானதுமான யோசனைகளுடன் அவன் வி.ரி. சந்திப்பை வந்தடைந்தான். ஆங்காங்கே நின்றிருந்த இலங்கைத் தமிழிளைஞர் குழுக்களிடையே கலவரம்... கொழும்பு... தமிழ்ச் சனம்... என்ற வார்த்தைகள் கிளர்ந்து அவனைப் பரபரபாக்கின. கலாபனால் யாரையேனும் விசாரித்திருக்க முடியும். ஆனால் அவன் அத்தனை காலத்தில் அவர்களோடு நின்று என்றுமே கதையாடியதில்லை.

கலாபன் விரைந்து பெரியன்ரி வீட்டை அடைந்தான்.

வழமைபோல் வாசலில் செரின் ஆவல் ததும்பும் முகத்தோடு அவனது எதிர்பார்ப்பில் நின்றிருக்கவில்லை.

அவன் உள்ளே சென்றான்.

வாசலில் அரவம் கேட்டு உள்ளே பாய்ந்து பதுங்கத் தயாரான நிலையில் செரினின் அறை வாசலோரம் நின்றிருந்தான் நடராஜா. அவளுடைய அறை வாசலில் அவன் பதுங்கிநிற்கக் காரணம் விளங்காத கலாபன் தனியாக ஒரு மூலையிலிருந்த சோபாவில் சென்றமர்ந்தான். அதன் கிரீச் சத்தத்தில்தான் செரின் எட்டிப் பார்த்து அவன் வந்திருப்பதைக் கண்டது. சமையலில் கவனமாகியிருந்த பெரியன்ரியும் அப்போதுதான் கண்டாள்போல. சிரித்து, 'உன்னை இரண்டு நாட்களாக எதிர்பார்த்துக்கொண்டு இருக்கிறோ'மென்றாள். செரின் அவனை எதிர்பார்த்திருந்தாள் என்பதன் வேறுவடிவச் சொற்கள் அவை.

செரின் வரும்போதே நடராஜாவும் கூடவந்தான். எதிரேயிருந்த நாற்காலியில் அமர்ந்தான். பழைய மின்விசிறி கிளர்த்திய அற்பக் காற்றில் வியர்த்து வழிந்தான்.

'கேள்விப்பட்டியளே, அண்ணை?' என்று தொடங்கிய நடராஜா இனக்கலவர நெருப்பில் கொழும்பு எரிந்து கொண்டிருப்பதை விரிவாகக் கூறினான்.

திகைப்பு, வேதனை, கோபம் என்ற உணர்ச்சிக் கலவையில் கலாபன் உறைந்திருக்க, 'இந்தியச் செய்தியிலதான் விஷயம் சொல்லுறான். இந்த நிமிஷம்வரைக்கும் ஊரங்குச் சட்டம் கூடப் போடேல்லையாம். ஆயிரம் தமிழ்ச் சனத்துக்கு மேல செத்திட்டதாய்த் தெரியுது' என்றான் நடராஜா தொடர்ந்து.

'இந்தியா ஒண்டும் சொல்லேல்லையோ?'

'இந்தியா அங்க நடக்கிறதுக்களைத்தான் சொல்லிக் கொண்டிருக்கு இந்தளவுக்கும். அதாலதான் அங்க நடக்கிறது கொஞ்சமெண்டான்ன வெளியில தெரியுது.'

நேரம் நகர்ந்துகொண்டிருந்தது.

'பியர் கொண்டுவரவா, கலாபா?' என்று கேட்டாள் செரின்.

சிறிதுநேரம் மௌனமாயிருந்த கலாபன், 'இந்த மனநிலைக்கு பியர் தாங்காது. இந்தா நடா, முழுசு ஒண்டு எடுத்துக்கொண்டு வா' என்று பணமெடுத்துக் கொடுத்தான். 'நான் இப்ப வெளியில போகேலாது. நேற்றையிலயிருந்து இஞ்சதான் கிடக்கிறன். வெளியில கொஞ்சம் பிரச்சினை ...' என்றபடி கலாபனிடம் பணத்தை வாங்கி செரினிடம் கொடுத்தான் நடராஜா. அவள் வேறு யார் மூலமாகவாவது வாங்கிக்கொள்வாள். போகுமுன் கலாபனைக் கேட்டாள்: 'உன்னுடைய குடும்பமோ, நெருங்கிய சொந்தக்காரரோ யாரும் கொழும்பில் இல்லைத்தானே, கலாபா?'

'இல்லை. என்றாலும் கொழும்பில் சாகிறவர்களும் எனது சனங்களல்லவா?'

'அதுமெய்தான்' என்றுவிட்டு அப்பால் நகர்ந்தாள் அவள்.

சமீபத்திலேயே மதுபானக் கடை இருந்ததில் விரைவில் 'டொக்ரேஸ்' பிறண்டியோடு திரும்பிவந்துவிட்டாள் செரின்.

குடித்துக்கொண்டிருக்கும்போது கலாபன் நடராஜாவுக்குச் சொன்னான்: 'கப்பலுக்கு நீ வரேல்லையெண்டோடன உனக்குத்தான் எதோ பிரச்சினையெண்டு நினைச்சிட்டன். கப்பலேறியிட்டியோ எண்டுகூட யோசிச்சன். ஆனா அது இந்தமாதிரியான பிரச்சினையாயிருக்குமெண்டு நான் நெக்கேல்ல. திடீரெண்டு என்னெண்டு நடா ..."

'திண்ணவேலியில ரைகர் வைச்ச குண்டில பதின்மூண்டு ஆமிக்காறர் செத்துப்போனாங்கள் ...'

'அப்ப பிரச்சினைக்கு அதுதான் காரணமெண்டு சொல்லு. இவங்களும் சும்மா இருக்கிறேல்ல... எடுத்ததுக்கெல்லாம் அவங்களை நொட்டிக்கொண்டு ...'

நடராஜா பேசாமல் கேட்டுக்கொண்டிருந்தான். அவன் முகத்தின் பாவங்கள் மாறத் தொடங்கியிருந்ததை செரின் கண்டாள். ஏனென்று விளங்கியிருக்கவில்லை அவளுக்கு. அது ஏதோவொரு வகையில் இனக்கலவரம் சம்பந்தமானதென்று மட்டும் புரிந்துகொண்டாள்.

ஒருபோது நடராஜாவின் நிலைமை கவனமாகி, 'நீயேன் கிளாஸைத் தொடாமல் இன்னும் வைச்சுப் பாத்துக்கொண் டிருக்கிறாய்? ஓ... நான் இயக்கத்தைக் குறை சொல்லுறது உனக்குப் பிடிக்கேல்லைப்போல?' என்றான் கலாபன்.

'நாங்கள் வெளியில இருந்துகொண்டு என்னத்தையும் கதைக்கலாமண்ணை. அங்கத்த நிலைமை எங்களுக்குச் சரியாய்த் தெரியாதெல்லோ? போராட்டமெண்டு தொடங்கினாப் பிறகு ஆமிக்காறனை சாகாமல் அடிக்கவேணுமெண்டா ஏலுமே?'

அதற்கு கலாபன், 'சனம் எப்பிடிப் போனாலும் பறவாயில்லை, போராட்டம் துவங்கியிட்டா அடிச்சுத்தான் தீருவமெண்டு சொல்லுறாய்போல? உனக்கொரு கதை தெரியுமோ, நடா? வில்லுக்கத்தி தம்பு எண்டு ஒருத்தன் இருந்தானாம். கத்தியை எடுத்து விரிச்சானெண்டா ஆருக்கெண்டான்ன குத்தாமல் வைக்கமாட்டானெண்டதால அந்தப் பேர். ஒருநாள் வில்லுக்கத்தியை எடுத்து தம்பு விரிக்க, சண்டைக்காறன் வயலுக்குள்ள விழுந்து பாய்ஞ்சோடியிட்டான். என்ன செய்யிற தெண்டு தம்புவுக்குத் தெரியேல்லை. கடைசியில பேரைக் காப்பாத்திறதுக்காண்டி தன்ர துடையில குத்தியிட்டு கத்தியை மடிச்சானாம்' என்றான்.

இவ்வாறு தொடங்கிய கதையாடல் கொளுவுகிற நிலைக்கு ஏறிவிட்டது. செரின் தலையிட்டு நிலைமையைக் கட்டுப்படுத்தினாள். 'இதுக்காக நீங்கள் இரண்டுபேரும் பிரச்சனைப்படத் தேவையில்லை, கலாபன். கொழும்பில் நடக்கிற விஷயங்களைக் கேள்விப்பட்டுச் சம்பந்தப்படாத எனக்கே கஷ்டமாயிருக்கிறது. நேரடியாகச் சம்பந்தப்பட்ட உங்களுக்கு நிச்சயமாக இது பெரிய பாதிப்பாய்த்தான் இருக்கும். இங்கேயிருந்து நடப்பதைக் கண்டுகொண்டிருப்பதைத் தவிர நீங்கள் செய்யக்கூடியதும் ஏதுமில்லை. எல்லாப் பிரச்சனையும் விரைவில் முடிந்து மக்கள் பாதுகாப்பான இடம் சென்று சேரவேண்டுமென்று பிரார்த்தியுங்கள். நானும் உங்களோடு சேர்ந்து பிரார்த்திக்கிறேன்.'

அப்போது சென்னை மாநிலச் செய்தியில், இலங்கையில் நடைபெறும் இனக்கலவரம் குறித்து உடனடியாகப் பூரண

அறிக்கை சமர்ப்பிக்குமாறு இலங்கையின் இந்தியத் தூதுவரைப் பிரதமர் இந்திரா காந்தி அவசரமாக அழைத்துச் சொன்னதான தகவல் தெரிவிக்கப்பட்டுக்கொண்டிருந்தது.

தாங்கள் செய்வதற்கு ஏதுமில்லையென்பதும், அதுபோன்ற நல்லெண்ணத் தலையீடுகளே அப்போது இலங்கைத் தமிழ் மக்களுக்கான தேவையென்பதும் கலாபன், நடராஜா இருவருக்கும் புரிந்தன.

சிறிதுநேரத்தில் கலாபன், ‘வா, நடா. எனக்கு எங்கனயெண்டான்ன தனிமையில போய் கொஞ்சநேரம் இருக்கவேணும்போலயிருக்கு’ என்று எழுந்தான்.

‘நீங்கள் போட்டுவாருங்கோ, அண்ணை. வெளியில நேற்று சிங்களப் பெடியளோட கொஞ்சம் பிரச்சனையாப் போச்சு. அதுதான் வெளிக்கிடாமல் இஞ்ச நிக்கிறன்.’ நடராஜா சொன்னான்.

‘அப்பிடியெண்டாலும் நீ ஏன் பயப்பிடவேணும்? இஞ்சயும் அவையின்ர அதிகாரம் வலுத்திட்டுதோ?’

‘அதுக்கில்லை, அண்ணை. அடி வாங்கினவன் உரத்தவனாயிருந்தா எங்ஙனயும் ஒழிச்சு நிண்டிட்டு ஓடிவந்து கத்தியைக் கித்தியைச் செருகியிட்டா ...?’

கலாபன் ஒன்றும் சொல்லவில்லை. ஏற இறங்க அவனை ஒருமுறை பார்த்துவிட்டு வெளியே நடந்தான்.

ராக்ஸியெடுத்து பம்பாயின் நுழைவாயில் கட்டடத்தினோரம் நடந்து சென்று ஓரிடத்தில் அமர்ந்தான் கலாபன்.

இருண்டுகொண்டிருந்த பூகோளத்தில் மின் குமிழ்கள் தம் அடையாளம் காட்டின. மனிதர்கள் உருவங்களாய் அமர்ந்தும், நின்றும், நகர்ந்துமாய். சூழ தனிமையற்ற வெளியில் தனியனாய் அமர்ந்தும், தனியனாய் உணர்ந்தும்கொண்டு கடலையே வெறித்தபடியிருந்தான் கலாபன். அதே அலைதான் அவன் நாட்டையும் சென்று தழுவிக்கொண்டிருப்பது. அவ்வாறான ஆனந்த வீச்சாகவா அக்கரையிலும் அதன் அலைகள் இருந்திருக்கும்? அவலத்தின் ஓலமாகத்தானே அது தரையறையும்?

வெகுநேரத்தின் பின் பெரியன்ரி வீடு திரும்பியவன் அங்கேயும் அதிகநேரம் தாமதிக்காமல் கப்பலுக்குத் திரும்பினான்.

இரண்டாம் நாள் காலையில் கப்பல் சார்ஜாநோக்கிப் புறப்பட்டது.

செரின் தனக்கு உடல்நிலை சரியில்லையென்று கூறிவிட்டு அவ்வப்போது படுத்தெழும்பியபடியும், டொக்டரிடம் போய் வந்துகொண்டும் காலத்தைக் கழித்தாள்.

அறைக்குச் சென்ற நடராஜா திரும்பவரவில்லை.

யாரின் மனங்களும் சிதறுண்டு கிடந்தன.

கலாபனது மனம் அடங்கிநிற்க மறுத்தது. எங்கேயும் நீலம் தெரிந்தது. நீலம் கடலாக இருந்தது. அலையெறியும் கடலும் அவனுக்கு நெருப்புச் சுமந்ததாய், பிணம் மிதந்ததாய், இரத்தம் கலந்ததாய் எப்போதும் தோன்றிக்கொண்டிருந்தது. கடல் படாத மண்களாக உலகில் ஐம்பதுக்குமேல் நாடுகளில்லை. அவனதோ நாற்புறமும் கடல் சூழ்ந்த தீவு. அந்தவகையில் தீவின் நான்குபுறக் கதையும் தெரிந்த கடலது. கடலில் எங்கேயிருந்தாலும் அவனுக்கு அவன் நாடு ஞாபகமாகும். நாடு ஞாபகமாகும்போதெல்லாம் தன் இனத்தின் வல்விதி ஞாபகமாகும்.

தென்மேற்குப் பருவப் பெயர்ச்சிக் காற்றின் அலைகள் வேகவேகமாக எழுந்தடித்தன. அவன் வேலைசெய்த கப்பல் களிலேயே அதுதான் சிறிய கப்பல். ஆனாலும் அலைகளைத் தாங்கி முன்னேறும்விதமாய்க் கட்டமைக்கப்பட்டிருந்த கப்பல். அதனால்தான் அவனது பணிக் காலத்தில் ஒரு பயணத்தைக்கூட சிரமத்துடன் செய்திராத அனுபவம் அவனுக்கு அங்கே கைகூடியிருந்தது.

அவன் இனி தன் வீட்டையில்லை, தன் குடும்பத்தையில்லை, கடல் சொல்லக்கூடிய கதைகளைக் கேட்கலாம். இனத்துக்கு இனம் செய்த மோசங்களின் சோகங்களும் கொடூரங்களும் நிறைந்த கதைகளை.

காலம் பெருவெளியில் ஊழையிட்டு நகர்ந்துகொண்டிருந்தது.

●

கடத்தல் கப்பல்

இலங்கையில் இனக்கலவரம் நடந்து அப்போது அய்ந்து மாதங்கள் ஆகிவிட்டிருந்தன. வீடு போகிற எண்ணம் கலாபனின் மனத்துக்குள்ளிருந்து துடித்துக்கொண்டிருந்தது. மனோகரியல்ல, நீலாம்பரியே அவனது நெஞ்சுள் தீமூட்டிக் கொண்டு இருந்தவள். ஆனாலும் கடக்கமுடியாத அம்மாவினதும் மனோகரியினதும் தடைக்கற்கள் வழியில் கிடந்திருந்தன.

இந்தியாவிலிருந்தே ஜேர்மனிக்கோ பிரான்சுக்கோ வேறு எந்த நாட்டுக்காவதோ போய்விடும்படிதான் மனோகரியின் கடிதங்கள் அனைத்துமே கொண்டிருந்த செய்தி. வசதி வந்ததும் தங்களை எந்தநேரத்திலும் அங்கே கூப்பிட்டுக்கொள்ள முடியுமென்றும் அவள் தெரிவித்திருந்தாள். அவசரப்பட்டுத் தன்னைப் பார்க்கவென்றோ, பிள்ளைகளைப் பார்க்கவென்றோ ஓடிவந்துவிடவேண்டாமென்று அவள் போட்டிருந்த தடை அடிக்கடி கால்களில் இடறி அவனது ஊர்செல்லும், நண்பர்களையும் உறவினர்களையும் காணும், நீலாம்பரியை எடுத்துவைத்துக் கொஞ்சும் ஆசைகளையும் தள்ளிவைக்கப் பண்ணிக்கொண்டிருந்தன. அவள் சொன்ன அத்தனை நியாயங்களிலும் 'போய்விடு' என்ற ஒற்றைச் சொல் தனியனாய்த் தெரிந்துகொண்டிருந்தது அவனுக்கு. அதன் வேறு வடிவம் வராதே என்பதுதானே.

எல்லாம் அவன் மனத்துள்ளேயிருந்து உளைந்து கொண்டிருந்தன.

கப்பல் பம்பாய் வந்துசேர்ந்த அன்று மதியத்துக் குள்ளாகவே கப்பல் துறைமுக மேடையில்

கொண்டுவந்து கட்டப்பட்டுவிட்டது. கலாபன் உடனடியாக அன்று வெளியே புறப்படவில்லை. போகவா, வேண்டாமாவென வெகுநேரம் யோசித்துக்கொண்டிருந்தான். பின் வி.ரி. ஸ்ரேஷன் பக்கமாக அன்றி வேறெங்காவது செல்லலாமென எண்ணிக் கொண்டு புறப்பட்டான்.

அந்தவகையில் அவனால் செரினையும் நடராஜாவையுமே கூட ஒதுக்கிவிட முடியும்.

இருள்விழ ஆரம்பித்த ஒரு பொழுதில் அவன் கப்பலிலிருந்து வெளியே வந்தபோது நடாராஜாவுடன் அவன் வழக்கமாக வெளியேறும் துறைமுக வாசலில் செரின் நின்றுகொண்டிருந்தாள்.

கடந்த காலங்களில் ஓரிரு தடவைகள் அவள் அவ்வாறு வந்திருக்கிறாள். அவையெல்லாம் பேரானந்தமுற்று அவன் கொண்டாடிய கணங்களாயிருந்தன. ஆனால் அன்று ஏனோ அவனுக்கு அது பிடிக்கவில்லை. அவள் விலங்காக இறுகுவது உணர ஆரம்பித்திருந்தவனுக்கு வார்த்தைகள் அதற்குகந்தனவாகவே சீறிக்கொண்டு வெளிவந்தன. 'செரின், வெளியூர்களில் வேலையாயிருந்த நண்பர்கள் பலபேரிடமிருந்து தகவலில்லை. உயிரோடு இருக்கிறார்களா இல்லையாவென்று தெரியாமல் கலங்கிக்கொண்டிருக்கிறேன் நான். நீயோ கப்பல்வரை என்னைக் கலைத்துக்கொண்டு திரிகிறாய். எனக்கு இது உண்மையில் என்னவென்று விளங்கவேயில்லை, செரின். தயவுசெய்து என் மனநிலையைப் புரிந்துகொள்' என்றவன், அவள் சொல்ல வார்த்தையற்று வெட்கிநின்றது காணாமலே நடராஜாவின் பக்கம் திரும்பினான்: 'அவளுக்குத்தான் தெரியாது, உனக்கென்ன வந்தது, நடா? நீயேன் கப்பல் வாசல்மட்டும் அவளைக் கூட்டிக்கொண்டு திரியிறாய்?'

செரின் விம்மியது ஒருமுறை கேட்டது. நடராஜாவை ஏசிவிட்டுத் திரும்ப அவள் அங்கேயில்லை. சற்றுத் தள்ளியிருந்த பஸ் நிறுத்தத்தில் நின்றிருந்த பஸ்ஸில் அவள் ஏறிக்கொண்டிருந்தாள். தன்னைக் கடக்கும்போது பஸ்ஸில் அவளை அவன் பார்த்தான். கலாபா, நீயா இது சொன்னாய்? என்று துடித்துக்கொண்டிருந்த அவளது இதயத்தை கலாபன் அவளது கண்களில் அப்போது கண்டான். உடனேயே ஓடிப்போய், இருந்த மன ஈறலில் அப்படிச் சொல்லிவிட்டேன், மன்னித்துவிடுவென்று கதற வேண்டும்போல் அவனிடத்தில் துடிப்பெழுந்தது. ஆனாலும் அடக்கிக்கொண்டான். கொடுமையாக இருந்திருப்பினும் அதை அவன் செய்தே ஆகவேண்டியிருந்தது. முடிக்கவேண்டுமென்றிருந்தது, முடிந்து விட்டது. அவ்வளவுதான்.

அவனுக்கு அன்று போதையாகும்வரை குடிக்க வேண்டும் போல் இருந்தது. 'நீ என்ன செய்யப்போறாய், நடா? இப்பிடியே அவளிட்டை போப்போறியோ? இல்லாட்டி ...'

'என்னை ஏனண்ணை கோவிக்கிறியள்? உங்களைப் பாக்கப் போறனெண்டு வெளிக்கிட தானும் வாறனெண்டு கூடிக்கொண்டு வந்திட்டாள்... மற்றப்படி நானாய்க் கூட்டிவரேல்ல. வாருங்கோ போவம்.'

ராக்ஸியில் போய்க்கொண்டிருந்தபோது நடராஜா சொன்னான். 'நல்ல இடமாய்ப் போவமண்ணை. இண்டைக்கு என்ர சிலவு.'

'என்ன நடந்தது, நடா?'

'புத்தகம் வித்தது. ஒறிஜினல் புத்தகத்துக்கு நல்லவிலை போய்க்கொண்டிருக்கு. லண்டனும் பிரான்சும் அதில நல்லாய் ஓடுதெல்லே இப்ப.'

கலாபன் ஒன்றும் சொல்லவில்லை.

குடித்துக்கொண்டிருக்கும்போது அவன் வழக்கம்போலக் கலகலப்பாக இல்லாதது கண்டு கலாபன் காரணம் கேட்டான். அதற்கு, 'பிரச்சனை கொஞ்சம் அடங்கியிட்டுதெண்டாலும் மனம் அடங்கிக்கிடக்குதில்லை. நானும் இஞ்ச வந்து இப்ப நாலாவது வரியம் முடியப்போகுது. இனி இஞ்சை நிண்டும் செய்ய ஒண்டுமில்லை. கடைசியாய் முயற்சி பண்ணி ஒரு ஐயாயிரம் ரூவாய் சேத்திருக்கிறன். அதை வைச்சுக் கொண்டு கப்பலைப்பற்றி நான் நினைச்சுக்கூடப் பாக்கேலா. மூண்டு தங்கச்சியவை எனக்கு. கப்பலெடுத்து அதுகளைப் பாக்குமெண்டுதான் அம்மா தன்ர சங்கிலி காப்புகளை வித்துக் காசு தந்தவ இந்தியாவுக்கு போவெண்டு. எல்லாத்தயும் மறந்திட்டு கன்றியையும் அடிச்சுக்கொண்டு இனியும் நான் திரிஞ்சா, அதுகளுக்குச் செய்த முழுத் துரோகமாயிடும். எண்டாலும் என்ர நிலையை ஆர் நினைச்சாலும் இனி மாத்த ஏலாதெண்டுதான் தெரியுது. கடவுளும் கைவிட்ட ஜென்மமாயிட்டன். ஆனால்... நீங்கள் நினைச்சா... அதை கொஞ்சமெண்டாலும்... மாத்தேலுமண்ணை.'

கலாபன் சிரித்தான்: 'நானென்னடா செய்யேலும்? என்ர குடும்ப நிலமை தெரியுமெல்லே உனக்கு? கட்டி முடிஞ்ச வீட்டுக் கடனில பாதிக்குமேல குடுக்க இருக்கு ...'

‘நீங்கள் நினைக்கிற மாதிரியில்லை, அண்ணை. உங்கட குடும்ப நிலமை எனக்குத் தெரியாதே? நான் கேக்கிறது அதில்லை. எனக்குத் தெரிஞ்ச சிநேகிதனொருதன் துபாயிலை ஒரு அமெரிக்கன் ரக்போர்ட் கம்பனியில வேலைசெய்யிறானண்ணை. எப்பிடியெண்டான்ன துபாயிலை வந்து இறங்கியிடு, அங்க வேலையெடுத்துத் தாறனெண்டு எழுதியிருக்கிறான். இந்தமுறை கப்பல் போகேக்கை என்னையும் கொண்டுபோய் அங்க விட்டியளெண்டா சாகுமட்டும் உங்களை மறக்கமாட்டனண்ணை.’

‘விசர்கதை கதையாத, நடா. வெளியில தெரிஞ்சுதெண்டா என்ன நடக்கும் தெரியுமே? வேலை போறதெண்டாலும் பறவாயில்லை, ரண்டுபேரும் துபாயில உள்ளுக்க போற நிலைதான் வரும். உதை விட்டிட்டு வேற எதாவது கதை.’

‘உங்கட கப்பல்ல நடக்கிறது உங்களுக்கே தெரியாதண்ணை. போன முறைகூட உங்கட ஓயிலர் செல்வா ரெண்டுபேரைக் கொண்டுபோய் துபாயில இறக்கிவிட்டவன். ஆளுக்கு அஞ் சாயிரம் ரூவாய் வேண்டினவன்.’

‘அதுக்குத்தானாக்கும் நீயும் ஐயாயிரம் ரூபாய் சேத்து வைச்சிருக்கிறாய்? அப்பிடியெண்டா அவனிட்டயே கேளன்.’

‘கேட்டிட்டனண்ணை. அடுத்த முறை கூட்டிக்கொண்டு போறதாய் போன மாசமே ரண்டு பேரிட்ட காசு வாங்கி யிட்டானாம்.’

‘அப்ப அடுத்த முறை போ.’

‘அதுக்கு இல்லையில்லையெண்டு போனாலும் இன்னும் ஒண்டரை மாசமிருக்கு. இந்த நிலமை இப்பிடியே எவ்வளவு காலம் நீடிக்குமெண்டும் சொல்லேலாது. வசதி இருக்கேக்கை இதுகளைச் செய்திடவேணும்.’

பன்னிரண்டு மணியளவில் இருவரும் பாரிலிருந்து வெளிவரும்வரைகூட அந்த விஷயம்பற்றி நடராஜாவுக்கு ஒரு முடிவைச் சொல்லவில்லை கலாபன். ‘எதுக்கும் நான் ஒருக்கா செல்வாவை விசாரிக்கிறன்’ என்று மட்டும் அவனை வி.ரி. சந்தியில் இறக்கிவிடும்போது சொன்னான்.

மறுநாள் பகல் செல்வாவிடம் அதுபற்றிக் கேட்டபோது செல்வா பதிலைச் சிரித்தான்.

‘பயமில்லையேடா?’

‘என்ன பயம்? தமிழாக்கள்போலத்தான் கிடக்கு, ஆனா இவங்கள கண்ணாலகூட கண்டதில்லையெண்டு சொல்லியிட்டாப் போச்சு.’

அன்று மாலை நடராஜா மீண்டும் அவனைச் சந்தித்து ஐயாயிரம் ரூபாயை முன்னால் வைத்து இரண்டு கையெடுத்துக் கும்பிட்டபடி நின்று கெஞ்சியபோது கலாபனால் மறுக்கமுடியவில்லை. செரினை அறுத்துவிட்டாச்சு, இதோட நடாவையும் அறுத்ததாய் இருக்கட்டுமென்று நினைத்துச் சம்மதித்தான். 'காசு எனக்கு வேண்டாம். இதை உனக்காயுமில்லை, உன்ர கொம்மாவுக்கும் சகோதரங்களுக்காண்டியும் செய்யிறன். கப்பல் நாளைக்கு ரண்டு மணிக்கு வெளிக்கிடுகிது. நான் என்ஜின் றூமில நிக்கவேணும். உன்னை நேரத்தோட அறைக்குள்ள வைச்சுப் பூட்டியிட்டுத்தான் நான் போவன். இருமிக் கிருமி உள்ள இருக்கிறதக் காட்டிக் குடுத்திடாத, கவனம். நானில்லாத நேரத்தில உள்ளயிருந்து சிகரட்டும் பத்தாத. வரேக்க வயித்தையும் வெறுமையாக்கிக்கொண்டு வா. துபாய்மட்டும் சாப்பிடவும் ஏலாது, அதையும் நல்லா ஞாபகம்வைச்சுக்கொள்.'

பதினொரு மணிக்கு மதியச் சாப்பாட்டிற்கு கலாபன் போவதற்கு முன்பே நடராஜா கப்பலுக்கு வந்துவிட்டான். யாரும் கவனிக்காத வேளையில் அவன் உள்ளேயிருக்க அறையைப் பூட்டிவிட்டு கலாபன் சென்றான்.

மூன்று மணியாகிவிட்டது கப்பல் புறப்பட. வேலை முடிந்து வந்த கலாபன் அறைக்கு வர ஐந்து மணி. அதன் பிறகுதான் சிகரெட் ஒன்று புகைத்தான் நடராஜா கொஞ்ச நிம்மதியோடு.

அதுவொரு கொடுமையான நிலைமைதான் கலாபனுக்கு. மலவுபாதைக்குப் பயந்து சாப்பாடில்லாமல் இருக்கும் ஒருவனுக்கு முன்னால் சாப்பிட்டு வந்து ஏவறை விடுகிற மனச் சங்கடம் எந்தக் கொடுமைக்கும்தான் நிகரானது.

இன்னும் துபாயை அடைய மூன்று நாட்களிருந்தபோது காலை சிப்ஃட் முடிந்து அதிகாலை நான்கு மணிக்கு நடராஜாவுக்காக ஒரு ரீயுடன் வந்து கலாபன் கதவைத் திறந்து உள்ளே நுழைந்தான். அப்படியே முகத்திலடித்தது ஒரு வல்லிய வீச்சம். வயிற்றைக் குமட்டிக்கொண்டு வந்தது. ஆத்திரத்தோடு நடராஜாவைநோக்கித் திரும்பினான். கபின் லொக்கருக்கு பக்கத்தில் குறண்டிக்கொண்டு அமர்ந்திருந்த நடராஜா அவனது பார்வையை சந்தித்ததும் அழுதான். 'அடக்கேலாமப் போச்சண்ணை ...'

கைகழுவும் பேசினுக்குள்ளிருந்து இன்னும் வீச்சமெழுந்து கொண்டிருந்தது. அராபியக் கடலில் பகலிலே சூடு குறைவாகவும் இரவில் குளிர் அதிகமும் அடிக்கிற காலப்பகுதி அது. கதவைச் சாத்திவிட்டு தண்ணீரைத் திறந்துவிட்டான் அதன் முழு வேகத்தில். இருந்தும்தான் வீச்சம் குறையாதிருந்தது. அதுவே

கபினில் களவாக ஆளைக் கடத்திவருவதை வெளிப்படுத்திவிடக் கூடியது. காற்றுவழியின் கண்ணாடிக் கதவை விரியத் திறந்துவிட்டான். அமுங்கி வீசிய காற்று உள்ளே வரப் பஞ்சிப்பட்டது. அது போதாதென்று, வீட்டுக்குக் கொண்டு போகவென வாங்கிவைத்திருந்த விலைகூடிய வாசனை ஸ்பிறேயை எடுத்து பேசின் வாய்க்குள் சீறவைத்து, அறைக்குள்ளும் நன்கு அடித்துவிட்டான்.

ஆனால் அத்தனை நாட்களில் ஒரு வாய்கூட சாப்பிடாமலிருந்தும், அது எப்படி நடந்ததென்றுதான் கலாபனுக்குத் தெரியவில்லை. ஒருவேளை பொக்கற்றுக்குள் பிஸ்கற்... கேக் ஏதாவது...? சொல்லவும் எதுவும் இருக்கவில்லைப்போல், செய்யவும் எதுவுமிருக்கவில்லை.

கப்பல் துறைமுகத்தை அடைய இன்னும் சுமார் இருபத்து நான்கு மணி நேரங்கள் இருந்தன. பாவம் பாத்துச் செய்ததால, மருதடியானே, நீதான் காப்பாத்த வேணுமென்ற பிரார்த்தனையோடு கலாபன் படுத்தான்.

மறுநாள் மாலை நான்கு மணிக்கு கப்பல் துறைமுகத்தை அடைந்தது. அறையைத் திறந்து வைத்துவிட்டுச் செல்வதாகவும், கதவை உள்ளே கொளுவி வைத்திருக்கும்படியும், கப்பல் துறைமுகத்தில் கட்டிமுடிந்து வெளியாட்கள் வந்துபோய்க் கொண்டிருக்கும் ஆரவாரமான நேரத்தில் இறங்கிப் போய் விடும்படியும் கலாபன் நடராஜாவிடம் சொல்லி வைத்திருந்தான். கப்பல் கட்டப்பட்டு நீண்டநேரம் துறைமுகத்தைப் பார்த்தபடி நின்று பொழுதைக் கழித்துவிட்டு கலாபன் அறைக்கு வந்தான். கதவைத் திறப்பதான ஒரு பாவனை காட்டிவிட்டு உள்ளே சென்றபோது நடராஜா அங்கில்லை. கலாபனுக்கு அப்போதுதான் நிம்மதி வந்தது. அதற்கு மேலேதான் அவன் குளிக்கச் சென்றதும்.

அன்று இரவு படுத்தபோது சந்தோஷமும் ஜொனி வோக்கருமாய் இரண்டு போதைகள் கலாபனுக்கு. பத்து மணிக்கு மேலாகிற சமயம் படுக்கையில் சரிந்தான். உறக்கம் கண்களை அழுத்துகிற நேரத்தில் நடைபாதையெங்கும் தொம்... தொம்மென அதிரடிகள் எழுந்தன. திடுக்கிட்டுக் கண்திறந்தான்.

அதேவேளை கதவு படார்படாரெனத் தட்டப்பட்டது. அது கப்பலில் வேலைசெய்பவர்கள் தட்டுகிற சத்தமில்லை. அதிகாரம் ஒலியில் கொடிகட்டியிருந்தது. கலாபனுக்கு அஞ்சும் கெட்டு அறிவும் கெட்டுவிட்டது. நடா பிடிபட்டிட்டான் என்றே எண்ணிவிட்டான். எழுந்து நடுங்குகிற கைகளினால் கதவைத் திறந்தான்.

வெளியே கையில் நீண்ட கம்புடன் அராபிய உடையணிந்த துபாய் துறைமுகப் பொலிஸ். அது சாதாரண பொலிஸ்சும் அல்ல, போதை வஸ்து கடத்தல் தடுப்பு பிரிவு பொலிஸ்.

‘நீ தனியேதான் தங்கியிருக்கிறாயா?’

கலாபன் ஆமென்றான்.

‘வெளியே வரக்கூடாது. வெளியிலிருந்து யாரையும் உள்ளே விடவும்கூடாது.’

பொலிஸ் அடுத்த கபினுக்குப் போனது.

கலாபன் சிகரெட் எடுத்துப் பற்றவைத்தான்.

கீழ்த் தளத்திலேதான் சந்தடி அதிகமாக இருந்தது.

அறைக்குள் இன்னுமே மெதுவாக இழைந்துகொண்டிருந்த மலநாற்றத்தை வந்த பொலிஸ் முகர்ந்திருக்குமா? அவனுக்கு நாயின் மூக்கிருக்க நியாயமில்லையென்று கலாபன் அடங்கினான்.

ஏதும் பிரச்னை ஏற்படுகிற சமயத்தில்தான் என்ஜின் றூமில் ஒளிந்து வந்ததாகக் கூறச் சொல்லி நடராஜாவிடம் கூறியிருந்தான். நடராஜா பொய்யை தீர்க்கமாய்ச் சொல்லுவானா? அல்லது சிறையிலே தெரிந்த ஒரு ஆள் துணைக்கு வரட்டுமென்று உண்மையைச் சொல்லுவானா?

நேரம் போய்க்கொண்டிருந்தது. இரண்டாம் பொறியாளரது அறைக்கு மெதுவாகச் சென்று பார்த்தான். அவரும் ஜொனிவோக்கருடன் நேரத்தைக் கடத்திக்கொண்டிருந்தார். ‘செகண்ட், என்ன நடந்தது? ஏன் பொலிஸ் வந்தது?’ கலாபனது கேள்விக்கு இரண்டாவது பொறியாளர் கையை விரித்தார்.

கீழே சென்று பார்த்துவருவதாகச் சொல்லிவிட்டு கலாபன் இறங்கினான். அப்போது கப்பலின் முன்னால் துறைமுக மேடையிலிருந்து பொலிஸ் வாகனங்கள் சில உறுமியபடி புறப்பட்ட சத்தம் கேட்டது.

அந்தளவில் கீழ்த் தள கபின்களிலிருந்து ஊழியர்கள் வெளியேவந்து ஒருவரோடொருவர் கதைத்துக்கொண்டு நின்றனர்.

அப்போது கப்ரனின் கபினிலிருந்து பொலிஸ் உயரதிகாரிபோல் தோன்றிய ஒரு அராபியர் நடுத்தளத்துக்கு வந்தார். சிறிதுநேரத்தில் அவரது வண்டியும் புறப்பட்ட சப்தம் எழுந்தது.

பின்னர்தான் கப்பரன்மூலமாக இரண்டாவது பொறியாளருக்கும், பின்னர் றேடியோ அலுவலருக்கும், பின் சாதாரண

ஊழியர்களுக்கும் பிரச்னையின் வேர் தெரியவந்தது. கப்பலில் கொண்டுவந்திருந்த கஞ்சாவை வெளியே யாரிடமோ கொடுக்கப் போய்க்கொண்டிருந்த செல்வா கைதுசெய்யப்பட் டிருந்தான். கேட்டு கலாபன் விதிர்த்துப்போனான்.

மெதுமெதுவாக எல்லாரும் படுக்கச் சென்றனர். கலாபனும் சென்று படுத்துக்கொண்டான்.

அது பிரச்சனை ஒய்ந்திருந்ததின் அடையாளம்தான். ஆனால் தீரவில்லை. தீருகிற பிரச்னையுமல்ல அது. மறுநாள் காலையில் அதன் விஸ்வரூபம் தெரிந்தது.

கடத்தல் கப்பலென்று தடுத்துவைக்கப்பட்டதோடு, அனைவரும் ஒட்டுமொத்தமாகத் திருப்பியனுப்பப்படவும் இருந்தனர். இயந்திரங்களைப் பராமரிக்க கப்பலிலே தங்க முடியுமாவென கம்பெனிக் கப்ரன் கேட்டபோது கலாபன் தயங்காமல் சம்மதித்தான். கலாபனையும், மேல் தளக் காவலுக்காகவும் கலாபனுக்கு உதவியாகவுமென இன்னொரு வரையும் தவிர இருபத்து நான்கு மணிநேரத்தில் அனைவரும் திருப்பியனுப்பப்பட்டனர்.

கப்பலும் தனியிடத்தில் இழுத்துச்சென்று கட்டப்பட்டது.

பேய் உறைந்திருந்ததுபோல் பகலிலும் இருண்டிருந்தது கப்பல். இரவோ இன்னும் பயங்கரம் செய்தது. கடகடவென எப்போதும் ஒரு இரைச்சலைக்கொண்டிருந்த கப்பலில் தூங்கிய இருவருக்கும், கப்பலின் ஓரத்தை மோதிய சிறு அலைகளதும் சத்தத்தில் அப்போது தூக்கமும் வரமறுத்தது.

காஸ் சிலிண்டரில் சமைத்துச் சாப்பாடு. பகலிலே துறைமுகத்துக்கு வந்தும் போயும்கொண்டிருந்த கப்பல்களைப் பார்த்துக்கொண்டும், இரவிலே லாந்தர் வெளிச்சத்திலிருந்து கடதாசி விளையாடியபடியும் மூன்று மாதங்களைக் கழித்தான் கலாபன்.

●

மனதில் இட்ட நங்கூரம்

1984ஆம் ஆண்டின் ஒரு சித்திரை மாதம் துபாயிலிருந்து கொழும்பு விமான நிலையத்தில் வந்திறங்கிய கலாபனைக் கூட்டிச்செல்ல சண்முகம் வந்திருந்தான். சண்முகம் திருகோணமலையில் தொழில்புரிந்தாலும் அவனுக்குக் கொழும்பையும் நன்கு தெரிந்திருந்தது. அவன் பல கொழும்பு நண்பர்களோடு தொடர்பிலுமிருந்தான். அன்று ஒரு லாட்ஜில் தங்கிக்கொண்டு மறுநாள் காலை பருத்தித்துறைக்கு பஸ் எடுப்பதே அவர்களின் திட்டம்.

மாலையில் சிறிதுதூரம் நடந்துவிட்டு வரலாமென வெளியே சென்றிருந்த வேளையில் எதிர்பாராதவிதமாகக் கொச்சிக்கடை அந்தோனியார் சேர்ச்சுக்கு முன்னால் தன் நீண்டநாள் கப்பல் நண்பன் ஒருவனை கலாபன் கண்டான். தான் அப்போது இலங்கையில் பாட்டா கம்பெனியில் வேலைசெய்வதாகக் கூறிய அவன் ஞானக்கோன் ஏஜன்ஸி உடனடியாக ஒரு கப்பல் என்ஜினியரைத் தேடிக்கொண்டிருக்கிறதாகச் சொன்னான். 'கொழும்பு துறைமுகத்தில் தடுத்து வைக்கப்பட்டிருக்கும் ஒரு கப்பலின் சரக்கை நீதிமன்ற அனுமதிபெற்ற லண்டன் கம்பெனியொன்று வேறொரு கப்பலில் ஏற்றுகிறவரைக்குமான சுமார் ஒன்று ஒன்றரை மாத காலத்துக்கான வேலைதான். உனக்கு இஷ்டமாயிருந்தால் சொல்லு, நான் கதைக்கிறேன்.'

சிறிது யோசனையின் பின் கலாபன் சம்மதித்தான். நண்பன் உடனேயே சிலிங்கோவுக்கு முன்னாலிருந்த ஞானக்கோன் கட்டத்திலுள்ள

ஏஜன்ஸி அலுவலகத்துக்கு அழைத்துச் சென்றான். வேலை, அவனது அனுபவங்களின் அடிப்படையில் உடனடியாகவே கிடைத்தது. நண்பனை அனுப்பிவிட்டு சண்முகத்திடம் வந்த கலாபன், 'நாளைக்கு காலமை பருத்தித்துறைப் பயணம் இல்லை' என்றுவிட்டு விஷயத்தை விவரித்தான்.

'அங்க உன்ர மனிசியும் பிள்ளையளும் காத்துக்கொண் டிருக்கப் போகினம்' என்ற நண்பனுக்கு, 'நான் இஞ்ச வந்திறங்கிற திகதியே அவைக்கு சரியாய்த் தெரியாது. எப்பவும் தெரிஞ்சதுமில்லை. இந்தக் கிழமை ... அடுத்த கிழமையெண்டு ஒரு உத்தேசத்திலதான் பாத்துக்கொண்டிருக்கிறவை. அதுவும் என்னை அவசரப்பட்டு வரவேண்டாமெண்டு சொல்லிக்கொண்டிருந்த ஆக்கள் அவ்வளவு பாசமாய் என்னை எதிர்பார்த்திடவும் மாட்டினம்தான, சண்முகம்? நீ அதுகளை விடு. எண்டாலும் ஒரு மாசம்தான, வேலை. கையில சுளையாய் நாளுக்கு ஐஞ்நூறு ரூவாயும் கிடைக்கப்போகுது, மேலதிகமாய் ஒரு பதினஞ்சாயிரம் இருபதாயிரம் ரூவாயோட வீட்ட போறது நல்லதெல்லோ? எனக்கே ஓடிப்போய் பிள்ளையளப் பாக்கவேணும்போலதான் கிடக்கு. நான் அடக்கிக்கொண்டு இருக்கேல்லை?' என்றான் கலாபன். சண்முகம் ஒன்றும் சொல்லாமல் போக, 'அதுசரி ... என்ர கார் எப்பிடி நிக்குது அங்க? போற நேரத்தில கண்டிருப்பியே' என்றான்.

'மனோ அப்பப்ப கொஞ்சத் தூரம் ஓடுறாபோல கிடக்கு.'

'நான் பழக்கிவிட்டிட்டுத்தான வந்தனான்.'

'பிறகு கொஞ்சக்கொஞ்ச நேரம் ஸ்ராட்டிலயும் வைச்சிருக்கிறா.'

'ம்.'

அன்று வெள்ளிக் கிழமையாதலால் ஞாயிறு காலைவரை தான் கூடநிற்பதாகச் சொன்னான் சண்முகம்.

திங்கட் கிழமை காலையில் கலாபன் ஏஜன்ஸியிடம் சென்றபோது, சரக்கை மாற்றி ஏற்றவேண்டிய கப்பல் வரும் திகதி விரைவில் தெரியவருமென்றும், அதற்கிடையில் கப்பலில் மின்சார உற்பத்திக்கான ஜெனரேட்டர்களையும், சரக்கை தூக்கி இறக்கும் கிரேன்களையும் எந்த நேரத்திலும் இயங்குவதற்கான தயார்நிலையில் வைத்திருக்க வேண்டுமென்றும் சொல்லப்பட்டது. மறுநாள் காலையில் கப்பலுக்குச் சென்று தேவையானவற்றைக் கவனிக்க அவனுக்கு உதவியாக நான்கு பேரையும் ஏஜன்ஸி கொடுத்திருந்தது.

அதில் ஒருவன் நிமால்; சிங்கள இனத்தைச் சேர்ந்தவன். மற்ற மூவரில் இருவர் தமிழர், ஒருவன் முஸ்லிம். 1983இன் இனக் கலவரத்துக்குப் பின்னான உடனடிக் காலமாக இருந்ததாலேயே அவ்வாறான ஒரு இனரீதியான பார்வை கலாபனிடத்தில் தோன்றியுமிருக்கலாம்.

பகலில் சென்று ஜெனரேட்டரை இயங்கச் செய்து தேவையானவற்றைக் கவனித்தான். பெரிய ஆயத்தங்கள் செய்யவேண்டியிருக்கவில்லை. மத்தியான வேளையில் சாப்பாட்டோடு சாராயத்தையும் எடுப்பித்துக் குடித்துக்கொண்டு மாலை ஐந்து மணிவரை கப்பலிலிருந்தான். மேலே ஜெனரேட்டரை நிறுத்திய பின், அதற்கென ஏஜன்ஸியால் நியமிக்கப்பட்டிருந்த காவலாளியிடம் பொறுப்பைக் கொடுத்துவிட்டு கரை வந்தான். கலாபனின் தினசரி வேலை அவ்வளவாகவே இருந்தது.

இரண்டு வாரங்களில் பின் அங்கே வேலைசெய்த மூவரையும்விட நிமால் கலாபனுடன் வெகுவாய் ஒட்டிப் போகக்கூடியவனாய் இருந்தான். மேலும் நிமால் வேலை தெரிந்தவனாகவும், ஏஜன்ஸிக்குப் போய்வர என வெளிக்காரியங் களைக் கவனிக்க வல்லவனாயும் இருந்தான். அவனிடம் மோட்டார் சைக்கிள் இருந்தது எல்லாவற்றுக்கும் வசதியாக விருந்தது.

அன்று ஒரு சனிக்கிழமை. ஆமர் ஸ்றீற் றெஸ்ரோறன்ருக்கு சென்ற கலாபனும் நிமாலும் எட்டு மணிவரை பேசிக்கொண்டே மதுவருந்தினார்கள். அவர்களது பேச்சுகளும் முந்திய கப்பல்களில் வேலைசெய்த காலத்தில் துறைமுக நகரங்களில் அடைந்த சுகங்கள் பற்றியாகவே இருந்தன.

ஒருபோது கலாபன், அதுமாதிரியான விஷயங்களில் கொழும்பு என்னமாதிரியென நிமாலிடம் கேட்டான். அதற்கு நிமால், கடலில் உழைத்துச் செலவழித்ததுபோல தரையில் உழைத்து செலவழிக்க தன்னால் முடியாதென்றுவிட்டு, வேண்டுமானால் அவனை தெரிந்த ஓர் இடத்துக்கு கூட்டிச்செல்வதாகக் கூறினான்.

ஒரு மணிநேர பயணமாகவிருந்தது அது. கடைசியாகப் பிரதான பாதையிலிருந்து இடதுபுறம் திரும்பிய மோட்டார் சைக்கிள் சிறிதுநேரத்தில் ஒரு சிறிய வீட்டின் முன்னால் நின்றது.

கலாபன் இறங்கினான். சூழ இருள் குமைந்து விழுந்திருந்தது. தூரத்துக்கொன்றாக இருந்த மின்சாரத் தூண்களில் ஒளி குறைந்த குமிழ் விளக்குகள் மஞ்சள் நிறத்தில் அவ்வளவுதான் முடியுமென்பதுபோல் ஒளியைக் கசியவிட்டுக்கொண்டிருந்தன. தூரத்தில் சிலர் நடந்து போய்க்கொண்டிருந்தார்கள். கடைசி

பஸ்ஸிலிருந்து இறங்கி வீடு போகிற பிரயாணிகளாக இருக்கலாம். அந்த இடத்தை அமைதி விழுங்கியிருந்தது. எங்கோ றேடியோவில் கடைசி நிகழ்ச்சியின் முடிப்புரைபோன்ற அவசரமான தொனி கேட்டது. இன்னும் எங்கோ ஒரு குழந்தை அழுதது. யாரோ ஒரு பெண்ணின் சிரிப்புக் கேட்டது. அவற்றால் இன்னும் அந்த அமைதியை இறுக்கமாய்க் காட்டவே முடிந்திருந்தது.

கலாபன் கேட்டான்: 'எந்த இடம் நிமால் இது? இப்படி சூன்யமாய் இருக்கிறது?'

நிமால் சொன்னான்: 'கம்பஹா. மெயின் ரோட்டிலிருந்து உள்ளே இரண்டு மைல் வந்திருக்கிறோம்.'

மோட்டார் சைக்கிளை உள்ளே நிறுத்தி வந்த நிமால், 'வாருங்கள்' என்றான். அசைவேதுமற்றுக் கலாபன் நின்றிருக்கக் கண்டு, 'ஏன்?' என்றான்.

கலாபன் மேலும் தன் எண்ணத்தை அடக்கமுடியாமல், 'ஒன்றும் பயமில்லையே, நிமால்?' என்றான் ஒரு இரகசியத்தில் போல்.

'அப்படியான இடத்துக்கு உங்களைக் கூட்டிவரமாட்டேன்' என்று கூறி நிமால் அவனை உள்ளே அழைத்துச் சென்றான்.

ஓட்டு வீடு. கற்சுவர்கள் சாந்து பூசப்படாமலிருந்தன. ஜன்னல்கள் இருந்தன. மறைப்புக்காக அவற்றுக்குச் சாக்குகள் போடப்பட்டிருந்தன. உள்ளே லாந்தர் அளவு வெளிச்சத்தை உமிழ்ந்துகொண்டிருந்தது ஒரு மின்குமிழ். அவையே அச்சத்தைக் கிளப்புவனவாக இருந்தன.

கலாபனிடத்தில் இன்னும் அச்ச அலைகள் அடங்காமலே யிருப்பது கண்டு அங்கிருந்த ஒரு முதியபெண்ணிடம் மெதுவாக ஏதோ சொன்னான் நிமால். அவள் இரண்டு கிளாஸ்களையும் சாராயத்தையும் கொண்டுவந்து முன்னால் வைத்தாள்.

நேரமாகவாக அச்சம் அடங்கிவரப்பெற்றான் கலாபன். அந்த முதியவளின் மகள்போல் தோன்றிய ஒருபெண் அறை வாசலோரம் நிலத்திலமர்ந்து கால்நீட்டிச் சாய்ந்திருந்தாள். துண்டு கட்டியிருந்தாள். பெருங்கழுத்துச் சட்டையணிந்திருந்தாள். ஆனாலும் அடக்கமாகவே மார்பகங்கள் முட்டிநின்றிருந்தன. வெண்மை மினுங்க இருந்தது அவள் மேனி. அவள் மிக அழகாக இருந்தாள். அந்த மெல்லிய வெளிச்சத்திலும் அவளது சிவந்த அதரங்கள் மினுங்கித் தெரிந்தன. மடிப்பு விழாதிருந்த இடுப்பு அவளது மெலிவைச் சொல்லியது. அது வறுமையின் மெலிவென்பது கலாபனுக்குப் புலனாகியது. அவ்வப்போது

நிமாலோடு மட்டுமே பேசிக்கொண்டிருந்தாள். அவள் கலாபனின் பக்கம் திருப்பிய பார்வையில் கசிந்த சிரிப்பு அவளை இன்னும் அழகானவளாகக் காட்டியது.

கலாபனின் கலகலப்பின்மையை ஒருவாறு கண்டுகொண்ட தாயார் காரணத்தை நிமாலிடம் வினவினாள். நிமால், தூர இடமாக இருப்பதால் யோசிக்கிறானெனச் சொல்லியிருப்பான்போல் இருந்தது. அதற்கு அவள், ஏன் யோசிக்கவேண்டுமெனக் கேட்டதுபோல் தெரிந்தது. தமிழனாய் இருந்தால் பயம்தானே வருமென்பது நிமாலின் பதிலாகத் தென்பட்டது. அதற்குத் திடுமெனக் கிழவியிடமிருந்து பிரதிபலிப்பெழுந்தது. 'மொக்கட்டத பயவென்ட ஒண? மேக்க அபே கெதர'

மேக்க அபே கெதர என்ற சொற்களே ஒரு தைரியத்தை கலாபனுக்குள் உருட்டிவிட்டன. அவளது வீட்டில் அவளை யாரும் எதுவும் கேட்டுவிட முடியாது. மட்டுமில்லை, அவளது வீட்டில் அவனுக்கு எந்த அசம்பாவிதத்தையும் அவள் அனுமதித்து விட மாட்டாள். அத்தனை அர்த்தங்களுடனும் கூடிய அவளது வாக்குத் தத்தம் அது.

மேலே சிறிதுசிறிதாகக் கலாபன் பயம் தெளிந்து வந்தான். அவர்களது பேச்சில் தனக்குத் தெரிந்த சிறிது சிங்களத்துடன் ஆங்கிலத்தையும் சேர்த்துக் கொஞ்சம் கொஞ்சம் இடையிட, சிரிக்கவும்கூட, செய்தான்.

அவர்கள் திரும்பத் தயாரானபோது மணி அதிகாலை ஒன்று.

லொட்ஜுக்குத் திரும்பிய கலாபன் தூங்க முடியாமல் தவித்துக்கொண்டிருந்தான். பெரும்பாலும் அவனொரு பரவச நிலையில் இருந்திருந்தான். அவன் சென்று வந்த இடம் கம்பஹா என்பது தெரிந்தபோதுகூட அவனுக்கு யோசிக்கப் பெரிதாக அதில் எதுவும் இருப்பதாகத் தெரியவில்லை. கம்பஹா சரியாகக் கொழும்பிலிருந்து கண்டி செல்லும் பாதையில் இருபத்தேழாவது மைல் கல்லிலிருந்து ஆரம்பித்தது. தனிச் சிங்களப் பகுதி. நாம் சிங்களர் கட்சித் தலைவராயிருந்த கே.எம்.பி. ராஜரத்தினவின் அரசியல் தொகுதியும் அது.

மட்டுமில்லை, இருபத்தேழாவது கல்லில் இடப்புறம் திரும்பி மேலும் சுமார் இரண்டு மைல்கள் தூரத்திலிருந்தது அவன் சந்தித்துவந்த பெண்ணின் வீடு. வெகு சமீபத்தில் பன்சால இருந்தது. அவன் பயத்தை வென்றானா? அல்லது அந்த அளப்பரிய அழகு அதை வெல்லவைத்ததா?

அவன் அங்கிருந்து புறப்படுவதற்கு சற்று நேரத்துக்கு முன்புதான் சுமத்திரா அவனுக்கு 1976இன் இலங்கை அழகு ராணிப் போட்டியில் இரண்டாவது இடத்தை வென்று கிரீடம் சூடியபோது எடுத்திருந்த தனது போட்டோ சுவரில் ஒரு இருண்ட மூலையில் தொங்கிக்கொண்டிருப்பதைக் காட்டியிருந்தாள்.

அவளது மேனியின் ஸ்பரிசம் அவனது உள்ளத்தில் ஆழமாய் எழுதப்பட்டாயிற்று. அவள் அழகாயிருந்தாள். அதைவிட ஆசை மிக்கவளாய் இருந்தாள். அளவின் மேலான ஆசையிலிருந்து காமம் கிளைக்கிறது. ஒரு வெறியை அவனிடத்தில் ஏற்றி தன்னைத் தணிவிக்கும் வித்தை இயல்பில் அவளுக்குத் தெரிந்திருந்தது. சுமத்திரா அவன் மனத்தில் விழுந்த ஆசையின் நங்கூரம். காலமே கலாபனின் இனிவரும் நாட்களை வழிநடத்தவேண்டியிருந்தது.

மேலும் ஒருமுறை நிமாலுடன் அங்கே சென்றவன், பின்னால் ஓட்டோவில் தனியே செல்ல ஆரம்பித்தான். துறைமுகத்தின் முன்னாலுள்ள ஓட்டோ ஸ்ராண்டிலுள்ள நளீம் என்ற ஒரு முஸ்லிம் ஓட்டோக்காரன் அவனோடு மிக அணுக்கமாக வந்திருந்தான். முதல்முறை சென்றிருந்தபோது வீட்டின் சமீபத்தில் அவனை நிற்கக் கேட்க, பக்கத்திலே கசிப்பு காய்ச்சுகிற இடமிருப்பதால் அது சரியாக வராதென்ற நளீம், வேண்டுமானால் தான் கண்டி வீதி சந்தியில் காத்திருந்துவிட்டுச் சரியாக அவன் சொல்கிற நேரத்துக்கு வருவதாகச் சொன்னான். சரியாக இரண்டு மணிநேரம் கழித்து வரச்சொல்லி அந்தப் பிரச்சனையை கலாபன் சமாளித்தான். அது அறிந்த சுமத்திரா அப்படி அவன் செய்யவேண்டியதில்லையென்றும், விரும்பினால் அவன் அங்கேயே தங்கி காலையில் புறப்படலாமென்றும் தெரிவித்தாள்.

அவ்வாறு மூன்று சனிக்கிழமைகள் வந்து அவன் அங்கே தங்கினான். அந்த இரவுகளில்தான் சுமத்திரா தன் கடந்த காலத்தை மனந்திறந்து விரித்தாள்.

ஜனதா விமுக்தி பெரமுனவின் ஆயுதப் புரட்சிக் காலத்தில் தந்தை இறந்துபோனதற்குப் பிறகு கூப்பன் முத்திரையால் ஆறு பேர்கொண்ட அந்தப் பெரிய குடும்பத்தைப் பராமரிக்க தாய்பட்ட சிரமத்தை விளக்கினாள். பசியின் அழுகுரல் எந்நேரமும் அந்த வீட்டில் ஒலித்துக்கொண்டிருந்ததென்றாள். ஒரு அண்ணன் ராணுவத்திற்கு ஓடிப்போக, ஒரு அக்கா யாரோடோ கூடிக்கொண்டு ஓடிப்போனதைச் சொன்னாள். இன்னொரு அக்கா கர்ப்பம் தரித்த நிலையில் ஏமாற்றுப்பட்டுப்போக கிணற்றில் முடிவைத் தேடிய சோகத்தை வெளிப்படுத்தினாள். வீட்டு வறுமை கிடைத்த கூலிவேலைகளுக்கெல்லாம் தாயை

விரட்டியதென்றாள். கடைசியில் தாயாரின் நீண்டகால நோய்ப்படுக்கையின்போதுதான் அவள் அவ்வாறு சீல் சாராயம் விற்கத் தொடங்கினாளென்றும், பின்னால் பலவந்தமாகவும் பயமுறுத்தலாகவும் அப்படியான ஒரு தொழிலில் தான் தவிர்க்கமுடியாதவாறு புகுத்தப்பட்டதையும் தெரிவித்தாள். அவளும் தனக்கொரு விலங்காகும் சாத்தியத்தை கலாபன் மெல்லவாய் உணரலானான்.

திடீரெனச் சரக்கு ஏற்றவேண்டிய கப்பல் அடுத்தநாள் துறைமுகம் வரவிருக்கும் செய்தி ஏஜன்ஸிமூலம் அவனுக்குக் கிடைத்தது. அன்றிலிருந்து அவன் கப்பலிலேயே தங்கவேண்டி யிருக்கும். மட்டுமன்றி, வேலையும் பதினைந்து இருபது நாட்களுக்குள் முடிந்து அவன் வீடு போகவேண்டி வந்துவிடும்.

இரவில் கப்பலிலேயே அவன் தங்கவேண்டி நேர்ந்ததால் சுமத்திரா வீடு செல்ல அவனுக்கு வசதிப்படவில்லை. அடுத்த சனிக்கிழமை வந்தது. இரவு பத்து மணியளவில் ந்ளீமை துறைமுக வாசலில் ஓட்டோவோடு தயாராக நிற்க வைத்திருந்தான். விரைவில் தான் வந்துவிடுவதாகக் கப்பல் ஊழியர்களிடம் சொல்லிக்கொண்டு கலாபன் சென்று ஏற ஓட்டோ கம்பஹா நோக்கி விரைந்தது.

தனியார் பஸ்களின் பொலிஸ் சோதனை, சனிக்கிழமைகளின் வழக்கமான வாகனப் போக்குவரத்து நெரிசலென நீண்டநேரம் எடுத்ததில் கலாபனால் நள்ளிரவு பன்னிரண்டு மணிக்கு அணித்தாகத்தான் இருபத்தேழாம் கட்டைச் சந்தியை அடைய முடிந்தது.

சந்தியே இருள் படிந்திருந்தது. இரண்டு பலசரக்குக் கடைகள், ஒரு தேநீர்க்கடை, ஒரு சைக்கிள் மோட்டார் சைக்கிள்கள் திருத்தும் கடையென நான்கைந்து கடைகள் தான் அந்தச் சந்தியில். அனைத்தும் அந்தளவில் பூட்டியிருந்தன. நீண்ட தூரப் பயணத்துக்கானவை தவிர இனி அந்த இடத்துக்கு பஸ்களும் இருக்காது. பயணிகள் காத்துநிற்குமிடத்தில் நான்கைந்து நாய்கள்மட்டும் ஒரு பெட்டை நாய்க்காக உறுமிக்கொண்டும் கடிபட்டுக்கொண்டுமிருந்தன. மற்றும்படி அமானுஷ்யம் நிறைந்து வழிந்துகொண்டிருந்தது சந்தியில்.

ஓட்டோ வேகம் தணிந்து இடதுபுறப் பாதையில் திரும்புகிறவேளை எங்கோவிருந்துபோல் திடீரென இருளிலிருந்து வெளிவந்து கையை நீட்டி ஓட்டோவை நிறத்தினாள் சுமத்திரா. கூட தாயார். நெருங்கிவந்த சுமத்திரா மூன்று மொழிச் சொற்களிலும் பதறினாள். ‘கலாபன், நீங்கள் இப்படியே திரும்பிப்

போய்விடுங்கள். நீங்கள் தமிழரென்று தெரிந்து உங்களைத் தாக்க எங்கள் வீட்டருகில் ஆட்கள் காத்திருக்கிறார்கள்.' பிறகு நளீம் பக்கம் திரும்பி, 'ட்றைவர் அண்ணா, தயவுசெய்து தாமதிக்காதீர்கள். அது உங்கள் இரண்டுபேருக்குமே ஆபத்து' என்று நளீமைப் பார்த்துக் கெஞ்சினாள்.

அவளை எதற்காக நம்பாமல்விட வேண்டும்? கலாபனின் மறுப்பையும் பொருட்படுத்தாமல் ஓட்டோவைத் திருப்பினான் நளீம்.

அவ்வேளை நான்கைந்து சைக்கிள்கள் குறுக்குத் தெருவிலிருந்து சரசரவென வந்து சந்தியில் மிதந்தன. 'அடோவ் . . . வேசிக புத்த . . . பற தெமில . . .' என பல்வேறு வசைமொழிகளைத் தொடர்ந்து ஓட்டோவைநோக்கி கற்களும் பறந்துவந்தன. அதே திசையில் வீசப்பட்ட போத்தல் ஒன்று நெடுஞ்சாலையில் விழுந்து சிதறிற்று.

ஓட்டோ பறந்தது.

பின்னால் இரண்டு பெண்களின் கதறல் ஒரு கணம் பொறியில் பட்டது.

கலாபன் வெறி முறிந்து நிதானமாயிருந்து எல்லாம் யோசித்தான். அவனுக்கு மனம் கரிந்து கண்ணீர் கசிந்தது.

தமக்கு எதுவும் நேர்ந்துவிடக்கூடிய அபாய நிலைமையிலிருந்தும்தான் அவனைக் காக்க சுமத்திராவும் தாயாரும் அங்கே வந்து மறைந்து காத்திருந்தார்கள். அவனைக் காப்பாற்றுவது ஏதோ தங்களின் கடமைபோல் அவர்கள் முடித்திருக்கிறார்கள். சுமத்திராவின் தாயின் வாயிலிருந்து 'மேக்க அபே கெதர' என்ற சொல் பிறந்த நாளிலிருந்து அவனை அவர்கள்தான் காபந்து செய்திருக்கிறார்கள்.

சுமத்திரா தாக்கப்பட்டிருக்கலாம். உடம்பால் தாக்கப்பட்டதோடு பெண்மையாலும் அவள் சிதைக்கப்பட்டிருக்கலாம். கொலைகூடச் செய்யப்பட்டிருக்கலாம். சாட்சிகள் இருக்கக் கூடாதென்பதற்காய் கூட அவள் தாயாரும். அவனே நேரடிக் காரணமில்லை. ஆனாலும் அவன் காரணமாயும்தான் அது நடந்திருக்கிறது.

இனி கண்ணீரைத்தவிர அவர்களுக்குக் கொடுப்பதற்குரிய எதுவும் அவனிடமில்லை.

●

காணாமல் போன கடலோடி

கொழும்புத் துறைமுகத்தில் நின்ற கப்பலில் கலாபன் வேலை செய்கையில் பருத்தித்துறை சென்று சூட்கேஸ்களைக் கொடுத்துவிட்டு திருகோணமலை திரும்பியிருந்த சண்முகத்துக்கு மனோகரி அன்று சொன்னதை நினைக்கச் சிரிப்புச் சிரிப்பாய் எழுந்துகொண்டிருந்தது.

சூட்கேஸ்களுடன் சண்முகம் சென்றதும் மூத்தவள் கேட்டாள், அப்பா எங்க மாமாவென்று. அதற்கு மனோகரி அலுங்காமல் நலுங்காமல் சொன்னாள், அப்பா வேற எங்க இருக்கப்போறார், சூட்கேசுக்குள்ளதானென.

அது தமாஷ் பேச்சுக்காக அல்ல, துயரத்தின் வெடிப்பென்பது அவனுக்குத் தெரிந்துதான் இருந்தது. ஆனாலும் சிரிப்பு வந்தது.

திருகோணமலை வந்த சில நாட்களின் பின் சண்முகத்திற்கு ஒரு தபால் மனோகரியிடமிருந்து வந்தது. 'அவர் ஒரு கடிதம்கூட எழுதவில்லை அண்ணா. எப்போது வீட்டுக்கு வருவாரென்றும் தெரியவில்லை. பிள்ளைகளைச் சமாளிப்பதுதான் பெரிய கஷ்டமாயிருக்கிறது. நானே எழுதி விசாரித்துவிடுவேன். ஆனால் அதற்கு என்னிடம் முகவரி இல்லையே' என எழுதியிருந்தாள்.

'வேலை அதிகமாயிருக்கும், கடிதமெழுதுவான், விசாரித்து விலாசம் அனுப்புகிறே'னென்று ஆறுதல்கூறி சண்முகம் பதிலெழுதினான்.

ஆனால் மேலும் இரண்டு கிழமையாகிய பின், ஆளும் வரவில்லை, கடிதமும் கிடைக்கவில்லையென்று சண்முகத்திற்கு மறுபடியும் மனோகரி எழுதினாள்.

அவளது மனநிலையை அவனால் புரிந்துகொள்ள முடியும். அவர்கள் ஒருவரையொருவர் விரும்பத் தொடங்கிய காலத்திலிருந்து அவர்களுக்குள் தொடுப்பாயிருந்த சண்முகத்துக்கு எல்லாமேதான் தெரிந்திருந்தது. காதலின் அளவைவிட அவர்களுக்குள்ளிருந்த முரணின் அளவு பெரிதாக இருந்துவிட்டதில் அடிக்கடி அவர்களுக்கிடையே எழும் பூசல்கள் ஊடலின் எல்லையைத் தாண்டிப் பிரிவின் அளவுக்கே சென்றிருக்கும். திருமணத்திற்கு முன்பிலிருந்தே சண்முகம்தான் அப் பூசல்களைத் தீர்த்துவைக்கும் பாங்கனாக இருந்தான். அது அன்றுவரையும்தான் தொடர்ந்துகொண்டிருந்தது.

அப்போது கமலி அவன்கூட திருகோணமலையில் தங்கியிருந்ததில் அவனது ஊர்ப்பயணம் அவ்வப்போதுதான் நிகழ்ந்துகொண்டிருந்தது. அதனால் நேரில் விளங்கப்படுத்த முடியாத சண்முகம் தானும் கடிதம்தான் எழுதினான்.

'அவரை கவனமாக இருக்கச் சொல்ல வேண்டும், அண்ணா' என்று பிறகொரு கடிதம் வந்தது. அதற்கான காரணத்தை அவள் அதில் விளக்கியிருந்தாள்.

சண்முகத்துக்கு அது அதிர்ச்சியாகவிருந்தது. ஊரிலே அதுமாதிரியான செய்திகள் அறியப்பட்டுக்கொண்டுதான் இருந்தன. அதன் விளைவுகளும் பாரதூரமானவையாகவே இருந்தன.

இயக்கம் எதுவுமோ, அல்லது இயக்கம் சாராத ஆயுதக் குழு எதுவுமோ ஒருநாள் மனோகரியிடம் சென்று, கலாபன் கப்பலில் என்ஜினியராக வேலை செய்கிறார்தானே, மாதம் மாதம் அவளுக்குப் பணம் அனுப்புகிறார்தானே, அவள் ஏன் தங்கள் விடுதலைப் போராட்டத்துக்கு உதவிசெய்யக்கூடாதெனக் கேட்டிருக்கிறது. அடுத்த முறை வரும்போது ஒரு லட்சம் ரூபா தருவதற்குத் தயாராக இருக்கவேண்டுமெனவும், இல்லையேல் அவர்கள் பல பிரச்சினைகளை எதிர்நோக்கவேண்டியிருக்குமெனவும் அவளுக்கு எச்சரிக்கை விட்டிருக்கிறது.

மனோகரி எழுதியவண்ணம் அது நடந்திருப்பின் கலாபனிடமிருந்து தகவலேதுமில்லாதிருக்கிற நிலைமையை அவள் சாதாரணமாக எடுத்துவிடமாட்டாள்தான்.

சண்முகம் பதில் கடிதமெழுதினான். கொழும்பில் தங்கிநிற்கிற கலாபனுக்கு அவ்வாறான துன்பம்வரக் காரணமில்லையென்று

அவளைத் தேற்றிவிட்டு, ஊரிலிருந்து தாயார் வந்ததும் தான் கொழும்பு போகவிருப்பதாகவும், சம்பவத்தை விளக்கி கலாபனை கவனமாக இருக்க நேரில் வற்புறுத்துவதாகவும் தனது உறுதியை அவன் தெரிவித்திருந்தான்.

சிலநாட்களில் சண்முகத்தின் தாயார் பருத்தித்துறையிலிருந்து வந்தபோது கலாபன் வீடு வந்துவிட்ட செய்தியையும் கொண்டுவந்தாள்.

சிறிது ஓய்ந்திருந்த பிரச்சனை மேலும் மூன்று வாரங்கள் கழிந்தளவில் பூதாகாரமாக வெளிப்பட்டது.

மகனுடனும் மருமகளுடனும் பேரப்பிள்ளையுடனும் சிலநாட்கள் தங்கிய சண்முகத்தின் தாயார் ஊர் சென்ற பின் அவளிடமிருந்து திடீரென சண்முகத்தின் அலுவலகத்திற்கு ஒரு போன் வந்தது. கலாபன் அங்கே வந்திருந்தானாவென்று மனோகரி கேட்கச் சொன்னதாய்த் தெரிவித்தாள்.

'கலாபன் இஞ்ச வரேல்லயே, அம்மா. ஏன், இஞ்ச வாறமெண்டிட்டு வெளிக்கிட்டவனாமோ?'

'அவ்வக்குள்ள வழக்கம்போல கொஞ்ச நாளாய்ப் புடுங்குப்பாடு, சண்முகம். வெளிநாடு போறதுபற்றித்தான் பிரச்சனை. அதைவிட விளக்கமாய் எனக்கொண்டும் தெரியாது. ஒருநாள் யாழ்ப்பாணம் போறதாய் சொல்லியிட்டு ஆரோடயோ கூடிக்கொண்டு போனவனாம் கலாபன். ரா முழுக்கத் திரும்பேல்ல. அடுத்தநாள் பொழுதுபடுற மட்டும் அவள் காத்திருந்தாள். ஆள் வரேல்ல. இப்ப ரண்டு நாளாய் ஆள் எங்கயெண்டு தெரியா. தெரிஞ்ச ஆக்களிட்டயெல்லாம் மனோ விசாரிச்சிட்டாளாம். ஒருத்தரிட்டயிருந்தும் அங்கன இஞ்சன கண்டதாய் ஒரு நல்ல பதில் கிடேக்கேல்ல.'

'வெளிநாடு ... வெளிநாடு ... எண்டு சொல்லிச்சொல்லி அவனைத் துலைச்சிடவேண்டாமெண்டு சொல்லுங்கோ. எல்லாம் உவள் மனோவாலதான் எல்லாம். அதுசரி ... ரூபிணி இப்பவும் வீட்ட வந்துபோறாளோ?'

'அவளவைக்கு அதுதான மடம். எப்பவும் அங்கதான்.'

'மனோவோட நேரதான் பேசவேணும். கெதியில வாறனெண்டு சொல்லுங்கோ. கொழும்பாக்களிட்ட போனில விசாரிக்கிறன். சின்னப்பிள்ளையே கலாபன், காணேல்லையெண்டு றேடியோவிலயோ பேப்பரிலயோ விளம்பரம் குடுக்க? விசாரிச்சு பிடிப்பம்.'

சண்முகத்தினது பயணம் எதிர்பாராதவிதமாக தள்ளிப்போய் விட்டது. என்றாலும் சண்முகம் தெரிந்தவரையெல்லாம் அந்த நாட்களில் போனிலும் கடிதத்திலும் விசாரித்துக்கொண்டேதான் இருந்தான். கலாபன் நிற்குமிடம் தெரியவில்லை.

இதற்கிடையில் வடபகுதியில் 'ஒப்பறேசன் லிபறேசன்' ராணுவ நடவடிக்கை தொடங்கிவிட்டது. இலங்கையின் பிறபகுதிகளிலிருந்து வடக்கே போக யாரும் துணிந்திருக்கவில்லை. எல்லாம் ஓரளவு இந்தியத் தலையீட்டுடன் அடங்கத் துவங்க சண்முகம் வடக்கே போனான். கலாபன் வீடு சென்றபோது அந்த வீட்டின் பேரிழப்பைச் சொல்வதுபோல் போர்டிகோவில் நின்ற கார் தூசியும் தும்பும் படிந்து கழித்துவிடப்பட்ட கராஜ் கார்போல நின்றிருந்தது.

குழந்தைகள் நான்கும் வாடிப்போய்த் திரிந்துகொண்டிருந்தன. அய்ந்தாவதுமட்டும் தொட்டிலில் உறங்கிக்கொண்டிருந்தது. மனோகரி மெலிந்து உருக்குலைந்துபோய் நின்றிருந்தாள். அவளைக் கண்கொண்டு காண முடியாதிருந்தது. தேற்றுவதற்கு சண்முகத்திற்கு வார்த்தைகளே வரவில்லை. 'இன்னும் விசாரிச்சுப் பாப்பம் . . . இன்னும் தேடுவம்' என்று தனக்கே நம்பிக்கையற்ற விதமாகப் பிதற்றத்தான் முடிந்திருந்தது.

கலாபனின் தாயாருக்கு அவன்பற்றி ஆயிரம் குறைகள் இருந்திருந்தன. ஆனாலும் அவன் தொலைந்துபோன செய்தியின் பின்னால் கொள்ளிவைக்க பிள்ளையற்ற சோகத்தில் அவள் வேர் சாய்ந்த மரம்போல் மாறிப்போயிருந்தாள்.

சுடப்பட்டோ வெட்டப்பட்டோ இறந்துபோனபின் சடலமாய்க் கிடைத்து அதை அடக்கம் செய்யும் வாய்ப்பிருந்தால்கூட இறப்பின் சோகம் அவ்வளவு ஆழமாய் எவரையும் வறுத்திருக்காதென்று நினைத்தான் சண்முகம். சரீரத்தைக்கூடத் தொலைத்துவிடுதல்தான் சோகங்களிலெல்லாம் பெரிய சோகமாய் ஆகிவிடுகிறது.

ஆயிரத்துத் தொளாயிரத்து எண்பத்தைந்தில் காணாமல் போனவன் கலாபன். தொண்ணூற்றைந்திலும் தேடல் தொடர்ந்து கொண்டிருந்தது. இரண்டாயிரத்தைந்திலும் உறவுக் கண்கள் அவனைத் தேடவே செய்யும். இரண்டாயிரத்து பதினைந்திலும் கூட அந்தத் தேடல் நின்றுவிடாது. ஏதோவொரு கூட்டத்தில் ஆறடி உயரமும் அதேயளவு பருமனுமான ஓர் உருவத்தைக் கண்டு நிமிரும் மனோகரியின் கண்கள் கலாபனில்லையென அறிகிறபோது வெடித்துச் சிதறாமலா இருந்துவிடும்? அந்த வலியை விளக்க வார்த்தைகள் எங்கே இருக்கின்றன? பச்சை

உடம்போடு அவன் சிவலோகம் போய்விட்டிருந்தால்கூட கொண்டவளால் அதுமாதிரியான இழப்பைச் சகித்துக்கொள்ள முடிவதில்லை.

கலாபன் காணாமல்போய் முப்பத்தினான்கு ஆண்டுகள் முடிந்துவிட்டன. மனோ தேடிக்கொண்டிருக்கிறாள். பிள்ளைகள் தேடிக்கொண்டிருக்கின்றார்கள். அவர்களோடு சண்முகமும்.

நம்பிக்கை இழந்த பின்னரும்கூட தேடிக்கொண்டிருப்பதுதான் அன்பின் விதிப்பாடுபோலும்!

• • •

கலைச் சொற்கள்

அரிப்பான்	: Filter
அழுத்த வளையம்	: Compression Ring
அறிவு	: Knowledge
அனுபவம்	: Experience
இரவுக் கவனம்கூடிய காவல்	: Dog watch
உருள் கருவி	: Bearing
எண்ணெய் வளையம்	: Oil Ring
எதிரில் பொருள் இருப்பதைக் காட்டும் கருவி	: Radar
ஏபி	: Able Bodied Seaman
ஏற்றக்கூடிய சாமான் நிறை	: Net Weight
கடல் நோய்	: Sea sick
கட்டுப்பாட்டுத் தளம்	: Bridge
கண்ணாடி ஜன்னல்	: Port hole
கப்பலின் உந்தி	: Propeller
கப்பல் உந்தியின் தொடுப்பி	: Crank Shaft
கப்பலின் நிறை	: Gross Weight
கப்பலின் வலப்புறம்	: Port
கப்பல் முதன்மை அலுவலர்	: Chief Officer
கரிய வெப்ப வாயுவை காற்றழுத்தம்மூலம் வெளியேற்றுவதற்கான பொறி	: Scavenge
கல்லணை	: Break water
கன்றி	: Illegally brewed local liquor
குறைந்தளவு வேகம்	: Slow
கொதிகலன்	: Steam Boiler
சாதுர்யம்	: Skill

சுழற்சியை இலகுவாக்கும் உருள் கருவி : *Bearing*

தங்கியிருக்கும் நாட்டிலிருந்து நீங்குதல் : *Exit*

துறைமுகப் பொறியாளன் : *Port Engineer*

நீர்த்தாங்கி : *Ballast Tank*

தயாராயிருத்தல் : *Stand By*

தளவேலைப் பொறுப்பாளன் : *Bosun*

தீப்பிடிக்காத கவர் : *Fire proof*

தீயணைப்புக் கருவி : *Fire Extinguisher*

துறைமுகக் கப்ரன் : *Pilot*

தொங்கு படிக்கட்டு : *Hang Way*

தொலைநகல் : *Telex*

படகு : *Pilot boat*

படுக்கை : *Bunk*

பதிவேடு : *Lock Book*

பரிசாரகன் : *Captain boy*

பி.ஓ.ரி. : *B.O.T. (Boat of Trade London Exam)*

பின்னோக்கிச் செல்லல் : *Astern*

புகைபோக்கி : *Funnel*

பெர்சர் : *Purser*

மசகு எண்ணெய் : *Crude oil*

மார்க்கம் : *Course*

மாலுமிகள் சங்கம் : *Seamen Club*

மிகக் குறைந்த வேகம் : *Dead Slow*

முழு வேகத்தில் பாதி : *Half*

முன்னோக்கிச் செல்லல் : *Ahead*

மெயின் என்ஜின் உச்சி : *Cylinder Head*

மெல்லிய வெண் சரிகைத் துண்டுகள் : *Tissue*

மேலதிக எந்திரம் : *Spare*

வாய்ப் புணர்ச்சி : *Oral Sex*

வீட்டு நினைப்பு : *Home Sick*

ஜெலோ ஹவுஸ் : *Yellow House*

●

2